ताल-भवताल

दादाभाऊ गावडे

सकाळ प्रकाशन

सकाळ प्रकाशन

Tal-Bhavtal
© Dadabhau Gawade, 2025

ताल-भवताल
© दादाभाऊ गावडे, २०२५

प्रथम आवृत्ती	:	५ जानेवारी, २०२५
प्रकाशक	:	सकाळ मीडिया प्रा. लि. ५९५, बुधवार पेठ, पुणे ४११ ००२
मुखपृष्ठ	:	सारद मजकूर
मांडणी	:	अनुज आर्ट्स
मुद्रणस्थळ	:	विकास प्रिंटिंग ॲण्ड कॅरिअर्स प्रा. लि. प्लॉट नं. ३२, एमआयडीसी, सातपूर, नाशिक
ISBN	:	978-93-48048-79-0
संपर्क	:	०२०-२४४० ५६७८ / ८८८८८ ४९०५०
		sakalprakashan@esakal.com

तुमच्या जगण्याचा आणि जीवनाचा तालसूर वेगळाच होता. म्हणून तुमचा 'भवताल' सुंदर आणि कर्तृत्वसंपन्न झाला. हा 'ताल-भवताल' कथासंग्रह वैकुंठवासी जयवंत नाना गावडे तथा आप्पांच्या पवित्र स्मृतीला आदरपूर्वक समर्पित.

प्रस्तावना

साहित्यभूषण ज्येष्ठ साहित्यिक दादाभाऊ जयवंत गावडे यांच्या लेखणीतून साकारलेल्या 'ताल-भवताल' या कथासंग्रहासाठी, त्यांच्या १५व्या साहित्यकृतीसाठी प्रस्तावना लिहिण्याचे भाग्य मला लाभत आहे, हा एक विलक्षण योग होय! वयाच्या १४व्या वर्षापासून म्हणजेच इयत्ता नववीत असता दादाभाऊंच्या जीवनातील चढउतारासह जीवनदशा जाणणारा एक साक्षीदार मी आहे. बालवयापासून शेतकरी जीवन अनुभवांचे तरंग त्यांच्या मनावर उमटण्यास सुरुवात झाली. उपजत हळव्या, प्रामाणिक व संवेदनशील मनाचा पिंड असल्याने सभोवतालच्या जगरहाटीत घडणाऱ्या घटना व त्याच्याशी निगडित माणसांच्या स्वभावातील सवयी, स्वभाव, वागणूक आदींचा सखोल परिणाम दादाभाऊंच्या हळव्या मनावर खोल उमटला गेला. परिणामतः मनातील विचारांचे काहूर व्यक्त होईपर्यंत दादाभाऊला स्वस्थ बसू देईनासे झाले.

भलंमोठं शेतकरी कुटुंब, दारिद्र्य, हालअपेष्टा व प्रतिकूलता याचे चटके सोसताना, कुटुंबातील प्रत्येक व्यक्तीच्या वागण्याचा अर्थ शोधताना अंतर्मुख

होणारा दादाभाऊ फक्त निसर्गात, शेतशिवारात, निर्झर झरे, हिरवाई, रानपाखरे, फुलपाखरे इत्यादींच्या सानिध्यात व सहवासात आपलं हळवं मन रमवत असे. मोटेवरचं गाणं, भलरी, भजन किंवा वाऱ्यावर डोलणाऱ्या पिकातून घुमणाऱ्या वाऱ्याची शीळ त्याला सुखवत असे. गाडाभर कुटुंबाला पोसण्यासाठी भल्या पहाटे जात्यातून पायली-दोन पायली धान्य दळणाऱ्या त्याच्या आईच्या गोड सुरातून बाहेर पडणारी गोड ओवी त्याला झोपेतून जाग आणत असे. मात्र दळण संपेपर्यंत, त्या ओव्यांचे अर्थ उमजेपर्यंत, तो तसाच अंथरुणावर लोळत पडून असे. फिरणाऱ्या जात्याच्या खुंट्याभोवती घुमणारी त्याची आई त्याला पंढरीची रुक्मिणी वाटत असे. त्याचप्रमाणे पहाटेपासून दिवस मावळेपर्यंत बैलांशी हितगुज करता करता शेतकामाचा निपटारा करणारा बाप त्याला विठूमाउली वाटत असे.

दादाभाऊ जसजसा शाळेत वरच्या वर्गात जाऊ लागला, तसे घरातील कारभाऱ्याला त्याच्या शिक्षणाच्या खर्चाचे ओझे वाटू लागले. माझ्या लेकराने शिकून शहाणे व्हावे व त्याला शेतीचे काबाडकष्ट सोसायला लागू नयेत, म्हणून जिद्दीने त्या माउलीने दादाभाऊला आपल्या भावाकडे महादेववाडीला शिक्षणासाठी पाठविले. त्यामुळे दादाभाऊ पाबळच्या हायस्कूलातून एस. एस. सी. उत्तीर्ण होऊ शकला. तो इयत्ता नववीत होता तेव्हा मी त्याला इंग्रजी व मराठी हे दोन विषय शिकवीत असे. वर्गात दादाभाऊ माझ्या समोरच्या बाकड्यावर बसत असे. जिज्ञासू, बोलक्या डोळ्यांचा व ज्ञान ग्रहण करण्याच्या चौकस बुद्धीचा दादाभाऊ वर्गात माझे लक्ष वेधून घेत असे. या चुणचुणीत मुलाने शिकावे व मोठे व्हावे असे मला सतत वाटत असे. म्हणून त्याच्याबद्दल मला प्रेम व आत्मीयता वाटू लागली. तथापि, माझी शिस्त व करडी नजर नेहमी त्याला जाणवत असे. 'दख्खनची राणी' ही कविता शिकवताना मी त्या कवितेचे रसग्रहण सांगत असताना मला जाणवले की, दादाभाऊ मोठ्या एकाग्रतेने जिवाचा कान करून ते ऐकत होता. त्याच क्षणी त्याच्यातील कविमन जागृत झाले व तो कल्पना करण्यात रमू लागला आणि शब्दांतून त्या कल्पना तो काव्यरूपाने प्रकट होऊ लागला. पुढील शिक्षणासाठी व नोकरीनिमित्त तो पुणे व खोपोलीला गेल्यानंतर त्याच्या काही कविता तो मला पोस्टाने पाठवू लागला. त्या वाचून मी त्यावरची प्रतिक्रिया त्याला पाठवू लागलो. त्याच्या कविता मला विशेष आवडू लागल्या. माझ्या प्रतिक्रिया त्याला प्रोत्साहन व प्रेरणा देऊ लागल्या आणि तो मला प्रत्यक्ष भेटायला येऊ लागला. त्याचे सर्व श्रेय तो मला देऊ लागला. भविष्यात तो कोणी मोठा कवी वा लेखक नक्की

होणार, असे माझे मन मला सांगू लागले. प्रतिक्रिया अनुकूल मिळाल्याने त्याला अधिक प्रोत्साहन व प्रेरणा प्राप्त झाली. तो अधिक जोमाने व परिणामकारक रचना करू लागला. त्याच्या हळव्या मनातील कल्पनाशक्तीला तो शब्दांच्या माध्यमातून वाट करून देऊ लागला.

त्याचे काव्यलेखन प्रगल्भतेकडे जात असताना असंख्य रसिक वाचकांकडून अनुकूल प्रतिक्रिया येऊ लागल्या. त्याचाच एक भाग म्हणून संपादक व साहित्यिक अरुण बोऱ्हाडे यांनी दादाभाऊंचा पहिला काव्यसंग्रह 'वेलीवरची फुले' प्रकाशित केला. महाराष्ट्राच्या लाडक्या कवयित्री शांता शेळके यांच्या हस्ते प्रकाशन झाले. याची दखल घेऊन पुणे येथे पहिल्या कामगार साहित्य संमेलनात दादाभाऊंच्या कवितेचे सादरीकरण झाले आणि 'वेलीवरची फुले' संग्रहासाठी दादाभाऊंस कविवर्य नारायण सुर्वे कामगार कल्याण मंडळाचा पुरस्कार मिळाला. दादाभाऊंच्या कविता कविवर्य वि. वा. शिरवाडकर (कुसुमाग्रज) यांनी जेव्हा वाचल्या, तेव्हा त्यांनी दादाभाऊंच्या पाठीवर थाप टाकून प्रेरणादायी आशीर्वाद दिला. दादाभाऊंच्या लिखाणाचे प्रेरणास्थान कुसुमाग्रज, नारायण सुर्वे, इंदिरा संत व डॉ. श्रीपाल सबनीस आहेत म्हणून त्यांचे लिखाण अधिक परिपक्वतेने झाले. बहिणाबाई चौधरी यांच्या गावी जळगाव येथील दुसऱ्या कामगार साहित्य संमेलनात काव्यलेखनाचा प्रथम पुरस्कार कविवर्य ना. धों. महानोर यांच्या हस्ते दादाभाऊंस देण्यात आला. प्रकाशन क्षेत्रात मोठे नाव असलेल्या 'कॉन्टिनेन्टल प्रकाशन'च्या अनिरुद्ध कुलकर्णी यांनी सन २०००मध्ये दादाभाऊंची 'वसवा' ही ग्रामीण कादंबरी, ज्येष्ठ समीक्षक रा. ग. जाधव, कविवर्य ना. सं. इनामदार व उच्च व तंत्रशिक्षण मंत्री, महाराष्ट्र राज्य ना. दिलीप वळसे यांच्या हस्ते फर्ग्युसन कॉलेजमध्ये प्रकाशित केली. या 'वसवा' कादंबरीस २००० यावर्षीचा 'महाराष्ट्र साहित्य परिषद,पुणे'चा ग. ल. ठोकळ पुरस्कार कुलगुरू व साहित्य संमेलनाचे अध्यक्ष प्राचार्य नागनाथ कोत्तापल्ले यांच्या हस्ते देण्यात आला. यानंतर दादाभाऊंनी लेखनाच्या प्रवाहात मागे वळून पाहिले नाही. त्याच्या लेखणीतून 'वाटेवरची माणसं' (कथासंग्रह), 'वेणा माझ्या मनातल्या', 'स्पंदन भेगाळलेल्या भुईचे', 'शोधिता विठ्ठल', 'इंद्रायणी काठी' 'माती सांगे माणसाला' हे चार काव्यसंग्रह, 'उभारिले देवालया' (व्यक्तिचित्रणात्मक), 'आकाश पेलताना' (कादंबरी), 'आनंदयात्री' (व्यक्तिचित्रण), 'ध्येयवेड्यांची यशोगाथा' (यशस्वी उद्योजकाचे व्यक्तिचरित्र), 'अजून पहाट झालीच नाही' (आत्मचरित्रात्मक)

असे एकापेक्षा एक साहित्यप्रकार साकार झाले.

२०१४ पासून दरवर्षी प्रकाशित होणाऱ्या 'गोंदण' या दिवाळी अंकाचे सहसंपादकपद दादाभाऊ यशस्वीपणे सांभाळत आहे. दादाभाऊंस २०१५ चा 'गुणवंत कामगार' पुरस्कार महाराष्ट्र राज्य शासनाच्या कामगार मंत्रालयाने २०१९ मध्ये मुंबई येथे देऊन 'गुणवंत साहित्यिक कामगार' म्हणून त्याचा गौरव केला आहे. या सर्व उपलब्धीबद्दल मला सदैव त्याचा सार्थ अभिमान वाटत आहे.

'ताल-भवताल' हा दादाभाऊंचा दुसरा कथासंग्रह होय. या कथासंग्रहात लिहिलेल्या कथा दादाभाऊ स्वत: जगला आहे, हे अनुभव त्याने अनुभवले आहेत. सुखदु:खाच्या कसोटीवर जगणारी माणसं दादाभाऊने अस्सल जिवंत आपणापुढे उभी केली आहेत. त्यांचा कालखंड जरी उलटून गेला असला तरी त्यांच्या जगण्यातील स्थित्यंतरे वास्तव असून परिणाम साधणारी आहेत. सायंकाळी पारावर शिळोप्याच्या गप्पांतील मैफल गाजवणारा एखादा इरसाल माणूस आपल्या चटकदार कथनशैलीद्वारे श्रोते जसे खिळवून ठेवतो, त्यांना एखादा प्रसंग, अनुभव व घटना प्रत्येक किरकोळ बारकाव्यानिशी सांगून गुंग करतो, त्याप्रमाणे दादाभाऊने स्वत: भोगलेल्या, अनुभवलेल्या घटना व त्या घटनांशी निगडित व्यक्ती हुबेहूब आपणापुढे साकार केल्या आहेत. खरोखर त्यातून कथेचे सर्व परिणाम साधून शेवटी आपणास विचार करण्यास अंतर्मुख करून कथेचे सार व तत्त्व आपल्या मनावर बिंबवले आहे. म्हणून या प्रत्येक कथेतून जगण्याचे तत्त्वज्ञान वाचकांना सापडते. एक प्रकारे या कथा शेकडो लोकांच्या जीवनसंदर्भाची खऱ्या अर्थी उजळणी होय. या कथांतून वर्णन केलेले प्रसंग व व्यक्तिचित्रणात्मक लेखन हे वाङ्मयीन भाषासौंदर्य व कलात्मकता साधणारे बहुअंगी व बहुढंगी वाटत असून वाचकांचे चित्त खिळवून ठेवेल असे आहे.

'त्रिकोणाचा चौथा कोन', 'नाकेबंदी', 'अशोक', 'पंढरीनाथ', 'वाटेवरची माणसं', 'विकतचं दुखणं' या कथा म्हणजे काही दशकांचा भोगवटा, अनुभव व प्रतिकूलतेशी असणारा जीवनसंघर्ष होय. अन्न, वस्त्र व निवारा या त्रिकोणाच्या तीन बाजू म्हणून माणूस हा चौथी बाजू, सुख, दु:ख व भूक हे तीन कोन म्हणून पैसा हा चौथा कोन, हे वास्तविक तत्त्व कथेतील नायक रामा व्यक्त करताना अभ्यास व शाळेतील शिक्षण जसे महत्त्वाचे, तसे माणूस अन् जगण्याचे साधन पैसासुद्धा कसा महत्त्वाचे हे सांगतो. 'ढोल बडवल्यागत अंगात आल्यावाणी

बायकोला बडवायचा' तळतळा इठ्या - हा शीघ्रकोपी व निर्दयी बाप. दोन बायकांचा पोरवडा असणारा, गरीबीत झिजणारा, उपासमार सोसणारा, काम करून रक्त ओकणारा, दरिद्री शेतकरी परिवार. रामा हा एकमेव, एकखांबी आधार. असेच काहीसे चित्र 'अशोक' या कथेतून दिसत असताना शाळेत न गेलेला, साधाभोळा, कष्टाळू पण प्रामाणिक अशोक. सरळ मनाचा, मनात काहीही न ठेवता, परिणाम माहीत नसलेला बेलाशक व्यक्त होणारा, गावाचा चेष्टेचा विषय म्हणजे अशोक. आजसुद्धा अशोकसारखे तरुण धटिंगणांचे शिकार होताना आपण ऐकतो. प्रामाणिकपणे गुरं सांभाळणारा व सांगितलेले काम, तसेच वडिलांच्या आजारीपणात कुटुंबाची जबाबदारी घेणारा, लोकांनी वेंधळा ठरविले तरी टिंगलटवाळी हसण्यावारी नेणारा अशोक मनाची पकड घेतो. आपल्या मनातून हटत नाही. 'पंढरीनाथ' हे कथानक म्हणजे १९७२ च्या दुष्काळातील भयानक वास्तव. बैल-बारदाण्यासह शेतकरी पंढरीनाथ आपल्या दोन पोरी, तीन पोरं, नवसाबाई बायको व बैल-बैलगाडीसह ऊस बागाईत क्षेत्रात पोट भरण्यासाठी परागंदा होतो. त्यापूर्वी अन्नधान्याऐवजी जनावरांना चारायच्या पेंडीवर काही दिवस गुजराण! दुष्काळाचे भयाण चित्र आपल्या मनास यातना देणारे. दुष्काळ समाप्तीनंतर गावाला परत येतो. मात्र मोठा मुलगा छगन त्याच ठिकाणी मालक खोपडे यांच्या ट्रक व्यवसायात पैठणला राहून भरपूर कमाई करतो. त्यातून बक्कळ पैसा कमावत्तो व आपल्या गावी ट्रक घेऊन येतो. सर्व गरिबी दूर होते. त्यामुळे पंढरीच्या वर्तणुकीत व विचारांत, सवयीत आमुलाग्र बदल होतो. पंढरी आता ठरावीक वेळेवर चहा पितो, बँकेतून पैसे काढतो व गावातील एक सधन माणूस म्हणून ऐट मिरवतो. "नवसे सहा वाजलेत. चहा कोण देणार? तुझा का माझा बाप?" हातात घड्याळ, ऐकायला रेडिओ. गावातील पोरांनी रेडिओ लावण्याचा आग्रह केल्यास पंढरी म्हणतो, 'चहा पितोय. कळत नाही का?"

काळानुरूप बदललेला गाव, परिसर लेखकाच्या चिंतनाचा एक विशेष असा विषय आहे. 'वाटेवरची माणसं' या कथेतून लेखकाच्या विद्यार्थीदशेतला काळ, शाळा, माणसं, सामाजिक परिस्थिती कशी होती याची जाणीव होते. शाळेच्या गावची किराणा मालाची दुकानं, चहा-भेळेची हॉटेल, आठवडी बाजार, शाळा, डॉक्टर, दवाखाना आदींबद्दल सविस्तर वर्णन आपल्या मनाला आकर्षून घेत आहे. डॉ. चक्रपाणी नामक आर.एम.पी. डॉक्टर पण प्रामाणिकपणे रुग्णसेवा करणारा, हायस्कूल स्थापन करण्यात महत्त्वाचा वाटा असणारा पहिला सेक्रेटरी

तसेच गोरगरीब विद्यार्थ्यांना निवारा, शैक्षणिक साहित्य देऊन मदत करणारा भला माणूस. त्याचा शेवट मात्र कसा हृदयद्रावक झाला हे वाचून मन सुन्न होते. हायस्कूलचे मुख्याध्यापक, थिगळे सर, गाडीलकर सर, ताम्हणकर सर यांचा लेखकाने धांडोळा घेतला आहे. 'केवळ पेशा म्हणून शिक्षकी बाण्याने न वागता, एखाद्या कठोर व्रताचा वसा घेतलेली ही वाटेवरची माणसं. केवळ 'देणे' हा त्यांचा धर्म. स्वतः काटेरी कुंपणावर उभे राहून ही वाटेवरची माणसं इतरांना रस्ता दाखवितात.' डॉ. चक्रपाणींचा शेवट - 'भिकाऱ्यांच्या गर्दीत एका गोणपाटी पोत्यात अंग कोंबून फक्त मुंडकं बाहेर काढून डोकावत असणारे डॉ. चक्रपाणी! माझ्या काळजाचा थरकाप झाला.'

'नाकेबंदी' या कथेचा नायक स्वतः दादाभाऊ गावडे असून, श्रद्धास्थान म्हणून दादाभाऊला सतत मार्ग दाखविणारा मी स्वतः, त्याच्या सेवानिवृत्तीनंतर त्याला स्वतःचे हक्काचे घर असावे म्हणून घडलेल्या सर्व घटना या कथानकाचा भाग आहेत. आयुष्यभर जीवनाचा भोगवटा भोगणारा नायक पुरता दमलेल्या शरीर व मनाने सेवानिवृत्तीनंतर आपल्या घराचे स्वप्न साकारण्यासाठी कोणत्या अडीअडचणी व अडथळ्यांना झेलतो, त्याचे वास्तव म्हणजे 'नाकेबंदी!' या यातना, हातकड्या व छळवाद त्याला पूर्णपणे पिचून काढतात. जागा खरेदीपासून तर बांधकाम पूर्ण होईपर्यंत सर्व संबंधितांनी जणू काही जळवांप्रमाणे त्याचे लचके तोडून रक्त शोषून घेण्याची एकमेकांशी स्पर्धाच लावलेली जाणवते. कारागीर लोकांचे पैसे लाटण्याचे खटाटोप, कमी श्रम करून जास्त रोजगार व मोबदला मिळविण्याचा जणू काही त्यांचा जन्मसिद्ध हक्कच आहे. सतावडे असो की सचित भटकर असो, नाहीतर रवींद्र पांचाळे, विसपुते, रमेशभय्या किंवा त्याची बायको असो, सर्वजण एकाच माळेचे मणी. नीतिमत्ता, संस्कार, जीवनमूल्ये सर्व काही पायदळी तुडवून आपल्या ताटात घेण्यासाठी खिसा कापायला तयार! 'विकतचं दुखणं' ही कथा तर पूर्णपणे काडीचाही संबंध नसताना नसती झेंगटं मागे कशी लागतात व स्वतःबरोबर इतरांचेसुद्धा सुख व चैन नाहीशी करते याचे उत्तम उदाहरण.

मच्छिंद्र खोमणे सर्व प्रकारची वाईट व्यसनं व सवयी असणारा निर्लज्ज व आडदांड माणूस स्वतःस 'मच्छा ड्रायव्हर, अच्छा ड्रायव्हर' म्हणवून घेतो. हवे ते पदरात पाडून घेतल्यावर उपकारकर्त्यावरसुद्धा निर्लज्जपणे उलटणारा उलट्या काळजाचा माणूस! सभ्यपणाच्या सर्व मर्यादा केव्हाच वेशीवर टांगणारा मच्छा ड्रायव्हर!

एकूण पंधरा कथांपैकी 'ती ही नाहीच' ही कथा एका तोतया साहित्यिकाची आहे असे दिसून येते. एखाद-दुसऱ्या कवितेच्या आधारे वारंवार त्याच कविता वेगवेगळ्या संमेलनात सादर करून आडमार्गाने तसेच गैरमार्गाने पुरस्कार, प्रतिष्ठा पदरात पाडून घेण्याचा हव्यास असणारा हा तथाकथित साहित्यिक! एका तालुक्यातील भोळ्या, प्रसिद्धीस हपापलेल्या लेखक-कवींची मोट एकत्र बांधून साहित्यिकांचा मंच स्थापन करून, दिग्गज कवी-लेखकांना मोठमोठाले पुरस्कार वाटण्याचे मोठेपण लाटणारा हा तोतयांचा चमू वाटू लागतो. आतल्या अंगाने पुरस्काराच्या बदल्यात देणग्या व निधी लाटण्याचे कसब पचनी पडल्याने 'पिते दूध डोळे मिटूनी' अशा मांजरीस काय माहीत की आपले कर्म इतरांच्या दृष्टीस पडत आहे. स्वतःच्या जीवनातसुद्धा तोतया बायका दाखवून 'ही माझी पत्नी आहे' असे सांगणारा संदीप धावडे! वाङ्मयक्षेत्रास कलंक लावणाऱ्या अशा संदीप धावडेचं बिंग या कथेत फुटले आहे, यात कोणतीच शंका नाही.

'इब्लीस' कथा एक उत्तम प्रहसन (कॉमेडी) म्हणून मनाचा ताबा घेते. मास्तर बबनराव यांची चिकन खातानाची फजिती कशी अंदाजे २० हजारास पडली याचे उत्तम उदाहरण होय. 'मी पीत नाही' हे जाहीर करणारे मास्तर बबनराव चिकनचा तुकडा चघळताना आपल्या स्वप्नरंजन अवस्थेत जणू काही दारूचा घोट घेतात, असे समजून तो तुकडा मिळतात आणि तो त्यांच्या घशात अडकतो.

'दिसतं तसं नसतं' ही कथा एका विद्वान, अभ्यासू, हुशार आणि विद्यार्थ्यांपुढे उत्तम प्रतिमा असणाऱ्या एका शिक्षकाची. परंतु त्याच आदर्श शिक्षकाचे कौटुंबिक जीवन कसे व्यसनी, व्यभिचारी व तत्त्वांशी प्रतारणा करणारे आहे याचे मूर्तिमंत उदाहरण होय. रंगाने काळी असलेली बायको व तीन मुले असताना दुसरी गोरी बायको करून घरात आणतात, की जी वयाने त्यांची मुलगी शोभेल.

'झाकली मूठ' ही एक भयाण शोकांतिका आहे. उत्तम दर्जाची बँक अधिकाऱ्याची नोकरी, शेती, प्रपंच, कुटुंब, मुलेबाळे असतानाही सर्वांना अंधारात ठेवून चोरून दुसरे लग्न करून, एका मुलाला जन्म देणाऱ्या त्या अधिकाऱ्यास - बब्यास स्वतः गळफास घेऊन आत्महत्या करावी लागली.

'रॉंग नंबर' ही कथा लेखकाने स्वतःच्या नोकरीच्या काळात अनुभवलेल्या एका आळशी, खादाड, निर्लज्ज व बांडगूळ म्हणून काम करणाऱ्या सुपरवायझरची दिसत आहे. वशिल्याचा तट्टू असला तरी बायकोच्या धाकामुळे वजन कमी करण्यापेक्षा खाण्यात म्हणजेच चरत राहण्यात अभिरुची असणारा एक कर्मचारी

सर्वांच्या चेष्टेचा, मस्करीचा विषय होतो. हा ‘श्रीनिवासन आमच्या इलेक्ट्रिक डिपार्टमेंटसाठी अवघड जागेचं दुखणं सोसवतही नव्हतं आणि सांगताही येत नव्हतं.’ तब्येत कमी करण्याचे औषध जाणून घेण्यासाठी गावडेंच्या सल्ल्यानुसार ढगेंच्या मागे लागलेला श्रीनिवासन ‘तबीयत कम करने की दवा ढगे साबको मालूम है और वो दवा ढगे साब मुझे बताता नही।’ असा हा पोरकट भोळा श्रीनिवासन!

‘नाती जोडणारा कायदा’ या कथेतून आजच्या महाराष्ट्रात कशा प्रकारे भाऊ-बहिणीचे नाते संपुष्टात येऊन शेकडो जणांना कोर्टाच्या पायऱ्या चढायची वेळ आली आहे याचे वास्तव होय. भाऊ असणारा बाळासाहेब आपल्या बहिणीस संजूस म्हणतो, ‘आसं समद्यांनी आमचं लचकं घेण्याचं ठरवल्यावं आमी जगायचं तरी कसं?’ त्यावर संजू म्हणते, ‘आमी पोरी म्हणून जलमाला आलो, आमचा काय गुन्हा? पोरी परास पोरगं असतो तं भाऊ म्हणून आमची वाटणी आमाला देया लागली नसती का?’ त्या दिवसापासून भाऊ-बहिणीचे नाते तुटते. आता रक्षाबंधन, दिवाळी, गावयात्रा, उरूस निमित्ताने भेटीगाठी संपल्या. तुटलेली नाती सांधण्यासाठी सरकारला आता दुसरा कायदा करावा लागेल की काय?

‘सरकारी अधिकारी लय भारी’ ही लेखकाने अनुभवलेली अनुभूती आहे. खोपोलीच्या बँक शाखेतील बँक शाखा अधिकारी सावंत साहेब व त्यांचा कर्मचारीवर्ग, त्यांची झालेली शिलकेची चूक शोधण्यासाठी वयस्क स्त्री-पुरुष अशा अनेक बँक खातेदारांना कसे हेलपाटे देऊन त्रासून सोडतात याचे एक जिवंत उदाहरण होय. तसेच शासकीय दवाखान्यात आजारी असणाऱ्या भाचीचे वैद्यकीय प्रमाणपत्र मिळविण्यासाठी किती व कोणत्या अडथळ्यांना तोंड देतात याचे हे वास्तव होय. त्याचप्रमाणे पोलीस ठाण्यामध्ये कशा प्रकारे जबाब नोंदविताना कागदावर मनमानी जबाब नंतर नोंदविण्यासाठी जागा राखून त्याच्या खाली तक्रारदाराची सही घेऊन कसे फसवितात हे दिसून येते. तसेच तालुका भूमि अभिलेख खात्यातील कारकून व शिपाई उतारे व फाळणी बारा देण्यास कोणत्या अटी आहेत व कोणती मुदत आहे हे सांगतात, पण नोट सरकवताच सर्व काही विनाअडथळा काम होऊ शकते हे अनुभवातून दाखविले आहे.

‘भवताल’ ही एक आगळीवेगळी कथा असून परदेशी विद्वान स्त्री भारतीय उच्चपदस्थ अधिकाऱ्याशी लग्न करण्याचा प्रस्ताव पुढे करते. मात्र लग्न झालेले असल्याने अधिकारी तिला नकार देतो. तरीसुद्धा भारतीय संस्कृती, कुटुंबव्यवस्था, लग्नसंस्था अतिशय उच्च व आदर्श आहे असे मानून ती परदेशी स्त्री दुसऱ्या एका

मोठ्या व्यवस्थापकपदी अधिकारी असणाऱ्या दुसऱ्या भारतीयाशी विवाहबद्ध होऊन भारतात मुंबई येथे येऊन वास्तव्य करते. आपण भारतीय असूनसुद्धा आपल्या उज्वल संस्कृती, कुटुंबव्यवस्था, परंपरा सहज विसरतो; पण इतर देशातील लोकांना त्या किती आदर्श व अस्सल वाटतात याचे हे उदाहरण लेखकाने छानसे रेखाटले आहे. यातून आपण भारतीयांनी काही शिकण्यासारखे आहे असे म्हणावेसे वाटते.

'ताल' नावाची कथा पुन्हा आपणास आपल्या ग्रामीण जीवनात, खेड्यात घेऊन येते. गावातील सामान्य माणूस व कारभारीपण, पुढारीपण करणारे तथाकथित गावकारभारी कशा प्रकारे गावातील उत्सव, हरिनाम सप्ताह व गाव-यात्रा-जत्रा आयोजित करतात. विशेषतः हरिनाम सप्ताह गावोगावी ग्रामदैवताच्या जन्मसोहळ्यानिमित्त आयोजित करतात. साधारणपणे एका आठवड्यासाठी उत्सवाचे आर्थिक बजेट ठरविणे, गाववर्गणी गोळा करणे, प्रत्येक दिवसाकाठी काकडा, भजन, प्रवचन, कीर्तन ह.भ.प. महाराजांची बिदागी, त्यांच्या राहण्याची-खाण्याची व्यवस्था, प्रसाद, महाप्रसाद, गावजेवण आदी सर्व काही नियोजन करतात. खरे तर हे सर्व का व कशासाठी केले जाते याचा सामान्य लोकांना काही लाभ व प्रबोधनात्मक फायदा व्हावा असा हेतू असतो. गावातील धार्मिक-परमार्थिक वातावरण अबाधित राहावे हा हेतू असतो. परंतु हे सर्व संपल्यानंतर प्रत्यक्षात काही अपेक्षित परिणाम झाल्याचे दिसून येत नाही. ज्याप्रमाणे आज आपण अति उत्सवप्रेमी झालो आहोत. हेतूशून्य आयोजन व भपकेबाज, अवास्तव अवडंबर निर्माण करून काही मूठभर लोकांनी आपापले स्वार्थ त्यात साधून घ्यायचे एवढेच त्यातून साकार होताना दिसत आहे.

'ताल-भवताल' या कथासंग्रहातील बहुसंख्य कथा ग्रामीण भागातील वास्तवाशी निगडित असून लेखकाच्या भोवताली अनुभवातून साकार झालेल्या असून सर्व संवाद अस्सल ग्रामीण बोलीभाषेतून असल्याचे दिसत आहे. त्यामुळे सर्व व्यक्तिरेखा जिवंत, अस्सल परिणाम दर्शवितात. भाषासौंदर्य व भाषासौष्ठव सिद्ध करणारे हे दादाभाऊंचे लिखाण वाचकांना खिळवून ठेवते.

'नाकेबंदी', 'इब्लिस', 'रॉंग नंबर', 'सरकारी अधिकारी लय भारी', 'भोवताल' व 'ताल' या कथा शहरी व निमशहरी पार्श्वभूमीतील वास्तव दाखवताना आपणास त्या परिसरातील जीवन समस्यांची ओळख करून देतात. दादाभाऊंच्या लेखणीतील सर्वात मोठे यश म्हणजे संवाद कौशल्य, की ज्यामुळे

पात्रातून आपल्याला आपल्या अनुभवविश्वातील तशाच व्यक्ती भेटल्याचे समाधान व अनुभूती मिळते.

आपल्या लेखणीतून दादाभाऊंनी प्रगल्भ साहित्य व प्रगल्भ तत्त्वज्ञान रसिक वाचकांपर्यंत संक्रमित केले आहे. म्हणून सर्व रसिक वाचक सदैव या साहित्यकृतीस दाद देत आला आहे व या कथासंग्रहास देखील तितक्याच तोलामोलाची दाद देईल, अशी मला खात्री आहे. अशाच दर्जेदार साहित्य निर्मितीसाठी दादाभाऊंना परमेश्वराने ऊर्जा व प्रेरणा देत राहावी अशी प्रार्थना!

मा. प्राचार्य पांडुरंग केशवराव गाडीलकर

मनोगत

'ताल-भवताल' हा माझा दुसरा कथासंग्रह, साहित्यप्रेमी, रसिक वाचक, मराठी भाषा साहित्य अभ्यासक, समीक्षक व सकल जनांच्या हाती सुपुर्द करताना अत्यानंद होत आहे. खूप काही पाहावं, डोळ्यात साठवावं, अभ्यासावं. परंतु दररोज थोडंतरी लिहावं, अशी साहित्याशी बांधिलकी जोपासण्यासाठी माझी लेखणी प्रसिद्धी माध्यमांपासून व नावलौकिकापासून नेहमीच दूरच्या अंतरावर राहिली. त्याची खंत वा हव्यास मला कधीच वाटला नाही व वाटणारही नाही. मिरवणं माझ्या रक्तात नाही. माणूस मंदिराच्या पायरीशी नतमस्तक होतो, परंतु कळसाला दूरूनच नमस्कार करतो. पायरीचा दगड होण्याची शिकवण मला माझ्या आईवडिलांनी व गुरुजनांनी दिली आणि माझं 'जगणं' कृतार्थ झालं.

'ताल-भवताल' या कथासंग्रहातील सर्व कथा 'सत्यघटना' आहेत. मी प्रत्यक्ष पाहिलेल्या, अनुभवलेल्या 'सत्यघटनां'मधून त्या साकार झाल्या आहेत. कोणतीही कथा काल्पनिक नाही. मात्र, पात्रांची

नावे बदलली आहेत. सामाजिक परिस्थितीचं भान ठेवून पात्रांची नावं बदलणं ही लेखकासाठी महत्त्वाची गरज होती व आहे. माणसाच्या जीवनात त्याच्या जगण्याचा वेगवेगळा ताल अथवा तऱ्हा असते. आयुष्याकडं, जगण्याकडं पाहण्याचा प्रत्येकाचा दृष्टिकोन वेगळा असतो. त्या तालाचं वृत्ती-प्रवृत्तीचं, स्वभावाचं, ताणतणावाचं, शह-प्रतिशहासह आपापल्या मस्तीत जगण्याचं, आपलं वेगळेपण सिद्ध करण्याचं प्रतिबिंब या सर्व कथांमधून प्रत्ययास येताना आपला 'भवताल' म्हणजे निसर्ग, संस्कृती, जीवनव्यवहार, परंपरा, सामाजिक मूल्यभान, नैतिकता यांचं दर्शन सहजगत्या घडतं. गेल्या साठ वर्षांच्या कालखंडात घडलेल्या, मी पाहिलेल्या सत्यघटना या वास्तववादी कथांमधून मांडण्याचा प्रयत्न मी केला आहे. या कथा निश्चितच वाचकांची अभिरुची संपन्न व समृद्ध करतील, रसिक जनांना प्रेरक व आनंददायी ठरून विचारप्रचूर करतील असा मला ठाम विश्वास वाटतो.

हा कथासंग्रह लवकर प्रकाशित व्हावा, म्हणून माझे पितृतुल्य गुरुवर्य आदरणीय प्राचार्य श्री. पी. के. गाडीलकर सर यांचा दोन वर्षांपासून अट्टाहास व आग्रह होता. तो संकल्प आज तडीस जाताना 'गुरुआज्ञा' पूर्तीचा आनंद होतो आहे.

माझे आप्तेष्ट कै. जयवंत नाना गावडे काळाच्या पडद्यात हरपले. आम्ही सर्व जण त्यांना 'आप्पा' या नावाने संबोधायचो. त्यांच्या घामाच्या धारांतून 'माणूसपण' पाझरायचं. आयुष्य नांगरलेल्या आप्पांनी आपल्या 'पाखरांना' आकाशात गरुडझेप घेण्याचं बळ दिलं. सात्विकतेचा आणि शिक्षणाचा संस्कार दिला. देशसेवेचं व्रत अखंड जोपासणारा व शिक्षणक्षेत्रात नावलौकिक प्राप्त करून प्राध्यापक, तर औद्योगिक क्षेत्रात उच्चपदस्थ अधिकारी, देशसेवा, राज्यसेवा कर्मचारी, पोलीस, वैमानिक अशा विविध क्षेत्रांत कार्यरत असणाऱ्या आप्पांच्या परिवारानं अवघ्या पंचक्रोशीसह जिल्ह्यातही आपल्या कर्तृत्वाचा ठसा उमटविला आहे. आप्पांसारख्या निरक्षर माणसाची ही साक्षर किमया गौरवास्पद आहे. आप्पांच्या स्मृतीला विनम्र अभिवादन करून ही साहित्यकृती त्यांच्या चरणी समर्पित करताना ऋणानुबंधाची बांधिलकी जोपासण्याचा हा अल्पसा प्रयत्न मी करत आहे.

माझ्या साहित्य लेखणीला ज्यांनी प्रेरणा दिली, ते आदरणीय काव्यशिरोमणी कुसुमाग्रज तथा वि. वा. शिरवाडकर, त्याचबरोबर नारायण सुर्वे, तसेच ना. सं.

इनामदार यांची प्रकर्षाने आठवण येते. माझ्या साहित्यावर व माझ्यावर निःस्सीम प्रेम करणारे डॉ. श्रीपाल सबनीस सर, तसेच डी. वाय. पाटील विद्यापीठाचे कुलपती डॉ. पी. डी. पाटील सर, गुरुवर्य गाडीलकर सर यांच्यामुळे माझ्या लेखणीला बळ मिळते आहे. भारतीय प्रशासकीय सेवेतील सेवानिवृत्त अधिकारी चंद्रकांत दळवी साहेब, तसेच गुरुबंधू कान्हुराज बगाटे साहेब माझ्या साहित्यावर व साहित्यिक म्हणून माझ्यावर भरभरून प्रेम करतात. तसेच सेवानिवृत्त अवर सचिव, महाराष्ट्र विधानमंडळ सचिवालय श्री. लालासाहेब जाधव, साहित्यिक अरुण बोऱ्हाडे, संदीप तापकीर, प्रा. विकास कंद, विजयराव भिसे, उद्योजक रामदासजी माने, मारुतराव डोंगरे, डॉ. रोहन काटे, सचिन कुंभार, बाबू पुजारी, सचिन बेंडभर, पुंडलिक कदम, संभाजी चौधरी, हनुमंत भवारी सर, गुलाब पवार, दत्तात्रय येळवंडे या स्नेहीजनांचा नामोल्लेख करणे माझं आद्यकर्तव्य आहे.

दादाभाऊ गावडे

अनुक्रमणिका

१. त्रिकोणाचा चौथा कोन । १९

२. ती ही नाहीच । ३६

३. इब्लीस । ५४

४. नाकेबंदी । ७२

५. दिसतं तसं नसतं । ९३

६. अशोक । १०९

७. झाकली मूठ । १२९

८. राँग नंबर । १४४

९. वाटेवरची माणसं । १६२

१०. नाती तोडणारा कायदा । १७५

११. पंढरीनाथ । १८४

१२. सरकारी अधिकारी-लयी भारी। १९९

१३. विकतचं दुखणं । २१३

१४. ताल । २२६

१५. भवताल । २३५

। १ ।

त्रिकोणाचा चौथा कोन

घरात अन्नानदशा. अठराविश्व दारिद्र्य. केबळाचं घर पावसाळ्यात गळती लागलेलं. थंडीत कुडकुडायचं. फाटक्या अंगाची माणसं फळकुटाच्या दरवाजात कुरकुरायची. एकमेकांवर खेकसायची. कधी कामधंद्यासाठी तर कधी भाकरतुकड्यासाठी. कण्या, घुगऱ्या, शिळपाकं खाऊन पोटाची भूक कधीच ढेकरापर्यंत पोहोचायची नाही. अंगातून निथळणारा घाम मातीत जिरायचा, पावसाच्या पाण्यागत! दीर्घ सुस्कारा घेत आशाळभूतपणे रित्या आभाळाकडं पाहात गरीबी मोजायची, करपलेल्या पिकातल्या एखाद दुसऱ्या हिरव्या पानात. त्रिकोणाच्या तीन कोनांसारखे 'गरीबी' हे तीन अक्षरी नाव. कपाळावरच्या कुंकवासारखं जन्मजात कोरलेलं. अंगभर ल्यायला नाही की पोटभर खायला नाही. रीन काढून सण साजरा करायची ऐपत कधीच संपली होती, इतकी देणी उधार-उसनवारीची. वरसांची दोन-चार-पाच-सहा वरसांची, रखडलेली. अंगावरच्या फाटक्या कापडागत देणेकऱ्याच्या देणेदारीत पीकपाणी, वर्षभराची बेगमी जिरून जायची. गरीबी मात्र गोचिडागत अंगाला घट्ट चिकटून राहायची.

तो वसकन अंगावर धावायचा. बायकोच्या अंगावरची पीतं तान्हं पोरगं खसकन ओढून तरटावर भिरकवायचा. पाठीवर उजव्या हाताचा धपकन धपाटा बसायचा. 'आहाकं ऽऽ' असा आवाज उमटायचा अन् पेकाटात जोराची लाथ बसताच 'आई गंऽऽ' म्हणून तिच्या तोंडातून किंकाळी उमटायची व बसल्या जागीच ती आडवी

व्हायची. पोरगं टाहोऽऽ पिटायचं. ती उठायची अन् निमूट कामाला लागायची. हे सरावाचं होतं अन् तिच्याही अंगवळणी पडलं होतं. कधीकधी आकांत व्हायचा. आभाळागत तो कोसळायचा, पिसाट वादळागत अंगाला झोंबायचा. घराच्या भिंतीसुद्धा थरथरायच्या, माणसं पालीसारखी भिंतीला चिकटून बसत. पोराबाळांचे आवाज केंबळातून पाझरत. लगतची केंबळं वाळीत टाकल्यागत दीर्घ सुस्कारा घेत. अवसे-पुनवेला अंगात आल्यागत त्याच्यात सैतान संचारायचा. ढोल बडवल्यागत तो बायका-पोरांना बदडायचा. भांडणाला कोणतंही कारण पुरेसं असायचं. दावणीचं जनावर असो की केंबळातलं माणूस... पाठीवर चाबकाचं वळ उमटायचं. अडाणीपणानं व्याजाचं त्याज झालेलं, म्हणून ही परवड संपता संपत नव्हती. दिवस-रात्र-वर्षे सरत होती. जात्याच्या पाळूची घरघर काही संपत नव्हती. बाभळीच्या काटवानागत गरीबीचं काटं काळजाला बोचत. वखवखलेली भूक हुरड्यावरच्या पिकावर घसरायची. बोरं, कैऱ्या, चिंचा, गाजरं, मुळं, हरभरा, ऊस असं खाण्यासारखं दिसंल त्यावर मनसोक्त ताव मारला जायचा.

शेतीचा आरा पाहून लक्ष्मीच्या पावलांनी ती त्या केंबळात आली होती. कामाचा उरक व्हावा म्हणून तिला सवतसुद्धा त्यानं लग्नानंतरच्या चार-दोन वरसातच आणली होती. सुख आणि संसाराचा मेळ काही बसत नव्हता. कुरकुरण्याचा आणि हुसहुसण्याचा (उसासण्याचा) कोणालाच अधिकार नव्हता, इतकी जरब त्याच्या डोळ्यांत होती.

तिच्याच्यानं सोसवेना झालं. पाठीत उसण भरली तरी पेकाटात लाथ बसत होती. दावणीच्या जनावरागत जगणं झालं होतं. पाठीवरती चाबकाचा फटका बसताच ती कळवळली. "पळा रं पोरांनु, हा कायी जगू द्यायाचा नायी. पळा कुटं बी प्वाटं भरू नाय तं प्वाटानं काट्या भरू, पर हा नवरा नको आन् हा संसार बी नको. पळा, जीव घेऊन पळाऽऽ, हा नाय जगू देयाचा, पळाऽऽ" आसं म्हणत तिनं आरोळी ठोकली, तशी तिची थोरली दोन पोरं पाऊलवाटेनं पळत सुटली. लहानगं आठ-दहा महिन्याचं तराटावर केकटत व्हतं. त्याला उचलणारं तोच तिच्या पाठीवर चाबकाचा फटका बसला. धाकलीनं ते पोरगं छातीला कवटाळलं. तशी थोरली कळवळून पुन्हा पोराचा ताबा घ्यायला गेली, तसा त्यानं डोईच्या केसाचा बुचडा धरून तिला दूर व्हलपाटली. पाचोळ्यागत ती परसभर अंतरावर जाऊन पडली. तसा चाबकाचा फटका पाठीवर बसताच ती कळवळली. 'नको, नकोऽऽ प्वारं मला... मी जात्ये.' असं म्हणत ती जीवाच्या आकांतानं पाऊलवाटेनं पळत

सुटली. थोरली दोन्ही पोरं कुत्री पाठी लागल्यागत वाट फुटंल तशी धावत होती.

तो बेपर्वाईने त्या दिशेकडे पाहात म्हणाला, “कुचार साली. काम कराया धाड भरलीय. कुठं मराया जायची राह्यलीय, पीतं प्वार टाकून. येशील परत वळचणीला. मग कशी फोडून काढतो बगच भवाने तुला.”

माराच्या भीतीनं भूत पळावं तशी ती पळाली, तान्हं पोरगं तिथंच सोडून. तिळतिळ तुटणारी आईची माया नवऱ्याच्या माराच्या भीतीनं आटली. दिवस, महिने आणि महिन्यापाठी वर्षेही सरली.

जमिनीत पेरलेल्या बियाणागत ते तान्हं मूल सावत्र आईच्या कुशीत अंकुरत आकाराला येऊ लागलं. रीनापायी जमिनीचं दोन-तीन तुकडं गावातल्या धनिकाच्या दाढंखाली भरडलं गेलं. धाकल्या बायकोचीही दोनदा कूस उजवली. थोरलीचा अन् तिच्या दोन पोरांचा घरासोबत गावालाही विसर पडला. आपल्याच भ्रांतीत कोण कुणाचा विचार करतो? त्यानं सख्खी आई काळी की गोरी, उंचेली की बुटकी कशी ती पाहिलीच नव्हती. सावत्र आईलाच तो आपली जन्मदाती आई समजायचा. वस्तीतली मोठी माणसं रग्गड सांगायची की, ‘तुझी आई तुझ्या भावांना घेऊन तुझ्या बापाच्या माराच्या भेवानं पळून गेली.’ पण तो सारं काही गुमान ऐकायचा. बापाच्या करड्या नजरेच्या जरबेचा धाक एवढा की, बापानं डोळं वटारलं तरी त्याची नेसती इजार वली व्हायची. आसुडाच्या वादीचं वळ त्याच्या पाठीवर व पोटऱ्यांवर कितीदा तरी उमटलं होतं. तो वस्तीवरच्या साळंत जायचा. साळंतून आला की गोठ्यातल्या बैलांच्या चारापाण्याची येवस्था करायचा. हिरीतून पाण्याचं दोन हांडं भरून घरातल्या रांजणात रिचवायचा. वस्तीवरच्या पोरांच्या कळपात त्याला वावरता येत नव्हतं. घरी दोन लहान भावंडं. त्यांचा तो सांभाळ करायचा. कधी चुलीसाठी सरपण गोळा करून आणायचा तर कधी केंबळाच्या घराची भुई अन् अंगण शेणाने सारवायचा. ताटात मिळंल ते पोटात रिचवायचा. सण, यात्रा, उत्सव फक्त उघड्या डोळ्यांनी पाहायचा. जत्रेत वस्तीवरची पोरं गारेगार खात. शेव, रेवडी खात. हा त्यांच्या तोंडाकडं आशाळभूत बघायचा. तोंडाला सुटणारं पाणी आतल्या आत गिळायचा. कधी रात्री झोपेत त्याला खिशात रग्गड पैसे असल्याची स्वप्नं पडायची. बापाच्या गरीबीची त्याला खूप चीड यायची. तो चौथी पास झाला.

बाप म्हणाला, “लयी झाली साळा तुजी. तू शिक्षाण घिवून मोठा व्हयाचा, तवर माझ्या गवऱ्या मसणात जायच्या. त्ये दोन भडवं लोकांच्या घरी चाकऱ्या

करत्यात, आन म्या ढुंगणात माती जायीस्तोवर कुदतोय वावरांनी. भडव्यांना फणसुद्धा देयाचो नायी जमिनीचा. मरा म्हणावं तिकडंच. माव्हा जलम ग्याला आसा आन् हा साळा शिकून बाजीराव व्हयाचा. कोण्या पाह्यलाय. साळा बंद म्हणजी बंद."

त्याचं बोलणं आईकुन ती म्हणाली, "नखभर कार्ट किती पुरायचं कामधंद्याला. त्यापरीस शिकल तवर शिकू द्या तेला. तुव्ह नशीब फुटकं त्याला त्यो काय करील! बापानं रीन करायचं आन ल्याकानं फ्यॉडायचं. ह्यो कंचा न्याय!"

"तू गप बस गंऽऽ रांडं. लयी जीभली वळवळतीय. हासडून टाकीन."

"व्हय, व्हय. तेच्या बिगार काय यातयं तुला? मी नाय तुव्हा मार खायाची? आंगाला हात तं लावून बग, मी बी जाईल माह्यारा निघून, संभळ तुह्यां कार्ट्या पोरट्यांना! नाय तं कर दुसरं लगीन." ती म्हणाली.

"लयी चराचरा बोलती, आता ह्या वयात लगीन! आरं तुरं करीती, नांगराच्या तासात गाडीन तवा कळल." तावातावाने तो म्हणाला.

"माथ्यावरचा दिस कललाय, रगीलपणा करशील तं उपाशी मरशील भाकरतुकड्याइना. तवा माह्या सांगनीनी वागायचं. नसलं जमतं तं मी चालली निगून. संभाळ तुही प्वारं आन् तुव्हा परपंच."

तिचं बोलणं ऐकून त्यानं डोक्यावरून आपल्या आपलाच हात फिरवला. परवा दाढी डोकी करताना किसन्या न्हावी म्हणाला व्हता.

"डोस्क्याच्या कापूस झालाय पांढरा धक. योक काळा क्योस शोधून बी सापडायचा नायी. दोन बायका आनं फजिती आइका. येक गेली पळून, दुसरी राहिली नशीब. नाय तं भाकरतुकड्याला महाग झाला असता! लयी खेतरीपणा वंगाळ आसतो. नायीतरी तुव्हा जनम आसाच ग्याला सरड्यागत मान हालावण्यात. दहा पंधरा येकर जमिनीचा मालक, पर हातातोंडाशी गाठ पडत नाय धड. त्यापरीस आमी बरंऽऽ डोकी भादरतो, पण बायकाप्वारांच्या पोटाला दोन वखुत भाकरतुकडा घालीतो."

त्याला किसन्या न्हाव्याचं बोलणं आठवलं. तसा तो तिच्यासंगं हमरीतुमरी करायचा थांबला. वास्तवाच्या जाणिवेच्या विस्तवानं त्याचं मन आरपार पोळलं. तो म्हणाला, "तू म्हणतीय तं शिकू दे तेला साळा. पर साळंला मी दमडीसुदीक देयाचो नायी."

सहजासहजी हार मानणं त्याला कधीच जमलं नाही. आपल्या म्हातारपणाची

जाणीव आताशा त्याला अस्वस्थ करू लागली होती. औतापाठी गरगर फिरताना धाप लागायची. हातापायातून कळा यायच्या. मग तो अधिकच अस्वस्थ व्हायचा. पोरगा पाचवीच्या वर्गात साळा शिकायला शेजारच्या गावात जात होता. धाकली दोन केंबळाच्या घरात हुंदाडायची. वर्गात तसा तो हुशार होता. थोडी समज आली, तसा त्याच्यातला वांडपणा हळूहळू उफाळून यायला लागला. सणाच्या दिवशी शिवारातल्या देवापुढं वाडीवस्तीतल्या लोकांनी ठेवलेलं निवद हा आवडीनं खायचा. निवद खाण्यासाठी अंगावर गुरगुरत येणाऱ्या कुत्र्यांना दगड मारायचा, अवस-पुनवेला वढ्यात टाकलेल्या उताऱ्यावरच्या नारळाला पायानं लाथाळायचा अन् मग तो नारळ दगडावर आपटून त्यातलं खोबरं चवीनं खायचा. बाकीचं पोरं म्हणत, "कवा तरी भुताटकी ह्येच्या मानगुटावर बसंल तवाच याला कळंल." कुणाच्याही दहाव्या-तेराव्याचं जेवण जेवून तो उशिरा साळत जायाचा तवा गुरुजी म्हणायचं,

"साळत यायला उशीर का झाला?"

"ज्यावायला गेलंतो."

"कसलं ज्यावण?"

"दहाव्याचं."

"दहाव्याला मोठी माणसं जात्यातं ते काम पोरासोरांचं नाही."

"आमच्या घरात मीच मोठा हाये."

"ते कसं?"

"माव्हा बाप म्हणंल तसं. तो म्हणतो घरातला तू मोठा पोरगा हाये, माह्यामागं समदं त्वाच करायचं."

"आरं पण बाप जिता हाये ना तुझा! दहावं-तेरावं त्यानं करायचं का त्वा? सगळं इपरीत हाय."

"माव्हा बाप कसा हाये ह्ये आमच्या वस्तीवरच्या पोरांना इचारा. त्यानं सांगितलं तसं नाय वागलं तं माही साळा बंद करंल त्यो, गुरुजी. तवा माव्हा बाप सांगंल तसं वागाया लागतं."

"आरं पण तुझ्या यवढं पोरगं दहाव्याला आलं काय आनं न्हायी आलं काय, कोण हिसाबात धरीतो. आणि तू जातोस तर जातोस तुज्याबरोबर वर्गातल्या तुज्या वस्तीवरच्या पोरांना का घेऊन जातो?"

"गुरुजी, पंगतीच्या ज्यावणाला कोण नायी म्हणंल? कवा तरी ग्वाडध्वॉड

मिळतंय खायाला, एखादा दिवस व्हतो उशीर."

"म्हणजे रोजच पंगतीला जेवण मिळायला पाहिजे का? त्याकरता रोज दहावा-तेरावा पाहिजेल कुणाचा तरी. म्हणजे तेच्या करता माणसं मरायला लागतील रोजच्याला एक-दोन."

गुरुजींचं बोलणं ऐकून तो खुदकन गालात हासला. गुरुजी म्हणाले, "इतकी निर्लज्ज खादाड पोरं कधी नव्हती मी पाहिली. शाळेत येताय तिच लयी मेहरबानी झाली. या बसा जाग्यावं."

गुरुजींची आज्ञा होताच त्याच्यासह असणारी वस्तीवरची त्याच्याच वर्गात शिकणारी पाच-सहा पोरं गड जिकल्यागत वर्गात आपापल्या जाग्यावर जावून बसली. साळंतला इरसालपणा घरापर्यंत कधी पोहोचायचा नाही. अभ्यासात तसा तो हुशार होता. गुरुजी त्याच्या इरसालपणाकडं कानाडोळा करायचं. सातवी पास झाला. त्या वर्षी दुष्काळाचा वणवा भडकला. शेती जिराईत. पिण्याच्या पाण्यासाठी वणवण सुरू झाली. उतरंडीची गाडगी मडकी वांझोटीच होती. माणसांची अन्नानदशा झाली. जनावरं बाजारातल्या खाटकांला विकल्यामुळं गोठा सुना झाला. वीतभर पोटाची खळगी भरण्यासाठी माणसं परमुलखाला पोराबाळांसह निघून गेली. त्याचा बाप म्हणाला,

"आता रग्गड झाली साळा, कामधंदा कर."

"पाऊसपाणी नायी, आन् कामधंदा काय करू?"

"मग चाकरी कर, कुणाच्या घरी नाय तं हाटिलात काम कर."

"मी नाय हाटिलात काम करायचा!"

"मग चाकरीला ठेवतो कुणाच्या तरी घरी."

"आता गं बया, याला कोण ठेवील चाकरीला?" मध्येच तोंड घालीत ती म्हणाली.

"काऽऽ, कुणी बी ठेवील गुरंढोरं वळायला."

त्याला घेऊन तो बागाईतदार पट्ट्यात गेला, आन शंभर रुपये सालानी सालगडी म्हणून त्याला एका जमीनदाराकं सोपवून परत गावी आला. जमीनदारानं चार पायल्या धान्य मेहरबानी म्हणून दिलं. त्यावर त्याचा बाप भलताच खूश झाला. जमीनदाराला म्हणाला,

"कष्टाळू प्वारं हाये माव्हं, जिरायतात काय फतऱ्या पिकतोय, तेच्यात पाऊसपाणी पडंना. राहू द्या पाच-सात सालं तुमच्याकडंच याला."

त्याचं बोलणं ऐकून जमीनदार खूष झाला. शंभरात सालभर ढोरं वळली तरी रग्गड. गोठ्याजवळच्या पाच-सहा कुत्र्यांना शिकपाकं टाकतोय रोजच्याला. खायला मिळतंय म्हणून कुत्री बी गोठ्याचा निवारा सोडीत नाहीत. चार-दोन भाकरी खाईल ह्ये प्वारं. गोठ्यातली दहा-वीस जनावरं आपांगली तरी बेस..!

दुस्काळाचं वरीस सरलं. आखीदीला वळीव पडला... त्येच्यावं दोन-चारदा वळवानं चांगलंच धोपाडलं. आंवदा दुष्काळ हाटलं म्हणून परमुलखाला पोटं भराया गेल्याली माणसं गावाकं आली. जेच्या तेच्या वावरात मशागतीचा राबता सुरू झाला. आभाळ काळवांडलं व्हतं. उकाड्यानं अंगातून घामाला पाझर फुटत व्हता. आनं तशा कोदंडलेल्या दुपारी तेच्या केंबळाच्या दाराम्होरं त्याची पहिली बायकु, तिची दोन मोठी प्वारं, थोरल्या प्वाराची बायकु म्हणजी त्याची सून, तिची दोन लेकरं. असा लवाजमा येऊन धडकला. घरात तो, त्याची दुसरी बायको, तिची दोन पोरं. गपगार बसली. कुणीच कायी बोलंना. तवा वस्तीवरची माणसं डोळं अवघडल्यागत दुरूनच समदं बगत व्हती. त्याची थोरली बायकू म्हणाली,

“आमी आलोय, आमी घरात यायचं का नायी? आमचं इथं हाये का नायी कायी? कवंवर प्वाटं जाळायची आमी परमुलखाला?”

“वाजंत्री का नाय लावलं? म्हणजी कळालं आसतं आमाला तुम्ही आल्यालं. चवदा-पंधरा वरसं कुठं कलमाडला व्हता, तिकडंच मरायचं. काह्याला आला इकडं?”

त्याचा घरातून आवाज घुमला.

“तुझ्या मढ्यावं नाचायाला आलोय. ये बाहेर. लयी वाघ हाये ना, मग घरात काह्याला लपून बसला. घरात यायाला कोण आमाला अडावतोय तेच मी बगतो, चला घरात आपुन काय उपरं हावोत? आपलं घर हाये. आडावणाराच्या तंगड्याच तोडीतो.”

तिच्या थोरल्या पोराने अंगणातूनच डरकाळी फोडली. तसं आभाळ जास्त काळवंडून गेलं. आभाळाचं अवघडलंपण घरातसुद्धा दाटून आलं. अंगावर वाकळ घेऊन तो भेदरल्यासारखा घराच्या एका कोपऱ्यात बसला होता. अंगातलं सारं आवसान गळून गेल्यागत झालं होतं. डोळं भरून तो सगळ्यांच्या थोबाडाकडं बगत होता. दोन्ही कार्टी चांगलीच दांड झालेली दिसत व्हती. थोरल्याचं लगीन झालंय, असा कांगावा मागच कानावर आला व्हता. आता दोन प्वारं बी झाली हायेत. त्याची बायकु बी चांगलीच दुहेरी हाडाची दिसतीय. आन माही निबारं, ती बी

चांगलीच मांदाळलीय. पळून गेली व्हती. आता आपल्या पायानी घुसलीय घरात. यानला घराबाहेर काढाया माह्या अंगात बळ नाही. कसं व्हायचं कज्जाच कज्जा. दुसरं काय? व्हयील तसं व्हयील. असा इचार करीत तो केंबळाच्या आढ्याकडं नजर लावून बसला होता. थोरली म्हणाली,

"माव्ह प्वारं कुठंय?" तवा धाकली म्हणाली,

"तुव्हं प्वारंऽऽ, लाज वाटती का तुव्ह प्वारं म्हणाया? आगं आई का राकीशीन तू. तवा पीतं प्वारं टाकून पळालीस, आनं आज इचारतीय माव्ह प्वार कुठंय? माव्हं म्हणाया तुह्या जीभंला कीडं कसं पडत नायीत."

पोरावरून आता सवती सवती भांडाया लागल्या. वस्तीवरच्या चार-दोन माणसांनी केंबळाच्या भिंतींना कान लावलं.

"त्वा संभाळला आसला, तरी जलम म्या दिलाय. माव्हा ल्योक हाये त्यो. त्याला बगाया माव्ह डोळं तरासलंत. सांग कुठं हाये त्यो?"

"मला काय इचारती? इचार त्येच्या बापाला. त्येचा बाप जिता हाये आजून. आता ल्योक आठावला का तुला? वा गं ल्याकाच्या मयाची. लयी मया व्हती तं इतक्या दिस कुठं मेली व्हती. लाज नाय सरम आन् करतीय देवधरम! आसली कैदासिण आई समद्या दुनयात बी घावायची नायी."

"मी कैदासिन. आनं तू...? तू कोण गंऽऽ. कानामागून आली आन तिखाट झाली. समद्या परपंच्याची धूळधाण केली. आमी प्वाटं निरदाळली आणि त्वा प्वाटं भरायासाठी जमीन फुकली. आमी आलो नसतो तं फणसुदिक ठावला नसता त्वा. तवा तं आलोय. तुह्या उरावं नाचायला."

भांडण पोरावरून खणाफणावरती घसरलं. लै दिस साचलेल्या उण्यादुण्याच्या तुणतुण्याची तार काही केल्या तुटत नव्हती. घराच्या अवतीभवती कुतूहलानं वस्तीवरची माणसं कान टवकारून आपापसात कुजबुजत व्हती.

"भोग आता करणीची फळं. लयी आक्रीत करूनी माणसानी. कवा ना कवा फ्यॉडायला लागातं."

"दुसऱ्याचं कोंबडंसुदीक दाराम्होरं खपायचं न्हायी. लयी आरेबाज व्हता ना तुहीचं प्वार तुव्हं तंगड मोडतील! वादीचा चाबूक नाचवायचा जवा तवा, चामडी सोलीन म्हणायचा ज्याला त्याला."

"ह्ये ऽऽ कवा ना कवा व्हणारचं व्हतं. श्याणातलं किडं श्याणात राहात नाहीत. शिपारत हाये धुरपतीची, ल्येकांना रजाचं गजं केलं दुसऱ्याच्या वळचणी राहून.

थोरल्याचं लगीन बी क्यालं. त्याला दोन ल्याकरं झाल्यात. आलीय का नाय वतनावर हाक सांगाया, ठुसीच्या बोडक्यावं नाचाया. लै नाकानी वांगी सोलायची. तळतळ्या इठ्ठ्याला म्हणावं आता लप ठुसीच्या पदरामागं. लयी इर व्हता ना! वाघागत गुरगुराया वाघाचं मांजार झाल्यालं दिसलं समद्यांना."

"जित्याची खोड मेल्याबिगार जात नायी बाबा, वाघ म्हातारा झाल्यावं गवात खायील का? इठ्ठ्या हाये त्यो आर्रेबाज, जसा हेकट तसा तापट. लयी आखाडं गाजावलं त्यानी जवानीत. बुकीत बैलाला व्हलपाडायचा."

"आरं जवानीची गोस्ट निराळी. रीनापाण्याशी झुंजून झिजून खिळपाटं झालाय. ज्यावढा लघाळ त्यावढा चघाळ."

"काय आंमल व्हता त्याचा. तुमास्नी नाय कळायचा. इठ्ठ्या परीस इठ्ठ्याचा बाप लयी रगील व्हता. गोरा फौजदार धरपकड कराया आला तं इठठ्याच्या बापानी त्येला घोड्यावरून उलथून पाडला. बंदुकीला हात घाली तवर तर पायाच्या टाचनं सरड्यागत रगाडला. उसाच्या वावरात वढ्याच्या मेरला पुरून टाकला. इठ्ठ्याचा बाप खरा वाघ व्हता. ढोपर बुडं तवर तूप खायाचा. पचीस किलुचं मेंढरू दातानी उचलायचा. इठ्ठ्यानी खाऊन परपंच बुडावला. रगीलपणानी वस्तीसी, गावासी वाईटपणा. चांगुलपणा आंगात आसल तं माणूस चांगलं म्हणल ना?"

वस्तीवरची माणसं इठ्ठ्याच्या केंबळाच्या घराच्या आजूबाजूला आपापसात कुजबुजत व्हती. समद्यांच्या नजरा मातर इठ्ठ्याच्या घराकं. ल्वॉकांना फुकटचा तमाशा बगाया आवाडतो.

अंगणातूनच धुरपदा वराडली, "आगं ये ऽऽ कवतिकाची पतीवरता. का चोरावाणी त्वांड दडवून बसली घरात. ये अशी बाहेर, आन तेला बी आन माह्यासमूर. ये चाबूक घेऊन म्हणावं. पाठीवरचं वळ बुजलत, काळजावरचं नायीत." तशी ठुसीबाई अंगणात आली आणि म्हणाली,

"म्या काय क्यॉलय? माव्हा काय गुन्हा? तुव्ह आठ मयन्याचं प्वार वाढावलं हा माव्हा गुन्हा हाये व्हय! तसं आसलं तं मार बया मला. उचल दगोड आन घाल माह्या डोक्यात."

ठुसीबाईचं बोलणं ऐकलं आन धुरपदाच्यातली आई जागी झाली. अनोळख्यागत माणसं एकमेकाला न्याहाळीत व्हती. ठुसीबाई म्हणाली,

"नारायणा, ल्येका लगीन क्यॉल, प्वारं बी झाली. माणसानी यावढं बी इसरू नी. पाण्यात काठी मारल्यावं पाणी दोन जागी व्हतं का रं ऽऽ. यवढा बी राग काय

उपेगाचा? मागचं ग्यालं मागच्या गावाला. कोळसा कुणी किती बी उगाळलं तं हात काळंचं व्हयायचं. तू आता शाणा सुरता झालास. दोन प्वारांचा बाप झालास. आता त्वाचं आपागांयचं समद्यांला."

"समद्यांला, मला नाय जमायचं! मला त्या थेरड्याचं त्वांडसुदीक नाय बगायचं. मला आमची जमीन वाटून पायजेल, आमी कव्हर प्वाटं भरायची?" नारायण म्हणाला तशी ठुसीबाई बोलली,

"काय बाबा न्याव हाये हा, तुम्हाला कोण्या प्वॉट भराया जावा म्हणून सांगितलं व्हतं. तुमचं तुमी ग्याला. जमिनीचं म्हणत आसशील तं घे ना बाबा तुमच्या वाटणीची. तुला कोण्या आडावलंय? माह्याच्यानं नाय घेवत झटं आता. मोलमजुरी करंन आन माह्या प्वारांची प्वाटं भरंन. मी तुमचीच वाट बगत व्हते. कष्ट करून माव्हा जीव येजीस आलाय. तूच कर जमिनीच्या वाटण्या. माह्या प्वाराचं यागळं दे."

नारायणाला वाटलं, आपली सावत्र आई आढेवेढे घेईल. बाप अंगावं धावून येईल, पर आसं काहीच झालं नायी. ठुसीबाई म्हणाली,

"घरात या. भाकरतुकडा खा. लहानी ल्याकरं भुक्याली आसतीन."

तिचं बोलणं ऐकून धुरपदा नारायणाचं तोंड न्याहाळू लागली. नारायणाच्या पाठचा नामदेव हाताच्या मुठी आवळीत म्हणाला,

"कुठाय तो थेरडा? त्याला तं बुक्कीत खलास करीतो." तवा नारायण म्हणाला, "नाम्या, तू लयी ईर हाये ठावं हाये मला. त्याची कायी आठकाठी नायी म्हणल्यावं आपुन काह्याला आंडील बैलागत पायानी माती उकरून डरकाळी फोडायची? उद्याच्याला आपुन इथं झ्वॉपाड बांधून आपली चूल मांडू येगळी. आजचा दिवस झोपू अंगणातच."

तमाशा काहीच रंगला नाही म्हणून वस्तीवरच्या लोकांचा हिरमोड झाला. त्यांची पावलं आपापल्या कामधंद्याकडे वळाली. अंगणात मांडलेल्या रांजणातलं पाणी धुरपदा, नारायण, नामदेव आणि नारायणाची बायको लक्ष्मी घटाघटा प्याले. पोटात पाणी जाताच आत्मा सुखावला. काही वेळानं धुरपदा म्हणाली,

"ठुसे ऽऽ, माव्हा राम कुठं दिसत नायी गं ऽऽ. तेला कवा डोळं भरून पाहीन आसं झालंय माह्या जिवाला."

"राम वनवासाला ग्यालाय." ठुसीचं बोलणं ऐकून धुरपदा, नारायण, नामदेव सगळीच जण 'आ' वासून ठुसीकडं बघू लागली.

“वनवासाला म्हंजी?” आवंढा गिळत धुरपदा म्हणाली.

“आता काय आन कसं सांगू तुला? गेल्या वरसाचा दुस्काळ. गुरंढोरं गेली. आनपाण्यावाचून माणसं मेली. पोटची लेकरं जड झाली. कसं जगायचं काय बी कळंना, तवा तेला ठ्यावलाय भीमकाठच्या कडुसगावातल्या जमीनदाराची गुरं संभाळाया. गुरं संभाळील पर प्वारं प्वाटाला पोटभर खायील यवढाच इचार क्येला आन काळजावं दगूड ठेवून दिलाय तिकडं धाडून. वरीसभर व्हयील तिकडंच हाये.”

“म्हणजी राम्या इथं नायी तर!” नारायण बोलला. काही वेळाने ठुसीबाई म्हणाली,

“नारायणा, तुला हात जोडून इनंती करीत्ये, रामाला म्या लहानाचा मोठा क्यालाय. त्याला म्या कवा आंतर नाय दिला. त्याला माह्यापशीच राहू दे.”

“नाय जमायचं. माव्हा भाऊ मला पायजेल. हाताबुडी त्यो आलाय. त्याला आपांगला त्वा. तवा त्याच्या कष्टाची फेड करून घेयाची व्हय तुला? त्याला साळंतन काढला, प्वाटभराया पाठावला आमच्यागत दुस्काळाचं नाव घेऊन. आमचं आमी बघू. तू आमच्यामधी नको खिळपाट पाडू.”

“म्होरल्या वरसाला त्याला मी साळंत धाडीन ना परत.”

“म्होरल्या काह्याला? मी दोन दिसानी त्याला घेऊन येतो, आन साळंत धाडितो. आमच्या शिक्षाणाचं वाटुळं क्यालं तसं तेच्या शिक्षणाचं नको व्हयाला. आवंदाच मी त्याला साळंत धाडीन. योक दिवस फुकाट ग्याला तं माणसाला वाईट वाटातं. त्याचं तं वरीस ग्यालं दुसऱ्याची ढोरं वळताना.” नारायणाने आपला इरादा स्पष्ट केला.

केंबळाच्या घरापाठीमागील मोकळ्या जागंत झोपडीवजा घर आकाराला आलं. नारायणाचा संसार आपल्या वतनदारीवर सुरू झाला. रामा शेजारच्या गावातल्या हायस्कूलात शिकायला जाऊ लागला. नव्या घरात आपलं भाऊ, आई, वहिनी यांच्यात वावरताना रामाचा जीव अवघडून जायचा. आपली असूनही ही माणसं त्याला आपली वाटायची नाहीत. त्याची घुसमट व्हायची. जुन्या केंबळाच्या घराकं त्याची पावलं वळायची, तवा नारायणाच्या वटारलेल्या डोळ्यांच्या बेड्या रामाच्या पावलांना जखडून टाकीत. नात्यातलं अवघडलेपण रामाला सतत व्याकुळ करायचं. रामा चौकस बुद्धीचा. कुशाग्र, वांडगिरी करण्यात तरबेज. खोडसाळपणा करण्यात त्याचा हातखंडा. कुणाला कसं आणि कुटं पेचात पकडायचं हे रामालाच

ठावं.

आठवीच्या वर्गात गणिताचा तास सुरू होता. गांजले सर भूमितीचा पाठ शिकवित होते. सर म्हणाले,

"मुलांनो, त्रिकोणाला तीन बाजू आणि तीन कोन असतात." त्यावर रामा बेंचवरून उठून उभा राहिला व म्हणाला,

"त्रिकोणाला तीन बाजू आणि तीनच कोन का असतात सर?"

रामाचा प्रश्न ऐकून गांजले सर जरासे हडबडले व स्वत:ला सावरीत म्हणाले,

"चार बाजू आणि चार कोन असेल तर तो चौकोन होतो."

त्यावर रामा म्हणाला, "सर, मी त्रिकोणाला म्हणतोय चौथी बाजू आणि चौथा कोन का नायी?"

"गप्प बैस. उगी अकलेचे तारे तोडू नकोस. नाही त्या शंका काढतोस, भूमितीच बदलायला निघालाय विद्वान. शेतकऱ्याचा पोरगा ना तू? उद्या म्हणशील बैलाला चार शिंगे आणि दोन शेपट्या का नाहीत?" गांजले सर त्राग्याने म्हणाले, पण हार मानणे व माघार घेणे रामाच्या रक्तात नव्हते. तो म्हणाला,

"सर, शंका विचारणे विद्यार्थ्यांचे काम हाये. आन त्या शंकेला उत्तर देणे शिक्षकाचे काम हाये. माह्या प्रश्नाचं उत्तर तुम्हाला येत नाही, यात माव्हा का दोष?"

रामाचं बोलणं ऐकून गांजले सर खूपच चिडले. रामाच्या प्रश्नामुळे तास वाया जातोय असा त्यांचा समज झाला. त्यांनी ओरडून रामाला सांगितले,

"बस झाला तुझा शहाणपणा. तास संपेपर्यंत वर्गाच्या बाहेर अंगठे धरून ओणवा उभा राहा. चल हो वर्गाबाहेर."

सरांच्या आदेशाप्रमाणे रामा वर्गाबाहेर पायाचे अंगठे हातांनी धरून उभा होता. तेवढ्यात मुख्याध्यापक तिथे आले. त्यांनी रामाला विचारले,

"तुला वर्गाबाहेर का काढले?"

"सर, गांजले सरांना शंका विचारली म्हणून."

"शंका विचारली म्हणून? शंका विचारणे हा काही गुन्हा नाही. काहीतरी फालतू शंका विचारली असशील. अभ्यासाशी निगडित शंका असावी." मुख्याध्यापक रामाला आपादमस्तक न्याहाळताना बोलले.

"सर, अभ्यासातला प्रश्न होता. माझ्या मनात शंका होती. गांजले सरांना माझ्या प्रश्नाचं उत्तर देता आलं नाही."

रामाचं बोलणं ऐकून मुख्याध्यापक संभ्रमित झाले. रामाला घेऊन ते वर्गात आले व गांजले सरांना म्हणाले,

"सर, या विद्यार्थ्याच्या प्रश्नाचं उत्तर न देता तुम्ही त्याला शिक्षा दिलीय. तो म्हणतोय माझा अभ्यासातलाच हा प्रश्न आहे."

मुख्याध्यापकाकडे पाहात गांजले सर म्हणाले,

"सर ऽऽ, हा मूर्ख मुलगा आहे. त्याचा प्रश्न ऐकून तुम्हालाही राग येईल. हा भूमितीचा अभ्यासक्रमच बदलायला निघालाय."

ते कसं?, डोळे विस्फारीत मुख्याध्यापक बोलले.

"हा शहाणा म्हणतोय, त्रिकोणाला तीन बाजू अन् तीनच कोनच का आहेत. चौथी बाजू अन् चार कोनाचा चौकोन होतो. तर हे महाशय म्हणतात, त्रिकोणालाच चौथी बाजू अन् चौथा कोन का नाही? वरती मला म्हणतो, तुम्हाला माझ्या प्रश्नाचं उत्तर देता येत नाही." गांजले सरांनी स्पष्टीकरण केले. मुख्याध्यापकही काही वेळ विचारमग्न झाले. नंतर ते रामाला म्हणाले,

"तुला या प्रश्नाचं उत्तर येतंय?"

"सर, मला उत्तर येत असतं तर मी सरांना ही शंका विचारली नसती." रामा म्हणाला.

"तुझा प्रश्न चुकीचा आहे. गणित-भूमितीमध्ये काही नियम व सूत्रे असतात." मुख्याध्यापक म्हणाले.

"पण सर, तुम्हीच तर म्हणाला होता, माणसानं शिक्षण घेतलं नाही तर त्याच्या आयुष्याचं गणित बिघडतं. भूमिती हा गणिताचाच भाग आहे. भूमितीचा आन माणसाच्या जगण्याचा संबंध असलाच पाहिजे."

रामाचं स्पष्टीकरण ऐकून मुख्याध्यापकही गोंधळून गेले. रामाला नेमके काय म्हणायचंय हे धड गांजले सरांना आकलन होईना, ना धड मुख्याध्यापकांना. वर्गातली मुलं अचंबित होऊन कधी रामाचा, तर कधी गांजले सरांचा, तर कधी मुख्याध्यापकांचा चेहरा न्याहाळीत होती. मुख्याध्यापकांनी काही वेळ शांतपणे विचार केला व रामाला म्हणाले,

"बाळाऽऽ, तुला काय वाटतंय ते सांग. त्रिकोणाची चौथी बाजू व चौथा कोन आणि त्रिकोणाचा माणसाच्या जगण्याशी कसा संबंध असावा असं तुला वाटतंय, ते सगळं मनमोकळेपणाने सांग. त्रिकोणाच्या तीन बाजू व तीन कोन कोणते? चौथी बाजू, जी तुला वाटते ती, व चौथा कोन कोणता हेही सांग. आणि जर तुलाच हे

आकलन झालेले नसेल तर उगीच वर्गाचा वेळ वाया घालवितो आहेस तू. म्हणून तुला उद्या तुझ्या पालकांना शाळेत घेऊन यावे लागेल."

आता सर्वांच्या नजरा रामाकडे वळाल्या. काही वेळ शांत राहिल्यानंतर रामा म्हणाला,

"सर, अन्न-वस्त्र-निवारा या त्रिकोणाच्या तीन बाजू. या त्रिकोणाची चौथी बाजू माणूस. या त्रिकोणाला चौथी बाजू नसेल तर काहीच अर्थ उरणार नाही आणि सर सुख, दु:ख आणि भूक हे या त्रिकोणाचे तीन कोन."

"चौथा कोन?" मुख्याध्यापक अचंबित होत उद्गारले.

"चौथा कोन 'पैसा'. या तीनही कोनाचं पैशाशी - धनाशी नातं आहे, असं मला वाटतं सर. चौथ्या कोनावर हे तीन कोन अवलंबून आहेत. सर, माणसाच्या जगण्यात गणिताइतकीच भूमिती महत्त्वाची आहे, असं मला वाटतं."

"हुशार आहेस. तुझ्या आयुष्यात त्रिकोणाची चौथी बाजू व चौथा कोन यांची नीट सांगड घाल."

मुख्याध्यापकांनी रामाची पाठ थोपटली. गांजले सरांचा चेहरा अबीर फासल्यागत झाला अन् वर्गातल्या पोरांना रामा तर मास्तरांचा मास्तर वाटला.

दिवसापाठोपाठ महिने व दोन वर्षे सरली. धुरपदा व इठ्ठल ही दोन पिकली पानं गळून गेली. त्रिकोणाचा चौथा कोन काही केल्या जुळत नव्हता. रामा मात्र तिळतिळ जळत होता. एस.एस.सी.चे महत्वाचे वर्ष. नारायणाने रामाला शाळा सोडून मोलमजुरी करायची अशी सक्त ताकीद दिली. अन्नानदशा मागच्या पानावरून पुढच्या पानावर आलेली होती. शाळेत जातोय म्हणून रामाच्या पुढ्यातलं जेवणाचं ताट नारायणाने हिसकावून घेतलं अन् रामा पुन्हा आपल्या सावत्र आईच्या घरात नांदायला गेला. मोलमजुरीचं काम करून एस.एस.सी. परीक्षा पास झाला. पुढे काय? शिक्षणाचा दरवाजा आपोआप बंद झाला. एस.एस.सी. च्या भांडवलावर नोकरी मिळण्याचे दिवस कधीच सरले होते. खस्ता खाऊन खाऊन रामाच्या अंगातले वस्त्रसुद्धा विरले होते. हार रामाला माहीत नव्हती. वनवास काही संपत नव्हता. तो चालत होता. त्याच्याच आयुष्याला उभा-आडवा सोलत होता. त्याला प्राध्यापक व्हायचं होतं. इंजिनियर व्हायचं होतं. त्याला विमानात बसून उंच उडायचं होतं. बुद्धिमत्तेची पात्रता होती, पण चौथा कोन जुळत नव्हता. सैन्यभरती केंद्रातून तीनदा शारीरिक पात्रतेवरून त्याला नाकारण्यात आलं. चौथ्यांदा मात्र सैन्यातल्या नोकरीसाठी रामा पात्र ठरला. ठुसीच्या संसाराला सुगीचे दिवस आले.

नारायण आपल्या हातातोंडातला घास गेला म्हणून हात चोळीत बसला. सैन्यातली सरकारी नौकरी. समदा पगार मागं पडायचा. ठुसीला आन तिच्या दोन प्वारांना चांगलंचुंगलं खायाला, चांगलं कापडचोपडं ल्यायाला मिळायचं आन नारायण, नामदेवाची मातर परवड झाली. रामा सुट्टीवर आला की नारायण - रामाचा थोरला भाऊ दीनवाणा व्हयाचा. रक्ताच्या नात्याची जाणीव रामाचं काळीज पोखरायची. झालं गेलं विसरून रामा, नारायण, नामदेव, नारायणाची बायको-प्वारं यांनला बी कापडंचोपडं इकात घेयाचा, पैसं-आडकं देयाचा. ठुसीबाईनं आपल्याच भावाची लेक रामाच्या गळ्यात बायकु म्हणून बांधली. सख्खी भाचीच सून असल्यावं रामा नाय वळवळ करायचा आणि आपल्या शब्दाम्होरं नाही जायाचा, असा ठुसीबाईचा रामाच्या सावतार आईचा मनसुबा. रामाचं लगीन व्हवून वरीस लोटलं. इकडं नारायणाला तिसरं पोर व्हवून सहा महिनं झालं असतील तं नारायणाच्या बायकुला साप रातच्याला झोपंमदीच चावला. त्यातच तिचा जीव ग्याला. सहा म्हैन्याचं अंगावरचं पीतं लेकरू. कुणी आन कसं आपागायचं! आजून रुपीटुपी दोन पोरं. एक पोरगा दोन पोरी. नारायणाच्या केंबळाच्या घरावरचं छप्परच उडालं. संसार उघड्यावं पडला. सावत्र आई ठुसीनं "तुमचं तुमी बगा बाबा. माह्याच्यानं नाय रगडायचं, माह्या दोन प्वारांचं बघू का तुमचं निस्तारू. एका दिसाचं हाये व्हय. माणसाचा उद्याचा काय भरवसा? मी आज हाये आन उद्याच्याला नसंल." आसं म्हणत हात वर केलं. रामा आन रामाची बायकु आपुन सांगंल तशीच वागतील अशी तिची अटकळ. पण झालं भलतंच. भावाचं दुःख बगून रामा कळवळला. पुन्हा नारायणाच्या आपल्या सख्ख्या भावाच्या संसारासोबत घरोबा केला. त्याची तीन पोरं आपांगली. लहान लहान प्वारांची परवड व्हयाला लागली तवा मिलटरीतली नवकरकी सोडली. पोस्टात पोस्टमनची नवकरी मिळवली. पोस्टातला कमी पगार, घरात कर्ती कमी आन खाती जास्त त्वाडं. त्रिकोणाचा चौथा कोन कायी जुळत नव्हता आन रामा रात्रंदिवस पायाला भिंगरी लावून पळत व्हता. नारायणाची तीन आन रामाची तीन प्वारं घरात हुंदाडायची. नामदेव आसून नसल्यासारखा. आयत्या पिठात रेघा ओढणारा. त्याची बायकु बी तशीच. योक पोरगा लहानेला. त्याला चिमटा काढून, नामदेवाची बायकु भोकाड पसरवायला लावायची. कामधंदा चुकारपणा, तेच्यासाठी रोज नवा नवा बहाणा. भुईला भार आन खायाला काहार. धाकला आसला तरी रामा थोरल्या भावांचा, संसाराचा गाडा वढून वढून मेटाकुटीस आला. ठुसीबाई नारायणाचं कान फुंकायला लागली. प्वारं

मोठी झाल्यामुळं नारायणाची आडचण संपली व्हती. नारायणाच्या मनात स्वार्थाचं बीज पेरून ठुसी नामानिराळी झाली अन् रागाच्या भरात रामानं नारायणाचं टकुरंच फ्वॉडलं. नारायणानं पोलिसांत तक्रार केली. नारायणाच्या बाजूनं साक्षीला ठुसीबाई पोलिसात गेली. रामाची सरकारी नवकरकी. तो समद्यांच्या हातापाया पडला. तहाची बोलणी झाल्याप्रमाणं काही रुपये नारायणाला रामानं दिलं. पोलिसांनी मातर दोघांच्या बी डोक्यावरून हात फिरवला. रामानं भावांच्या वळचणीचा आसरा सोडला. आपला वेगळा संसार थाटला. रामाची थोरली दोन पोरं शाळा शिकली. इंजिनियर झाली. पोरगी बी सरकारी नोकरीला लागली. रामानं काबाडकष्ट करून शेती पिकवली. नोकरीतला पैसा आणि शेतसरीतल्या पिकाचं उत्पन्न यातून पाच पाच एकराचे दोन जमिनीचे पट खरेदी केले. त्या जमिनीत विहिरी खोदल्या. वीजपंपानी वावरात पाणी खळाळा वहायला लागलं. आपली तिन्ही पोरं उजवली. थोरल्या सूनंला पोस्टात चिकटवली. धाकल्याची बायकू आय.टी. इंजिनियर. ती चांगल्या पगारावर कंपनीत नोकरीला. वीस एकरांचा रामा बागाईतदार झाला. पोस्टात सुपरवायझर झाला. रात्रीचा शेतात तो आन त्याची बायकु राबायची. सुट्टी आसल त्या दिवशी नोकरी करणाऱ्या दोन्ही प्वारांना वावरामधी औताच्या बैलागत राबवायचा. रामाच्या देहाला कशी ती उसंत नव्हती. त्याला फकस्त त्रिकोणाचा चौथा कोन दिसत व्हता. रामा नोकरीतून निवृत्त झाला. फंडाच्या पैशात नवा कोरा ट्रॅक्टर घेतला. नोकरी अन सुट्टीच्या दिवशी शेतातला कामधंदा करायला त्याची पोरं कंटाळा करायला लागली. आतल्या आत आग धुसमुसायची. शेतात कामधंदा करायला मजुर अवाच्या सव्वा मजुरी देऊन बी मिळंना. आन वाहितुकी बिगार शेती पडीक पडू द्यायला रामाचं मन धजना. घराम्होरं ट्रॅक्टर उभा, पर त्यो हाकायला धड डायवर मिळंना. जे मिळालं त्यांनी ट्रॅक्टरचं डिझेल विकून खाल्लं. वर पगार बी हादडला. रामाला त्याच्या पोरांनी बुलेट घेऊन दिली. रामाच्या केंबळाच्या घराच्या जाग्यावर सिमेंटचा चकचकीत बंगला उभा राहिलाय. सुक्यामेव्यानी घरातले डबे गच्च भरलेत. दाराम्होरं चारचाकी मोटार उभी हाये. रामा यकलाच वावरात राबतोय, एका हिरीतून दुसऱ्या हिरीत आन दुसऱ्या हिरीतून तिसऱ्या हिरीत सोडलेलं पाणी वावराला पाजत बसतोय. खुरपणी आन काढणीपायी पिकं वाया गेलीत. वावराकं बघून रामाचं काळीज तिळतिळ तुटतं. रामाला त्रिकोणाचा चौथा कोन सापडलाय, पण सुख, दुःख आणि भूक हे तिन्ही कोन रामाकडे पाहात दात विचकून हसत आहेत, असाच त्याला भास झाला. डोईवरचं रणरणतं ऊन शिवार

भाजून काढीत होतं. रामा वावरातल्या कांद्याच्या वाफ्यातच कोसळला. त्यानं डोळं उघडलं तेव्हा सारं जग आपल्याभोवती फिरत असल्यागत त्याला वाटलं. तो म्हणाला,

"इतक्या वेगाने पृथ्वी का फिरतेय, काळ-काम-वेगाचं गणित तसं अवघड नाही. त्रिकोणाचा चौथा कोन तीन कोनांशी एकरूप होऊ शकत नाही. खरंच, त्रिकोणाला चौथा कोन असतो! प्रश्नही माझा अन् उत्तरही माझंच. काळ-काम-वेगाच्या गणितासारखं मी नुसताच धावतोय ब्रेक नसलेल्या आगीन गाडीगत. सारी पृथ्वी गोल फिरतेय माझ्याभोवती. मला धरा, मला धरा, घट्ट दाबून धरा मी पडल खाली खोल खोल..."

रामा हॉस्पिटलमधील कॉटवर असंबद्ध बडबडत होता. मानसिक रुग्ण असल्यागत. शुद्ध हरपून ओरडत होता,

"सापडला, सापडला, त्रिकोणाचा चौथा कोन सापडला. येस सर, येस सर... नो सर, नो सर..."

। २ ।

ती ही नाहीच

दिवसा आठ तास झोपले, तरी रात्रीच्या दोन तास झोपेची सर येत नाही. रात्रपाळीमुळे दिवसभर डोळ्यांवर झोपेचे सावट असतेच असते. त्या दिवशी असेच झाले. दिवसभर झोपूनसुद्धा डोळ्यांवरची झोपेची धुंदी हटत नव्हती. रात्रीचे नऊ वाजले. थोडेसे जेवून मी पुन्हा झोपण्यासाठी अंथरुणावर अंग टाकले. निदान रात्रपाळीला जाण्याअगोदर दोन तास तरी झोप मिळेल हीच अपेक्षा होती. इतक्यात टेबलवर ठेवलेल्या फोनची रिंग वाजली. रात्री फोन आला की, छातीत धडधडायला होतं. माझ्या मनात अनेक शंका-कुशंकांची क्षणार्धात असंख्य वादळे उठली. मी घाबरत घाबरतच रिसीव्हर कानाला लावला व म्हणालो, “हॅलो ऽऽ कोण बोलतंय?”

पलीकडून आवाज आला,

“सरजी, मी संदीप धावडे बोलतोय.”

मी म्हणालो, “अच्छा, अच्छा, कशी काय आठवण आली माझी आणि तीही रात्री नऊनंतर?”

“काही नाही सरजी, तुम्हाला भेटायची इच्छा होती म्हणून फोन केला.”

“अरे वा छानच! संदीप कधीही या की खोपोलीला. माझ्या घराचे दरवाजे आपल्या स्वागतासाठी आतुरतेने वाट पाहत आहेत. कधी येताय ते सांगा म्हणजे मला घरी थांबता येईल.”

“सर, आम्ही कालच अलिबागला फिरण्यासाठी आलो होतो. कालचा दिवस

लॉजला राहिलो. आज संध्याकाळ झाली तरी समुद्रकिनाऱ्यावरून निघायला मन तयार होत नव्हतं. अलिबागमध्ये आजही राहायचं की परत जायचं? या संभ्रमावस्थेत एस.टी.त बसलो. घरी जाण्यासाठी पुण्यावरून रात्री दुसरी बस बदलली तरी गावाकडे जाणारी बस किंवा इतर वाहन मिळणार नाही याची खात्री झाली आणि विचारचक्र वेगाने फिरू लागले. तुमची आठवण झाली. बरेच दिवस तुम्हालाही भेटण्याची इच्छा होतीच. म्हणून फोन केला. सर, तुम्ही घरी असाल तर निदान तुमच्याकडे मुक्काम तरी करता येईल हाच हेतू होता."

"अरे पण तुम्ही किती जण आहात. आता कुठे आहात?"

"मी आणि माझी बायको! गाडी आता पेणजवळ आलीय."

"ठीक आहे. जेवायलाच घरी या. स्टँडवरून रिक्षाने कंपनीच्या कॉलनीत या. एफ बिल्डिंगच्या पाच नंबर रूममध्ये मी राहतोय."

"सर आम्ही जेवूनच येतोय, जेवणाची तसदी नका घेऊ. आम्हाला निदान साडेदहा-अकरा तरी वाजतील तुमच्या घरी पोहोचायला."

"या या. मी वाट पाहतोय."

मी रिसीव्हर फोनवर ठेवला.

संदीपसोबतच्या बोलण्याने झोप कुठल्या कुठे पळून गेली.

संदीप आमच्या कामगार वसाहतीमधील खोलीवर रात्री पावणे अकराला आला. सोबत त्याची धर्मपत्नी. काळीसावळी असली तरी चेहऱ्यावर मुरूमं फुटल्यामुळे काळे डाग व पुन्हा नव्याने मुरमं. यामुळे तिचा चेहरा काहीसा विद्रूपच दिसत होता. देहयष्टीसुद्धा स्थूलच होती. संदीपपेक्षा वयाने बरीचशी जास्त वाटत होती. तसा संदीपही फारसा रूपवान होता असे नाही. काळासावळा गव्हाळवर्णीय असला तरी सहा साडेसहा फूट उंचीचा, नाकीडोळी नीटस व बऱ्यापैकी देहयष्टीचा होता. सर्वार्थाने त्या उभयतांची जोडी मला विजोड वाटत होती. नाहीतरी आता तोसुद्धा पंचेचाळीशीकडे झुकला होता. बाहेरच्या खोलीत दोघेही खुर्चीवर बसले. त्याच्या पत्नीने आपल्या हातातली कापडी पिशवी टेबलावर ठेवली. माझ्या सौ. ने दोघांच्या हातात पाण्याचा तांब्या दिला. तिच्या चेहऱ्याकडे पाहात संदीपची पत्नी निर्विकार पाहात म्हणाली,

"वैनी, आम्ही उगाचच तुम्हाला त्रास दिला."

"त्रास कसला? आपल्या माणसाचा कुठे त्रास असतो होय?"

"नाही असं रात्री-अपरात्री कुणाच्या घरी जाणं बरं दिसत नाही. पण नाइलाज

झाला." "तुम्हालाही भेटायची इच्छा होती ना सरजी. म्हणून तर तुम्ही आहात का याची चौकशी केली. आता रात्रभर गप्पा मारत बसू." संदीपने मध्येच घुसखोरी करत सारवासारख केली.

"हे बघा, उगीच अवघडल्यासारखे बोलू नका आणि आम्ही कोणी परके आहोत असे मानू नका. आपला माणूस आपल्याकडेच येतो जातो. आपण आपल्या माणसाचा प्रेमभाव जपायचा नाही, तर मग कुणा परक्याचा जपायचा का? चहा घेणार ना! जेवण नक्की करून आलात ना, नाहीतर आम्हाला त्रास नको म्हणून उपाशी झोपाल."

"नाही नाही सर, आम्ही जेवण करून आलोय. चहादेखील नको. दिवसभर अलिबागमध्ये फिरून खूप दमलोय. खरं तर आज घरी जायचंच होतं. घरातील लोक वाट पाहात असतील. आमच्या गावात रेंज नसते. त्यामुळे फोन करून काही सांगताही येत नाही."

"घरी सांगितले नव्हते का, किती दिवस अलिबागला राहणार आहे वगैरे. घरी कोण कोण आहे?" मी उत्सुकतेने संदीपला विचारणा केली.

माझं बोलणं ऐकून त्याने त्याच्या पत्नीकडे पाहात आवंढा गिळला. नंतर दीर्घश्वास घेऊन मला म्हणाला,

"घरी आई, वडील, भाऊ भावजय आणि आमची दोन मुलं आहेत. तशी मुलं आता मोठी झालीयत. मोठी म्हणजे फार मोठी नाहीत. मुलगा तिसरीत शिकतोय आणि मुलगी पहिलीत आहे. तसा त्यांना आजी-आजोबांचाच फार लळा आहे, परंतु मी नेहमीच बाहेरगावी फिरत असलो तरी ही घरीच असते. आज पहिल्यांदा घर सोडून व मुलांना सोडून माझ्यासोबत बाहेरगावी आली. नको नको म्हणत होती. मीच म्हणालो, तुला घर सुटत नाही. चूल आणि मूल सुटत नाही. एका साहित्यिकाची पत्नी आहेस. बाहेर चारचौघात मिसळल्याशिवाय कसं जगायचं, कसं वागायचं तुला कधी कळणार? अहो सर, आपल्या तालुक्यात मी सतत काही ना काही साहित्यिक कार्यक्रम घेतो, उपक्रम राबवतो. लोक मला म्हणतात, 'काय संदीप, कार्यक्रमाला बायकोला देखील आणत जा सोबत.' पण हिची आपली सततची नकारघंटा - मला साहित्यातलं काय कळतंय? मला चार लोकांत अवघडल्यागत वाटतंय. जीव गुदमरतो माझा. मी तर नेहमीच बाहेर फिरतो. सारा महाराष्ट्र व जवळजवळ बराचसा भारत देश फिरून झालाय माझा. मनात विचार केला की, आपण इतके फिरलो, बायकोला निदान समुद्र तरी तरी दाखवू. म्हणून

बळजबरीने अलिबागला घेऊन आलोय. तरी सतत तिचं एकच टुमणं, पोरं घरी वाट बघत असतील. माझी आई कुठे आहे म्हणून म्हातारीला भंडावून सोडतील. म्हाताऱ्याला त्रास देतील. चिऊ कधी माझ्याशिवाय जेवायची नाही. ती उपाशीच झोपली असेल. 'घार हिंडते आकाशी, चित्त तिचे पिल्लापाशी' अशातली गत हिची. आई आहे शेवटी ती. तिची मानसिकता मी जाणतो. पण कधीतरी स्वतःसाठी, नवऱ्यासाठीही बाईनं वेळ द्यायला नको का सर!"

"अजून किती वेळ द्यायला पाहिजे. आता दोन दिवस झालेत घरदार पोरंबाळ सोडून. फिरते ना तुमच्यासंगं. तरी बी पोट भरलं नाही अजून. तुमची इच्छा असेल तर अजून दोन दिवस थांबू इथं खोपोलीत. उगीच सगळं माझ्या अंगावर ढकलू नका." संदीपची बायको गाल फुरगंटून म्हणाली.

"राहावा की, खुशाल आमच्याकडे. दोन काय, चार दिवस राहा. खोपोलीतला निसर्ग परिसर पाहू. गगनगिरी मठ, पुरातन शिवालय, महडचा गणपती, सांजगावाच्या धाकट्या पंढरीतल्या विठ्ठलाचेही दर्शन घेता येईल. तुमच्यामुळे आम्हाला देवदर्शन घडेल. शिवाय संदीपबरोबर साहित्यिक गप्पांची मैफल रंगेल. ती माझ्यासाठी पर्वणी असेल."

संदीपचं मला मोठं कौतुक वाटतं. मराठी साहित्याचा मोठा अभ्यास आहे. तालुक्यात साहित्य शाखा स्थापन करून नावलौकिक मिळवला आहे. तालुक्यातल्या सर्व साहित्यिकांची एकत्रितपणे मोट बांधणं, उपक्रम राबवणं, तर त्याहून कठीण. कार्यक्रमात खुर्च्या भूषवणारे शोधावे लागत नाहीत; परंतु कार्यक्रमाच्या खर्चासाठी खिशात हात घालून खुल्या मनानं पदरमोड करणारे शोधणं फारच जिकीरीचं काम. हे काम संदीप मोठ्या निष्ठेने करत असल्यामुळं संदीपबद्दल माझ्या मनात आदराची व स्नेहाची भावना निर्माण होणं अपरिहार्य होतं. संदीप मराठी विषयाचा पदवीधर. गावखेड्यातला माणूस. घरची परिस्थिती तोलामोलाची. आई, वडील, भाऊ, भावजय शेतीमातीत दिवसरात्र राबणारी. संदीप मात्र कायमच साहित्यसेवेच्या दावणीला बांधलेला. सतत घराबाहेर. शेतात काय पिकलं आणि किती पिकलं याचा त्याला कधीच ठावठिकाणा वा मागमूस नसायचा. तालुक्यातला, तसेच जिल्ह्यातल्या साहित्यिक वर्तुळात बरेच लोक त्याला ओळखत होते. अनेक मान्यवर साहित्यिकांसोबत त्याच्या ओळखी होत्या. तालुक्यातल्या अनेक शाळा-कॉलेजात त्याने साहित्यविषयक उपक्रमातून कवी म्हणून हजेरी लावली होती. व्याख्यानातून विद्यार्थ्यांना प्रबोधन केले होते.

त्या माध्यमातून मिळणारे मानधन त्याच्या भटकंतीचा खर्च भागवत असे. शिवाय बाहेर राहण्याची-खाण्याची सोय आयोजक करत असत. अनेक राजकीय व्यक्तींना बिलगण्याचं कसब त्याने अंगीकारले होते. कारण राजाश्रयाशिवाय कुठलाही सामाजिक, साहित्यिक उपक्रम राबविणे कठीण असते, हे गणित तो जाणून होता. त्यामुळे गावखेड्यातल्या अनेक शिक्षित तरुणांची अडलेली सरकार दरबारची कामे ओळखीमुळे विनासायास व्हायची. अशा कामासाठी स्वतः पुढाकार घेऊन सरकारी कार्यालयात धावपळ करायचा. अर्थात त्या धावण्याचाही त्याला कोणत्या ना कोणत्या स्वरूपात मोबदला मिळायचा.

संदीपची आणि माझी ओळख तालुक्यातल्या साहित्य संमेलनातून झाली. त्या संमेलनाच्या आयोजनास्तव तो मला तालुक्याच्या एस.टी. स्टँडवर भेटला होता. त्यावेळी तिथल्या हॉटेलमध्ये चहा पिता पिता मला म्हणाला होता,

"सरजी, एक दिवसीय संमेलन घेणं खूपच जिकिरीचं काम. लोकांना साहित्याशी काही देणंघेणं नाही. नको त्या ठिकाणी पैसे खर्च करतील, पण चांगल्या कामाला मात्र खिशात हात घालणार नाहीत. समाजाच्या जडणघडणीचं काम साहित्यातून होतं. लोक शिकलेत, पण स्वार्थी व मतलबी झालेत. सामाजिक बांधिलकीचं काही देणंघेणं नाही. मीच वेड्यासारखा फकीर होऊन तालुक्यातल्या गावखेड्यात तळागाळात साहित्य रुजवण्यासाठी धडपडत असतो. तुमची आमची पिढी घडली, पण या बाकीच्या तरुण पिढ्यांचं भवितव्य काय? त्यांच्यापुढे कोणता आदर्श आहे? त्यांच्यातला माणूस साहित्यातून घडावा, साहित्य लिहिण्या-वाचण्याची आवड त्यांच्यात निर्माण व्हावी म्हणून तर हा संमेलनाचा अट्टाहास. संमेलनाचा खर्चही खूप. निदान शंभरएक माणसांची जेवणाची सोय करायला पाहिजे. सभागृह फुकट असले तर उपस्थित मान्यवरांचा सत्कार करणे ओघाने आलेच. तुमच्या प्रतिष्ठानकडून थोडीफार आर्थिक मदत मिळेल!"

चहा पिता पिता गप्पांच्या ओघात त्याने मला गुगली टाकली होती. त्याच्या साहित्यविषयक तळमळीने माझ्या मनाचा कब्जा घेतला होता. मी आमच्या प्रतिष्ठानचे सर्वेसर्वा आदरणीय सरांना गळ घालून त्याला त्यावेळी संमेलनासाठी आर्थिक मदत मिळवून दिली होती. तेव्हापासून त्याचे आणि माझे ऋणानुबंधाचे नाते निर्माण झाले.

गप्पांच्या ओघात रात्रीचे साडेअकरा कधी झाले हे कळलेसुद्धा नाही. मी म्हणालो,

“संदीप आता तुम्ही दिवसभर दमला आहात. झोपा निवांत. मला रात्रपाळी आहे कंपनीत. मी जातो ड्युटीवर. सकाळी भेटू तेव्हा खूप गप्पा मारू.”

“तुम्ही रात्रपाळीला जाणार?” तोंडाचा चंबू करून संदीप म्हणाला.

“होय रे बाबा. असे अचानक पाहुणे आलेत म्हणून मी कामाला दांडी नाही मारू शकत.”

“ठीक आहे सरजी. पण सकाळी लवकर या. आम्हाला लवकरच निघावं लागेल. घरी पोरं वाट बघत असतील.”

“इतकं काय पोरांचं सांगताय? इतकीही लहान नाहीत ती. उगाच पोरांची सबब सांगताय. सकाळी जेवण करूनच तुम्ही निघा. तुम्ही कधीही याल हो, पण तुमची बायको, ती कधी येणार परत आमच्या घरी? बरं जाऊ दे सकाळचं सकाळी बघू. झोपा आता निवांत.” असं बोलून मी खोली बाहेर पडलो.

तो आणि त्याची बायको दर्शनी खोलीत झोपले. आतल्या खोलीत माझी पत्नी आणि मुले झोपली. रात्रपाळी संपल्याचा व दिवसपाळी सुरू झाल्याचा कंपनीच्या टॉवरवरचा भोंगा सकाळी आठ वाजता झाला आणि वारुळातून मुंग्या बाहेर पडाव्यात तसे कंपनीच्या फाटकातून कामगार बाहेर पडत होते. दुसऱ्या फाटकातून दिवसपाळीचे कामगार कंपनीमध्ये प्रवेश करत होते. दररोजचा कंपनीतल्या दिनक्रमाचा हा एक भाग होता. साऱ्या हालचाली यंत्रवत. सरावासारख्या. जणू कामगारसुद्धा कंपनीतल्या यंत्राचा भाग असल्यासारखा. रोजमितीचे तेच ते चेहरे. हाय, हॅलो, दिवसपाळी आहे का ? रात्रपाळी आहे का? तेच ते गुळगुळीत बोलणे. अंगवळणी पडल्यागत. मी ड्युटी संपवून कामगार वसाहतीमध्ये खोलीवर आलो. संदीप अंघोळ करून वर्तमानपत्र वाचण्यात दंग होता, तर दर्शनी खोलीतल्या गोदरेज कपाटातल्या आरशात आपला मुखडा न्याहाळत त्याची बायको तोंडाला पावडर फासत होती. घर आपलंच असल्यासारखं तिचं बिनधास्त वागणं माझ्या नजरेत भरलं. ही खेडवळ बाई इतकी बिनधास्त कशी? परक्या घरात नव्यानेच वावरताना जरासुद्धा अवघडलेपणा तिच्यात मला दिसत नव्हता. काळ्या रंगावर कितीही पावडर थापली तरी गोरेपणा येत नाही. उलट जास्त पावडर चेहऱ्यावर थापली तर तो चेहरा भुतासारखा पांढराफटक वाटतो. दोन पोरांच्या आईला इतके नटणे मला तरी इष्ट वाटले नाही. जाऊ द्या, असते एखाद्याची सवय. आपल्याला काय करायचे आहे नाही त्या गोष्टीचा विचार करून!

मी संदीपला म्हणालो,

"संदीप, मी अंघोळ करून घेतो. तुमची आंघोळ झालीय ना?"

"होय सरजी. आमचे सारे आवरलेय. तुमचीच वाट पाहात होतो. सकाळी सकाळी गावाला जाणाऱ्या गाड्या असतात, तेव्हा निघायला हवं."

"अरे बाबा, जा तुम्हाला कोणी अडवलंय? कालही इतका घाईत आलात आणि आताही घरी जाण्याची इतकी घाई करताय. मला वाटलं होतं..."

"काय आहे सर, पुन्हा खास आवर्जून तुमच्या भेटीसाठी येईन निवांतपणे. अलिबागवरून थेट घरी जायचे होते. परंतु कर्मधर्मसंयोगाने तुमच्या भेटीचा योग आला. माझ्यासाठी हेच खूप आहे. आज अजिबात आग्रह करू नका. पुन्हा कधीतरी अवश्य येईन. आज मला माफ करा. घरी आई-वडील ओरडतील. एका दिवसात परत येतोय असे सांगून आलोय. परंतु दोन दिवस झालेत. आजचा तिसरा दिवस म्हणून जीव टांगणीला लागलाय. सोबत हिला आणलेय, त्यामुळे अडचण झालीय. 'म्हणतील तुम्ही फिरत बसा. मौजमजा करा. आम्ही घरी तुमची पोरं सांभाळतो."

मला संदीपची अडचण समजत होती म्हणून अधिक आग्रह करणे योग्य वाटेना. मी घरात आतल्या खोलीत गेलो. सौ. ला म्हणालो,

"ते जायचे म्हणतात. त्यांना नाश्ता दिलास ना?"

ती म्हणाली, "हो. पोहे केले होते. चहासुद्धा दिला. जेवण करून जा म्हणते तर नको म्हणतात!"

"जाऊ दे. अधिक आग्रह बरा नव्हे. संदीपची बायको पहिल्यांदाच आपल्या घरी आलीय, तेव्हा...

"मी साडी आणि ब्लाऊजपीसने ओटी भरते. तुम्ही संदीपला टॉवेल-टोपी देऊन त्याचा सत्कार करा."

"ठीक आहे." असं म्हणत मी बाहेरच्या खोलीत आलो. सौ. ने ताटात आणलेली साडी, ब्लाऊजपीस व नारळानं संदीपच्या बायकोची ओटी भरली. मी संदीपच्या कपाळाला कुंकवाचा टिळा लावून टॉवेल-टोपी घालून सत्कार केला. मी वयाने मोठा, पण संदीपने फक्त माझ्या हातात हात मिळवला व त्याच्या बायकोने हात जोडून कोरडा नमस्कार दुरून केला. संदीप त्याच्या बायकोसह गावी जाण्यासाठी मार्गस्थ झाला अन् सौ. मला म्हणाली,

"का हो यांना काही रीतभात आहे की नाही?"

"जाऊ दे गं. त्यांना नसली तरी आपल्याला आहे ना? त्यांचं त्यांच्यापाशी,

आपलं आपल्यापाशी." मी सौ. ची समजूत घालताना म्हणालो.

"अहो खेड्यात राहणारी, शेतात काम करणारी बाई ती. कधी आंघोळ केली होती का नाही राम जाणे! तासभर बाथरूममध्ये जाऊन बसली. शेवटी आपली स्वाती आंघोळ न करताच शाळेत निघून गेली. आंघोळ झाल्यावर आरशासमोर अर्धा तास बाईची वेणीफणी चालली. नाश्ता झाल्यावर ती किती वेळ साडी चापूनचोपून नेसत होती. मग बसली पावडर फासत तोंडाला. दोन पोरांची आई म्हणते आणि एवढा नखरा! काय बाई ध्यान. कुठून शोधून आणलीय बाबांनी राम जाणे. म्हणे पोरं वाट बघत असतील. वर म्हणतेय कशी, 'तुम्ही म्हणत असाल तर राहू दोन-चार दिवस'. मला काय त्याचं. तुम्ही काहीही म्हणा, पण मला या बयाचं लक्षणं बरं दिसत नाही."

"जाऊ दे गं, आपल्याला काय करायचे. आवडते एखाद्याला नटायला-थटायला. तुला नाही जमत नटणं-मुरडणं. दुसऱ्यावर कशाला जळतेस."

"अगंऽऽ बया, तुम्ही बी तिचीच बाजू घेता! आपुन कोणाच्या घरी पाव्हणं म्हणून गेल्यावर असं वागतो व्हय. बाई माणसाची जात. कसं आदबीनं वागावं. नवऱ्याच्या मांडीला मांडी लावून बसली. जनाची नाय तर मनाची तरी पाहिजे. पाव्हण्यागत खुर्चीवर बसली. स्वयंपाकखोलीत माझ्याजवळ येऊन बसली नाही की मनमोकळं बोलली नाही. डोक्यावर पदर घ्यायचं भान तरी होतं कुठे? म्हणं दोन पोरांची आई. रीत ना भात तिला. घरात काय अशी वागत असेल व्हयं. मान ना मर्यादा. नुसताच चिल्लरखुर्दा. सावळं व्हतं पण बावळं नव्हतं, ह्ये येगळंच ध्यान व्हतं."

"कसंही असू दे, ज्याचं त्याला प्रिय. आपलं कर्तव्य आपण केलं. आपली ओळख, आपल्याबद्दलचा आदर, प्रेम म्हणूनच संदीप आपल्या घरी आला. एक रात्र राहिला आपल्या घरी आणि गेला निघून त्याच्या घरी. तो कसा, त्याची बायको कशी आपल्याला काय करायचे? उगीच काथ्याकुट करीत बसलीस. सोडून दे तो विषय." मी सौ. ची समजूत काढत म्हणालो.

"तुम्ही काय बी म्हणा, पण खेडेगावातल्या बायकांना रीतभात शिकवायला नाही लागत. आपल्या गावाकडच्या बायका अशा वागत्यात का हो? अशी बाई वागली तं समदी छी थू करत्यात. उठवळ, उंडगी म्हणत्यात. मला एक कळत नाही, तुम्ही म्हणता एवढा मोठा लेखक, कवी हाये. चार माणसांत उठतो बसतो, गावागावात कवितेचे कार्यक्रम घेतो आन त्याची बायको आशी! मी जर आशी

संदीपच्या बायकुवानी वागले तर तुमची इज्जत राहील काय! आपल्या नवऱ्याची इभ्रत बायकोने सांभाळायची असती. ही असली कशी नटवी, भटकभवानीगत. तुम्ही मला काय बी म्हणा, तिला दोन प्वारं बी नसतील. दोन प्वारांची आई असती तं जरा आदबीनं वागली असती. तुमचा तो संदीप आन त्याची बायको खोटं बोलत्यात. आपल्याला फसवित्यात."

"अगं आपल्यासोबत खोटं बोलून त्यांना काय मिळणार आहे? ते कोणी आपले नातेवाईक, भाऊबंद आहेत का? त्यांचा फक्त साहित्यिक एवढाच संबंध. त्यांना आपल्यासोबत खोटं बोलून काय फायदा! त्यांना पोरं असू देतं नाहीतर नसू दे. आपल्याला काय करायचंय?"

"पण ती त्याची बायकु व्हती का?" सौ. नं शंका उपस्थित केली.

"असं का म्हणतेस? मी कधी संदीपच्या घरी गेलो नव्हतो. मीही त्याच्या बायकोला तुझ्याप्रमाणे पहिल्यांदाच बघतोय. तो म्हणतोय बायको आहे तर आहे. आपल्याला त्याच्यावर शंका घेण्याचं कारण काय? एक सांगतो, लक्षात ठेव, संदीप साहित्यिक आहे. उगीच त्याच्यावर काहीबाही शंका घेऊ नकोस. त्याच्या बायकोचं वागणं तुला पटलं नाही म्हणून त्याच्या चारित्र्यावर संशय घेणं आपल्याला शोभत नाही. आपण जर तशा शंका-कुशंका घेत असू तर मग आपल्यालाच रीतभात राहिली नाही असं नाइलाजानं म्हणावं लागेल."

माझ्या बोलण्यानं सौ. चपापली. तिने दीर्घश्वास घेतला. नापसंतीने सवयीप्रमाणे तिने डावा खांदा उडवला. तोंडाचा चंबू वेंगाडून मानेला झटका देत स्वयंपाकखोलीकडे वळता वळता म्हणाली,

"बाईला बाईचा अभ्यास असतो. तो तुम्हाला नायी कळायचं. तुम्ही आपले पांढरी कागदं काळी करा. म्हणं आमी माणसं वाचतो तवा लिवतो. डोंबलं माझं."

मी हाश हुशऽऽ करत खुर्चीवर बसलो. एकंदरीत तिच्या लेखी मी आज नापास झालो होतो. बायकोच्या होकारात नवऱ्याने होकार मिळवण्यावरच नवऱ्याचा चांगुलपणा आजकाल अवलंबून असतो. जुन्या जमान्यासारखी आताची परिस्थिती राहिलेली नाही. नांगराच्या तासात बैल आणि नजरेच्या धाकात बायको आता राहू शकत नाही. काळ बदललाय, कायदा बदललाय. स्त्री-पुरुष समान हक्क. पुरुषांच्या बरोबरीने स्त्रिया कामधंदा करू लागल्या आहेत. माणसाचं चालणं, बोलणं, वागणं सारं काही काळानुरूप बदलू लागलं. रीतीभाती बदलू लागल्या आहेत. माणसं आपल्या सोयीने वागू लागली आहेत. नाती नात्यावरच कुरघोडी

करू लागली आहेत. माणसामाणसात आता पहिल्यासारखा प्रेमभाव राहिला नाही. द्वेष, मत्सर, असूया वाढू लागलीय. दिवसागणिक माणसातली विकृती वाढू लागली आणि संस्कृतीचा ऱ्हास होऊ लागलाय. याची कारणमीमांसा मी माझ्याच मनाशी करू लागलो. वाढती बेकारी आणि स्वार्थाची वाढत जाणारी हाव, बदलणाऱ्या सुखाच्या संकल्पना यामुळे जगण्याची खरं तर स्पर्धाच जीवघेणी झाली आहे. 'ओठात ओवी अन् पोटात शिवी' यामुळे माणसं ओळखणं कठीण होऊन बसलं आहे.

संदीप हा तालुक्यातला प्रगल्भ साहित्यिक म्हणून मिरवतो आहे. अर्थात त्याच्यात प्रगल्भता किती? हा संशोधनाचा विषय होईल. पुर्णवेळ साहित्यासाठी वाहून घेतल्यामुळेच साहित्यप्रेमी लोकांत त्याच्याविषयी आदराची भूमिका तयार झाली आहे. नोकरी, धंदा, शेतीकाम नाही. रिकामा न्हावी आणि भिंतीला तुंबड्या लावी; अशीच त्याची तऱ्हा आहे. कामधंदा न करता खळ्यावर चरायचे अन् तळ्यावर पाणी प्यायचे, अशी त्याची अवस्था आहे. शिकूनही रिकामटेकड्या संदीपला घरात कोणी कवडीची किंमत नाही. महागाईच्या जमान्यात कामधंदा न करणारी पोरं फुकटात पोसायला आई वडीलांनाही अशक्य होतं आहे. संदीपच्या साहित्याचं, साहित्य चळवळीचं आईवडीलांसह भाऊ-भावजयीला काहीही देणंघेणं नाही. उपजीविकेचं साधन म्हणून त्यानं साहित्यसेवेला वाहून घेतलं आहे. सुरुवातीच्या काळात तालुक्यातल्या शाळांमधून कवितावाचनाचे कार्यक्रम केले. त्या अल्प मानधनावर संतुष्ट असे. त्याने एक प्रकाशन संस्था काढली. तालुक्यातल्या व परिचीत साहित्यिकांचे साहित्य आपल्या प्रकाशनाच्या माध्यमातून प्रकाशित करू लागला. त्यातूनही त्याला थोडाफार अर्थलाभ व्हायचा. ते पैसे प्रवास खर्चासाठी उपयोगी पडत. काही साहित्यप्रेमींना हाताशी धरून तालुक्याच्या ठिकाणी एका साहित्य संस्थेची शाखा स्थापन केली. शाखेचा अध्यक्ष झाला. तालुक्यातल्या पुढाऱ्यांशी ओळखी वाढवत साहित्य संमेलनासाठी जिल्हा परिषदेतून दरवर्षासाठी ठराविक रकमेचा निधीही मंजूर करून घेतला. नंतर संमेलनात दरवर्षी 'साहित्य पुरस्कार' देण्याचा घाट घातला. पुरस्कार देताना पुस्तकांचे परीक्षण स्वतःच करायचा. ज्याला पुरस्कार द्यायचा आहे त्यांना फोन करून सांगायचा की, 'आमची संस्था गरीब आहे. तुम्हाला पुरस्कार देतो, पण तुम्ही संस्थेसाठी आर्थिक मदत करावी'. साहित्य संस्था म्हणजेच संदीपचाच अकाऊंट नंबर. पुरस्कारार्थी म्हणून निवड केलेल्या साहित्यिक, समाजसेवकांकडून शक्यता

रोख रक्कम आतल्या हाताने घ्यायचा. कामगार कार्यकर्ता म्हणून पुरस्कारासाठी मी सुचविलेल्या लोकांना त्याने पुरस्कार दिला, परंतु त्यांच्याकडून काही हजार रुपये त्याच्या साहित्य संस्थेच्या लोकांना थांगपत्ता लागू न देता लाटले. असा हा संदीप नैतिकेची भाषा बोलतो, पण अनैतिकता व्यक्तीमत्त्वात भिनलेली आहे. साहित्यावर पोट करणारा 'पोटभऱ्या' म्हणूनच मी त्याच्याकडे पाहतो. अशा साहित्यातल्या अशा पोटभऱ्या लोकांनी मराठी साहित्याची अपरिमित हानी केली आहे. संदीप कोणत्याही अंगाने साहित्यिक नाही. तो बाजारबुणगा आहे.

संदीप सोबत त्याचा मित्र सुधाकर किलकिले गुरुजी साहित्यिक म्हणून मिरवणारा व सतत प्रसिद्धीचा हव्यास असणारा माणूस! संदीप सोबत साहित्याच्या व्यासपीठावर मिरवू लागला. ही जोडगोळी संधी मिळेल तिथे तिथे व त्या त्या व्यासपीठावर आपली पोळी भाजून घेण्याची हौस पुरी करत असते. या दोघांकडे निष्ठा, तत्वे असे काही नाही.

'खिशात नाही आणा, पण मला बाजीराव म्हणा' असाच त्यांचा अविर्भाव व वागणे असते. नुकत्याच जिल्हा साहित्य परिषदेतील कार्यकारणीच्या रिक्त जागांवर नवीन साहित्यिक पदाधिकारी नियुक्ती करण्यात आल्या. त्या वेळी तालुका साहित्य मंचावर कार्यरत असणाऱ्या संदीपने किलकिले गुरुजींना व्हॉटसअपवर मेसेज पाठविला – 'गुरुजी, आपण किती दिवस तालुका पातळीवर काम करायचे? खरे तर जिल्हा पातळीवर काम करण्याची आपली योग्यता असून तिथे भलत्याच माणसांची वर्णी लागते.'

त्यावर गुरुजींनी प्रतिसाद म्हटले-

'संदीप, तुझ्या म्हणण्याशी मी सहमत आहे. आज नाही तर उद्या आपल्याला संधी मिळेलच.'

संदीप व गुरुजी सारख्या साहित्यिक म्हणून मिरवणाऱ्या लोकांनी मराठी साहित्याची अपरिमीत हानी केली आहे. आचरण व चारित्र्य शुद्ध नसेल त्या माणसाला साहित्यिक तरी कसे व का म्हणावे? तिसरीपर्यंत शिकलेल्या एका मध्यमवयीन महिलेने परिचित म्हणून बऱ्याच कविता मला पाठवल्या. नंतर अभिप्राय पाठविण्यासाठी पाठपुरावा करू लागली. तेव्हा तिच्यात एकाएकी प्रतिभा कशी काय जागृत झाली, याची उत्सुकता मला वाटली. म्हणून तिला मी फोन करून विचारले, तेव्हा तिने 'एका कवी मित्राने मला कविता करण्यास शिकविले.' असे सांगितले. कविता अशी कुणाच्या शिकवणीने तयार करता आली असती, तर

शाळेत शिकणारे सर्व विद्यार्थी, विद्यार्थ्यांनी कविता स्वत: करू लागल्या असत्या. नैतिक अध:पतनामुळे अशा काही गोष्टी वा घटना दृष्टीक्षेपात येत असतात.

वर्षभराचा कालावधी उलटला. एक दिवस संदीपने मला फोन केला. तो म्हणाला,

"नमस्कार सरजी, तालुक्यातल्या सर्व कवींचा एक 'भीवरथडी' नावाचा प्रातिनिधिक कवितासंग्रह काढणार आहे. जनाई प्रतिष्ठानच्या माध्यमातून त्या संग्रहाची निर्मिती ज्ञानाई लॉ कॉलेजचे सर्वेसर्वा मा. संभाजीराव रोहिते सर करणार आहेत. त्यांनी या संग्रहाची सर्व जबाबदारी माझ्यावर सोपवली आहे. तसेच आपण या तालुक्यातले भूमिपुत्र असल्यामुळे सरांनी आपल्याही दोन कवितांचा समावेश या संग्रहात करण्याबाबत मला सूचना केली आहे. तेव्हा आपण दोन कविता या प्रातिनिधीक संग्रहासाठी त्वरित पाठवाव्यात."

मी माझ्या दोन कविता पाठवल्या. दोनच महिन्यांत 'भीवरथडी' काव्यसंग्रहाचे प्रकाशन ज्ञानाई लॉ कॉलेजमध्ये झाले. प्रकाशनासाठी मी खोपोलीवरून भल्या सकाळी निघालो. परंतु दुर्दैव असे, की बोरघाटात रस्त्यावरच ट्रेलर उलटल्यामुळे चार तास दोन्ही बाजूची वाहतूक ठप्प झाली. समारंभासाठी वेळेत मला पोहोचता आले नाही. पोहोचलो तेव्हा कार्यक्रम संपला होता. तालुक्यातून आलेले कवी व रसिक निघून गेले होते. कॉलेजमध्ये मी रोहिते सरांना ऑफिसमध्ये जाऊन भेटलो. उशिरा का होईना मी इतका दूरवरून कार्यक्रमासाठी आलो, याचा त्यांना खूप आनंद झाला होता. कार्यक्रम खूपच छान झाल्याचे त्यांनी सांगितले. काव्यसंग्रहातल्या कवितांवर मी वरवर नजर फिरवत होतो. त्यावेळी सर म्हणाले,

"बरं का सर, या संग्रहासाठी संदीपने खूप परिश्रम घेतले. सर्वांकडून कवितांचे संकलन करणे, भेटीगाठी घेणे, प्रिंटरकडे जाऊन पाठपुरावा करणे, प्रूफं चेक करणे ही सगळी कामे त्याने अगदी झोकून देत केली. खूप धडपड्या माणूस आहे."

"होय सर, संदीप अगदी आस्थाने व निष्ठेने कामे करतो. मलाही त्याची धडपड व व्यासंग आवडतो. गेल्या वर्षी तो खोपोलीला माझ्या घरी पत्नीसह आला होता. दोघेही अलिबागला फिरायला गेले होते. परतीच्या प्रवासात सहायला एक दिवस खोपोलीला आला होता" मी संदीपबाबत सरांच्या भूमिकेला प्रतिसाद देताना म्हणालो.

"कोण कोण आले होते म्हणाला तुम्ही, तुमच्या घरी?" रोहिते सर कपाळावरील आठ्या उमटवत, माझ्यावर नजर रोखत बोलले.

“संदीप आणि संदीपची बायको.”

“नाही नाही सर, तुमचा काहीतरी गैरसमज होतोय.” मीही भांबावून गेलो.

“गैरसमज! कसला गैरसमज?” तोंडाचा चंबू करत मी म्हणालो.

“असं कसं सर म्हणताय तुम्ही? गैरसमज कसला? रात्रभर मुक्कामाला होते दोघे माझ्या घरी. त्याच्या बायकोची साडी-चोळीने ओटी भरली माझ्या बायकोनं. गैरसमज काय तो तर मला सांगा.” रोहिते सर माझ्याकडे बघत म्हणाले,

“सर, माझ्या माहितीप्रमाणे संदीपचे अजून तरी लग्न झालेले नाही. आता इतक्यात केले असेल तर ठीक आहे, पण आपण म्हणता वर्षभरापूर्वी तर ही गोष्ट शक्यच नाही. आता सहा महिन्यांपूर्वी त्याच्या घरी मला जाण्याचा योग आला होता. तुम्ही तर दुसऱ्या जिल्ह्यात राहात आहात. मला तालुक्यातल्या घडामोडी लगेच समजतात सर.”

“कायऽऽ म्हणताय सर!” विंचवाने डंख मारल्यासारखा मी ओरडलो. तेवढ्यात ऑफिसच्या दरवाजातून एक-दोन शिक्षक व कॅन्टीनचा माणूस चहा घेऊन आत आला. त्यामुळे संदीपचा विषय तेथेच संपला.

सरांचा निरोप घेऊन मी परत खोपोलीस निघालो. एस.टी.तल्या दोन तासांच्या प्रवासात संदीप आणि संदीपची पत्नी माझ्या डोक्यात गरगर फिरत होती. मीच मला प्रश्न करत होतो, ‘असं कसं शक्य आहे?’

त्यानंतर दोन-तीन महिन्यातच संदीपने तालुक्याच्या गावी एक दिवसीय साहित्य संमेलन आयोजित केले. निमंत्रितांच्या कवी संमेलनासाठी त्याने मला पाचारण केले. संमेलनाच्या अगोदर काही दिवस तालुक्यातला माझा समवयस्क कवी विजयराव एक दिवस मला तालुका तहसील कचेरीत भेटला. हॉटेलात चहा घेता घेता तो मला म्हणाला,

“या संदीपचं मला काहीच कळत नाही. खूपदा सांगून पाहिलं. फक्त ‘हो हो’ म्हणतो, पण काही कामधंदा करत नाही. त्यामुळे घरात किंमत शून्य. घरातली माणसं याला वैतागलेत. अहो पोटचं लेकरू आज माणसाला जड होतंय. हा खायला खार आणि भुईला भार झालाय. पाटीलकी करत गावोगाव फिरणार. नोकरी धंदा नाही, घरातलं- शेत शिवारातलं काम नाही. ग्रॅज्युएट झालाय. त्याच्याबरोबरची पोरं नोकऱ्या करतात. चार पैसे घरात देतात. हा खर्चासाठी घरातल्या माणसांकडे कधीकधी पैसा मागतो. आता ४५ च्या पुढे गेलाय गडी. हत्तीसारखा धिप्पाड, पण घरातल्या लोकांसाठी कामाचा ना धामाचा. आता मला सांगा, एवढं वय

झाल्यावर कोणता बाप याला आपली पोरगी बायको म्हणून देईल आणि त्याच्या वयाएवढी बिनलग्नाची पोर कुठे मिळायची?. मी तर सांगून शिकवून कंटाळलोय बुवा. पण या गड्याचं गणितच मला कळत नाही. सरजी, तुम्ही तरी एकदा सांगून बघा त्याला. तुमच्या सांगण्याने त्याच्या डोक्यात उजेड पडला तर पडला."

"म्हणजे काय संदीपचं लग्न झालं नाही?"

"नाही ना राव! घरातली माणसंही याच्याकडे लक्ष देत नाहीत. कशी देतील तुम्ही सांगा. अहो, हा कामधंदा करत नाही, तरी फुकट पोसायचा. वर याचं लगीन करून याच्या बायकोलाही पोसायला घरातल्या माणसांना काय पिसाळलेली कुत्री चावल्यात?"

"अहो, पण गेल्यावर्षी माझ्याकडे खोपोलीला एक दिवस वस्तीला आला होता बायकोला घेऊन. दोन पोरं आहेत म्हणाला त्याला. मग ती बाई कोण होती? माझ्या बायकोनं तिची साडीचोळीनं ओटी भरली राव."

"हा ऽऽ बरोबर आहे साहेब." भुवया उंचावत विजय बोलला.

"त्याचं असं आहे सरजी, ते ग्वाटम्यॉट आहे त्याचं. म्हणून तर तो लग्न करत नाही.

"ग्वाटम्यॉट म्हणजे?" डोळे विस्फारत अर्थबोध न झाल्यामुळे विजयचा चेहरा न्याहाळत कुतूहलाने पाहात मी बोललो.

"सर, ग्वॉटम्यॉट म्हणजे ग्वाटम्यॉट. आवो, लफडं हाये लफडं. कसं ह्ये ऽऽ त्या बाईला आहेत दोन पोर आणि तिचा वारलाय नवरा. तिला काही सासू-सासरा नाही दीर-नणंद नाही. विचारणारा कोणी नाही. भावकी आहे. भावकीला काय करायचंय! कुणाच्या घरात काय जळतंय रोजच्याला त्ये! याचा फायदा संदीपनं घेतलाय बघा. मी त्याला म्हणालो, 'लेका असं आहे तर लगीन करून टाक. उगीच गावाच्या व त्या बाईच्या गावातल्या लोकांच्या डोळ्यावं यायला नको. आपण म्हणतो 'राजाराणी राजी तो क्या करेगा पाजी', पण सर ही शिंदळकी फार वाईट असती. मला संदीपची काळजी वाटते हो. उगाच जीवावर नको बेतायला कुणाच्या. त्यापेक्षा त्यानी तिच्यासंग लगीन केलेलं केव्हाही चांगलंच की. तिलाही आधाराची गरज आहे आणि यालाही आयुष्यभराचा जोडीदार मिळेल. पहिल्या नवऱ्याची दोन पोरं आहेत. त्यांना बापाची जमीन घरदार आहे. संदीपला फक्त पोरांचे संगोपन करायचे आहे. पदरमोड तर काहीच करायची नाही. मी त्याला खूप वेळा सांगितलं 'हे असलं नाटक लयी वेळ झाकून राहात नाही. ते उघड

होऊन चव्हाट्यावर येण्याअगोदर काय तो सोक्षमोक्ष लाव.' पण तो नुसताच हो हो म्हणतोय अन् दिवस ढकलतोय. कसं आहे सर, आपण कुणाचं चांगलंच व्हावं असा विचार करतो पण आपली तळमळ त्यांना कळायला हवी ना!"

"मग कसली आणि कोणाची अडचण आहे, संदीपला?"

"अडचण कुणाची म्हणजे संदीपच्या आईवडिलांची व भाऊ भावजयीची. त्याच्या नातेवाईक लोकांची. दोन पोरांची आई असणाऱ्या विधवा बाईसोबत लग्न करायचं म्हणजे गावकी भावकीत काय इज्जत राहणार? त्या बाईची काहीच आडकाठी नाही. ती एका पायावर तयार आहे, पण हाच चालढकल करतोय."

"तिची आडकाठी नाही कशावरून?"

"अहो माझ्या घरी पाच-सहा वेळा संदीप आणि ती येऊन गेल्यात. दोघं बी मनमोकळेपणानं बोलल्यात माझ्यासंग. उलट तीच म्हणाली, 'तुम्ही तुमच्या मित्राला लवकर लग्नाला तयार करा.' भावकीतली लोक तिला आता घालून पाडून बोलायला लागल्यात. आता तुम्हीच संदीपला याबाबत सांगून बघा. ऐकलं तर ऐकलं तुमचं. आपण त्याच्या भल्याचा विचार करतोय ना."

"नाहीऽऽ, नकोच. तो म्हणेल सरांना कसं कळलं, कुणी सांगितलं? त्याच्या खासगी आयुष्यात आपण डोकावणे त्याला अपमानास्पद वाटेल. हे प्रश्न खरे तर त्याचे त्यानेच सोडवायचे आहेत. आपण फक्त शुभेच्छा द्यायच्या. बाकी काहीच करू शकत नाही. त्याचे भलेबुरे त्याला समजते. तो काही लहान नाही. फक्त त्याने हा जटिल प्रश्न लवकर मार्गी लावावा, हीच आपली इच्छा आहे." एवढे बोलत बोलत मी विजयसह हॉटेलच्या बाहेर पडलो व मार्गस्थ झालो.

संमेलनाच्या दिवशी पुन्हा विजयची आणि माझी कार्यक्रमस्थळी भेट झाली. सभागृहात आम्ही दोघे शेजारी शेजारील खुर्चीवर बसलो होतो. विजयने हळूच माझ्या कानात सांगितले,

"सरजी, देव नवसाला पावला एकदाचा. मागच्या आठवड्यात संदीपने लग्न केले त्याच्या ग्वाटम्यॉटसंग."

"अरे वा! छानच झालं. संदीपच्या घरच्या लोकांनी परवानगी दिली तर!"

"ते काही माहीत नाही, पण दिली असेल. नाही देऊन कोणाला सांगतील. अर्ध्या वयाचा माणूस झालाय, दुसरा काही पर्याय आहे का? नाहीतर आयुष्यभर असा रंडकाच ठेवावा लागेल. संदीप खरंच भाग्यवान हो! बायको भी फुकट आणि बायकोसोबत दोन पोरं बी फुकट मिळाली राव."

“हे असलं बोलणं बरं नव्हे विजयराव. तुम्ही दोन्ही बाजूंनी पखवाज बडवायला लागलेत.”

“नाही. विनोद केला सर. आपल्याला आनंद आहे संदीपची गाडी रुळावर आल्याचा. सर, स्त्रियांच्या रांगेत मागच्या भिंतीलगत कोपऱ्यातल्या खुर्चीवर त्याची बायको बसलीय पाहा. लाल फुलाफुलांची साडी नेसलीय.” स्त्रियांच्या रांगेत मागील बाजूस बसलेल्या संदीपच्या बायकोकडे नजर टाकत विजय म्हणाला. माझी नजरही मी तिच्याकडे वळवली. सडपातळ, नाकीडोळी नीटस व रंगाने काळीसावळी असणारी बाई अंग चोरून खुर्चीवर बसली होती. अधूनमधून तिची भिरभिरती नजर सभागृहातले कोणी आपणाकडे पाहात आहे की काय याचाही शोध घेत होती. संदीपच्या बायकोची आणि माझी नजरानजर झाली. तिचा अनोळखी चेहरा माझ्यासाठी नवीनच होता, तेव्हा मी विजयला म्हणालो,

“विजय, अरे बाबा ती ही नाही. ही दुसरीच कुणीतरी आहे.”

“अहो सर, तीच आहे. मी चांगला ओळखतोय तिला. माझ्या घरी पाच-सहा वेळा संदीप तिला घेऊन आला होता. लग्न झाल्यानंतर आता दोन-तीन दिवसांपूर्वीच संदीप तिला घेऊन माझ्या घरी आला होता. संदीपला कपडे आणि त्याच्या बायकोला साडीचोळी आहेरसुद्धा केलाय मी. सर छानपैकी पुरणपोळीचा बेत आखला होता. अहो तीच आहे ती. तुम्ही कसे काय म्हणताय ती नाही म्हणून.”

विजयचे बोलणे ऐकून मी परत संदीपच्या बायकोचा चेहरा न्याहाळू लागलो. माझे डोळे मला ती असल्याची खात्री देत नव्हते. मी एकसारखा तिच्याकडे पाहात आहे ही गोष्ट तिच्याही लक्षात आली. ती आता माझी नजर टाळू लागली. मग मलाही अपराधी वाटू लागले. जाऊ द्या, नंतर खात्री करून घेऊ. म्हणून मीच माझ्या मनाची समजूत घातली आणि व्यासपीठाकडे माझा चेहरा वळवला. अजून कार्यक्रम सुरू होण्यास अवधी होता. काही वेळानं विजय म्हणाला,

“सर पटली ना खात्री.”

मी मात्र याबाबत मौनच बाळगले. कार्यक्रम संपल्यानंतर साहित्यिक मित्र भडगावकर यांच्या आग्रहाखातर त्यांच्या सराफी दुकानात विजय आणि मी गेलो. कार्यक्रमासंदर्भात गप्पागोष्टी करण्यात आम्ही रमलो होतो. इतक्यात संदीप आणि संदीपची बायको मोटरसायकलवरून भडगावकरांच्या दुकानात आले.

“या या, तुमचीच वाट पाहात होतो. आज आम्हाला साक्षात विठ्ठल-रखुमाईच्या दर्शनाचा लाभ झाला.” भडगावकर म्हणाले. त्यावर संदीपची बायको

जराशी लाजली. तोंडाला पदर लावत म्हणाली,

"अहो, आमच्यासाठी तुम्ही लोक विठ्ठल आहात. तुम्ही आम्हाला आशीर्वाद द्यायचे. तुमच्या दर्शनासाठी आम्ही आलोय. गंगा उलटी कशी वाहील" असे म्हणत संदीपची बायको वाकून आम्हा सर्वांना चरणस्पर्श करत नमस्कार करू लागली, तेव्हा विजय संदीपला म्हणाला,

"आता जोडीने आलात म्हटल्यावर तुला सांगायला लागतं का रे नमस्कार करायला? तुझी बायको आमच्या पाया पडती आणि तू सुंभासारखा नुसता उभा राहिलाय. कवा कळायची रीतभात तुला. चल पाया पड इथल्या सगळ्यांच्या." विजयचं बोलणं ऐकून संदीप ओशाळला. त्यानेही सर्वांना चरणस्पर्श केला. विजय म्हणाला,

"सरजी, ही माझी मोटरसायकल अगदी स्वस्तात संदीपला विकत देऊन टाकली. गरीब आहे. आपला माणूस आहे. तिथे व्यवहाराचा विचार करायचा नाही."

"मी मंगळसूत्र बनवून दिलं आहे. एक रुपया घेतला नाही संदीपकडून. जेव्हा पैसे येतील तेव्हा दे म्हणालो. शिवाय कधी काही अडचण असेल तर सांग म्हणून देखील बजावले सर त्याला. गाळात रुतलेला त्याचा गाडा मार्गस्थ व्हावा हीच एकमेव इच्छा होती सर." भडगावकर ज्वेलर म्हणाले.

"संदीप या एकदा जोडीने आमच्या घरी खोपोलीला. माझ्या घरी आल्यानंतर मी तुम्हाला तुमचा लग्नाचा आहेर देईन." मी बोललो.

"नक्की येऊ सर. मला खंडाळ्याचा घाट बघायचाय. अजून मी समुद्र कसा असतो तोसुद्धा पाहिला नाही. खोपोलीपासून समुद्र किती लांब आहे सर?" संदीपची बायको माझ्याकडे पाहात म्हणाली.

"फार लांब नाही. असेल ४०-५० किलोमीटर. तुम्ही या खोपोलीला. मग आपण जाऊ समुद्रकिनाऱ्यावर फिरायला." मी स्पष्टीकरण केले.

संदीप जणू माझं बोलणं न ऐकल्यागत रस्त्याकडे बाहेर पाहात होता अन् विजय माझ्या चेहऱ्यावरील भाव टिपत होता. अधिक विषयांतर होऊ नये म्हणून संदीपने बायकोसह दुकानातून काढता पाय घेतला व जाता जाता भडगावकरांना म्हणाला,

"साहेब चलतो आम्ही. जरा घाईतच आहे. परत येईन निवांतपणे भेटायला."

संदीप व त्याच्या बायकोपाठोपाठ मी आणि विजयनेही भडगावकरांचा निरोप घेतला. मती गुंग झाली. मी काहीच बोलत नव्हतो. शेवटी एस.टी.मध्ये बसता

बसता विजय मला म्हणाला,

"सरजी, तुम्ही असे गप्प गप्प का? काही खटकते का तुम्हाला?"

"विजय तू ऐकलं नाहीस का? संदीपची बायको काय म्हणाली ते. मी खंडाळा घाट आणि समुद्र अजून पाहिला नाही. मग वर्षापूर्वी संदीप अलिबागला बायको म्हणून फिरायला घेऊन गेला होता ती – ती ही नाहीच नाही."

। ३ ।

इब्लीस

रामचंद्र देशमाने. उद्योग जगतात यशस्वी उद्योजक म्हणून नुकतेच प्रसिद्धीझोतात आलेले नाव. वर्तमानपत्रात एक-दोनदा देशमानेबाबतची बातमी वाचली होती. उद्योगजगताच्या क्षितिजावर अनेक तारे उगवतात आणि अस्तंगतही होतात. माझ्यासारख्या सर्वसामान्य माणसाला अशा गोष्टीचं फारसं सोयरसुतकही नसतं. खिशात हात घालून भाजीबाजारात दहा ठिकाणी मेथीच्या जुडीचा भाव विचारणारे या भानगडीत पडतील कशाला? त्यातलाच मीही एक, पण तरीही हृदयात कुठेतरी एखादं स्वाभिमान जपणारं स्फुल्लिंग तेवत असतं, माझ्या मराठी मातीचा आणि माझ्या मराठी माणसाचा अभिमान व आदर असणारं! मी, माझी माती, माझी मराठी आणि माझा महाराष्ट्र माझ्या रक्तात, नसानसात भिनलेला.

पिंपरी-चिंचवड येथील आचार्य अत्रे रंगमंदिरात एका साहित्यिक व सामाजिक पुरस्कार वितरण कार्यक्रमास तीन-चार वर्षांपूर्वी श्रोता म्हणून मी उपस्थित होतो. या कार्यक्रमाच्या व्यासपीठावर मी पहिल्यांदाच रामचंद्र देशमान्यांना पाहिलं आणि मंत्रमुग्ध होऊन उद्योजक म्हणून त्यांची संघर्षगाथा ऐकली. शून्यातून विश्व निर्माण करणाऱ्या माझ्या मराठी माणसाचा मला सार्थ अभिमान तर वाटलाच, परंतु त्यांच्या उद्योजकपर्वाच्या जडणघडणीवर व संघर्षमय जीवन वाटचालीवर आपण चार शब्द लिहिले, तर ते महाराष्ट्रातल्या तरुण पिढीसाठी प्रेरणादायी ठरतील हा विचार माझ्या मनात तरळून गेला. कार्यक्रम संपल्यानंतर मी आवर्जून देशमाने

साहेबांची भेट घेतली, म्हणालो,

"साहेब, तुम्ही फारच छान बोललात. तुमचे भाषण ऐकून मी फारच प्रभावित झालोय. तुमचे विचार व यशस्वी उद्योजक होण्यासाठी केलेली धडपड जनसामान्यांपर्यंत पोहोचली पाहिजे. तुमच्यापासून कित्येक मराठी तरुणांना प्रेरणा मिळेल व तेही उद्योजक बनतील. मराठी माणसांनी फक्त नोकऱ्या-चाकऱ्या कराव्यात, हमाली करून पोटं भरावीत. उद्योगधंदा-व्यापार फक्त मारवाडी, गुजराती माणसांनी करावा, हा मराठी माणसांवर बसलेला शिक्का तुम्ही तुमच्या कर्तृत्वाने पुसून टाकला आहे. मला तुमच्याबद्दल काय आणि किती बोलावं हे सुचेनासे झाले आहे. मला तुमची मुलाखत हवीय, मी कवी आहे, कवितांसोबत कथाही लिहिल्या आहेत. एक कादंबरीही प्रकाशित झालीय."

"ठीक आहे. माझा फोन नंबर घ्या. माझ्या कारखान्यावर या. तिथे भेटू आपण. लिहा तुम्हाला जे लिहायचे ते. माझी काहीच हरकत नाही. अडचणी, अडथळे येतच असतात म्हणून आपण थांबायचे नसते. इच्छा तिथे मार्ग असतोच असतो. मीही तुमच्यातलाच एक. मलाही वाटलं नव्हतं, की मी उद्योजक होईन. माझीही तुमच्यासारखीच छोटी स्वप्ने होती. नोकरी-धंदा करायचा आणि कुटुंबकबिला सांभाळायचा. परंतु जसजशी ठेच लागली, तसतसे अनुभवांती शहाणपण आलं. प्रत्येक कठीण प्रसंगात स्वत:ला सिद्ध करत असताना मोठी स्वप्ने पाहाण्याची सवयच जडली. अमुक माणूस जर एखादी गोष्ट करू शकत असेल तर मी ती गोष्ट का करू शकत नाही, मी कुठे कमी पडतो, माझ्यात काय कमी आहे, मलाही ती गोष्ट करणे जमलेच पाहिजे. प्रयत्न आणि जिद्द असली तर यशाचं शिखर सर करता येतं. नकारघंटा वाजविण्यापेक्षा सकारात्मक विचार माणसांना दिशादर्शक व प्रेरक ठरतो. ठीक आहे. भेटू लवकरच." असे म्हणत देशमाने साहेबांनी माझ्या पाठीवर आपुलकीची थाप टाकली.

देशमाने साहेबांसारख्या कर्तृत्वशाली माणसांचा जीवनप्रवास आपण शब्दबद्ध करावा या विचारांनी माझ्या मनाला झपाटले. प्रथमतः मला घडविणाऱ्या गुरुजनांचा जीवनप्रवास मी शब्दांकित केला. ऋणानुबंधाचा तो अध्याय 'उभारिले देवालया' या व्यक्तिचित्रणाच्या माध्यमातून साकारताना शून्यातून आपल्या कर्तृत्वाचे विश्व साकारणाऱ्या काही व्यक्तिरेखांचाही मी त्या पुस्तकात समावेश केला. परंतु ज्यांच्यामुळे ही संकल्पना माझ्या मनात रुजली होती, ते उद्योजक देशमाने साहेब यांचा जीवनप्रवास शब्दबद्ध करण्यासाठी अनेकदा फोनवर संपर्क

करूनसुद्धा त्यांची आणि माझी मुलाखतीसाठी भेट झालीच नाही. त्यांचा फोन नेहमीच माझ्यासाठी 'नॉट रिचेबल' राहिला.

मला मराठी माणसातल्या कर्तृत्वाचा व संघर्षमय जगण्याचा लेखाजोखा पुस्तकरूपाने मांडण्याचा व त्यान्वये मराठी माणूस प्रेरित होईल, या संकल्पनेचा छंदच लागला. माझा दूरच्या नात्यातला चुलता, परंतु माझ्यापेक्षा वयाने कमी असलेला बबनराव, चुलत्याच्या नात्यापेक्षा माझा खूपच जवळचा मित्र. काही वर्षांच्या खडतर व कष्टप्रद आणि संघर्षमय वाटचालीमुळे बब्याचा बबनराव झाला होता. पाटी, पुस्तक, वह्या, पेनची वानवा, परीक्षा फीची ओढाताण, रुपये-आण्यात पिचलेल्या घरातल्या अठराविश्व दारिद्र्यात शालेय शिक्षण कसंबसं झालं. महाविद्यालयीन शिक्षणाचीही तीच तऱ्हा. पदवीधर झाल्यानंतर बबनरावांनी नोकरीसाठी केलेली वणवण, खासगी शिकवणी वर्गातून मिळविलेली प्रसिद्धी आणि नंतर व्यावसायिक होऊन लिहिलेली कर्तृत्वाची यशोगाथा, बब्याचा बबनराव होण्यासाठी पुरेशी होती. मी बबनरावांसोबत तीन-चार जवळच्या कर्तृत्वशाली स्नेहीजनांचा जीवनप्रवास त्यांच्या मुलाखती घेऊन शब्दांकित केला. उद्योजक म्हणून मला देशमाने साहेबांचा सार्थ अभिमान वाटत होता व देशमाने मात्र मला मुलाखतीचे आश्वासन देऊन माझ्यासाठी नॉट रिचेबल होते. त्यामुळे मी अस्वस्थ व उदास असायचा.

एक दिवस मी सहज भेटीसाठी बबनरावांच्या ऑफिसमध्ये गेलो. बबनराव टेबलाच्या ड्रॉवरमधील नोटांचा एक एक बंडल हातात घेऊन मोजण्यात दंग होते. मोजलेल्या नोटांचे बंडल बॅगमध्ये टाकीत होते. बंडल मोजून झाले की टेबलावरच्या एका कागदावर पेनने रकमेची बेरीज करीत होते. जवळजवळ अर्धा तास झाला, मी बबनरावांच्या टेबलासमोरील खुर्चीला गपगुमान चिकटून बसलो होतो. नोटा मोजून झाल्यावर बबनरावांनी ती नोटांची बॅग आपली स्नुषा प्राजक्ताकडे दिली व तिला म्हणाले,

"प्राजक्ता, जा लवकर. बँकेत भरणा करून ये. बँक बंद होण्याच्या अगोदर आणि त्या रोहितला सांग दोन चहा पाठवायला." माझ्याकडे पाहात बबनराव म्हणाले, "हांऽऽ, आता बोल सायबाऽऽ कशी काय आज तुला माझी आठवण आली?"

"अरे, आठवण तर रोजच येते. म्हणून मग मी काय दररोज तुला भेटायला यायचं का?"

"नको रे बाबा. रोज नको येऊस. करू दे ना कामधंदा, भरू दे ना गरीबाला पोट. आमचं काय बाबाऽऽ, हातावरचं पोट. गिऱ्हाईक आणि पैसा हाच देव आहे माझ्यासाठी. तवा कुठं सुखाचं दोन घास खातोय."

"खरंच, मला तुझ्या गरीबीची कीव येतेय रे ऽऽ" असे म्हणत मी जरासं छद्मी हसलो तर बबनराव म्हणतो कसा,

"हसा, हसाऽऽ, लोकं गरीबाला हसतात. तुम्ही नाही तर कोण हसणार आम्हाला?"

"हसण्यासारखंच बोलतोस तू. ढुंगणावर ठिगळं लावलेली बालपणीची फाटकी चड्डी गेलीय आणि आता अंगात सूटबूट आलाय. आलिशान ऑफिस, नोकर-चाकर, गाडी, ड्रायव्हर, राहायला बंगला, टेबलाच्या ड्रॉवरमध्ये नोटांची चळत. हाताच्या चार बोटात सोन्याच्या अंगठ्या, गरीब माणूस असा असतो, हे मी पहिल्यांदाच पाहतोय. गरीबीची व्याख्याच बदलायला हवी."

"जाऊ दे. तू काही गरीबीची व्याख्या बदलण्याच्या फंदात पडू नकोस. दोन कोटींचं कर्ज आहे बँकेचं. लोढात दोन फ्लॅट घेतलेत. डेअरिंग केल्याशिवाय काही होत नाही. सचोटीनं व्यवसाय करायचा, कर्ज आज ना उद्या फिटेल. पैसा रोलिंग करायचा. व्यवसाय वाढवत राहायचं. थांबला तो संपला. दिवसेंदिवस व्यावसायिक स्पर्धा खूपच वाढलीय. मी माझे व्यवसायातले स्थान पक्के करतोय. इंजिनियर म्हणून कंपनीत नोकरीस असणारी सूनबाई प्राजक्ता, तिला व्यवसायात मदत करण्यासाठी कंपनीतली नोकरी सोडायला लावली. पन्नास हजार महिना पगार होता तिला कंपनीत. प्रणव या वर्षी नेव्हीतून रिटायर्ड होईल म्हणजे तोही लवकरच मदतीला येईल. मुंबई व ठाणे येथील इन्स्टिट्यूटचा कारभार जावई व मुलगी पाहतेय. व्यावसायिक शिक्षणाच्या माध्यमातून आम्ही तरुणांना उद्योगधंद्यासाठी प्रेरित करतो, त्यांना त्यांच्या पायावर उभे करतो. मी फार जिद्दी माणूस आहे. माझे स्वप्नही फार मोठे आहे. मला माझ्या इन्स्टिट्यूटचा, माझ्या व्यवसायाचा स्वतंत्र ट्रेंड निर्माण करायचा आहे. 'महाराष्ट्राच्या प्रत्येक जिल्ह्यात अन् जिल्ह्यातल्या प्रत्येक तालुक्यात माझ्या इन्स्टिट्यूटचं नाव पोहोचलं पाहिजे', हा संकल्प मी लवकर तडीस नेणार. हा बबनरावचा शब्द आहे. बरं ते जाऊ दे. आपल्या पुस्तकाचं काय झालं? अरे, दोन वर्षांपासून तू पुस्तक तयार करायला निघालास. नुसता होईल होईल म्हणतोस. कुठं अडलंय तुझं घोडं?" बबनरावांनी विषयाला हात घातला.

“परिणामकारक, प्रथितयश उद्योजकाचा आपल्या पुस्तकात समावेश असावा असे मला वाटते. कारण त्यामुळे आपल्या पुस्तकाची उंची व गुणवत्ता वाढेल असे मला वाटते. असे एखादे नाव तुझ्या लक्षात असेल तर सुचव.”

“इथं माझंच मला पडलंय अन् तू म्हणतोस नाव सांग. कुणाचं नाव सांगू? तुझ्या डोळ्यासमोर कुणाचं नाव दिसत नाही का तुला?”

“दिसतंय रे. पण तो माणूस होकार देऊनही उपलब्ध होत नाही. तीन-चार वर्षांपूर्वी त्यांनी मला शब्द दिलाय. एकदाच भेट झाली होती. मराठी माणूस. मोठा उद्योजक आहे.”

“कोण?”

“रामचंद्र देशमाने साहेब.”

“‘मी मराठी’ला मुलाखत होती ना त्यांची!”

“होय.”

“त्यांच्यापर्यंत कसं पोहोचायचं कळत नाही रे! देशमाने साहेब आपल्या पुस्तकात हवेत मला.”

माझं बोलणं ऐकून बबनराव कपाळाला हात लावून विचार करत बसले. काही वेळाने त्यांनी चिंचवडगावात हॉस्पिटल असणाऱ्या डॉ. शिवाजीरावांना फोन केला. शिवाजीराव आमच्याच भागातले व आमच्याच शाळेचे विद्यार्थी. आमच्यापेक्षा वयाने मोठे. वैद्यकीय क्षेत्रात डॉ. शिवाजीरावांचे योगदान व नावलौकिक मोठा. बबनरावांचा फोन डॉ. शिवाजीरावांनी पहिल्याच रिंगला उचलला. बबनरावांनी फोनचा स्पीकर चालू केला होता. पलीकडून आवाज आला,

“बोला बबनराव, कसे आहात?”

“मजेत! तुम्ही कसे आहात डॉक्टर? बरेच दिवस भेट नाही.”

“भेट नाही. भेट व्हायला तुम्ही जाग्यावर असता का? फोन केला की बंगलोरला आहे, मद्रासला आहे, सुरतला आलोय. कशी भेट होणार?”

“झालं! म्हणजे तुम्ही आमच्यावरच बाजी उलटवली. माझ्या नाडीचा अभ्यास तुम्हाला चांगलाच आहे म्हणा. ते जाऊ द्या. डॉक्टर, तुम्ही रामचंद्र देशमाने साहेबांना ओळखता का हो?”

“का? काही काम आहे का त्यांच्याकडे? आता फॅक्टरी सुरू करता की काय एखादी?”

“नाही हो डॉक्टर, आहे तोच व्यवसाय सांभाळताना पुरेवाट झालीय.”

"काय काम आहे त्यांच्याकडे?"

"अहो, आपल्याच शाळेत शिकलेले आमच्या गावातले लेखक आहेत. त्यांना उद्योजक म्हणून जीवनप्रवास आपल्या पुस्तकात लिहायचाय. तसे तीन-चार वर्षांपूर्वी देशमाने साहेबांसोबत त्यांचे बोलणे झालेले होते व देशमाने साहेबांनी त्यांना होकारही दिला होता. परंतु आता संपर्क होत नाही आणि आपले लेखक महाशय त्यांच्यासाठी अडून बसलेत."

"अच्छा... अच्छाऽऽ! ठीक आहे. आपण याच आठवड्यात देशमाने साहेबांची मुलाखत घेऊ. मी त्यांच्यासोबत बोलतो, वेळ व ठिकाण ठरवतो आणि तुम्हाला कळवतो."

"म्हणजे डॉक्टर, तुम्ही देशमाने साहेबांना ओळखता?"

"हे काय बोलणं झालं का बबनराव? देशमाने साहेब माझे क्लाएंट आहेत. मी त्यांचा फॅमिली डॉक्टर आहे."

"वाऽऽ! लै भारी. सहज मारला पण नेमका तीर लागला."

"म्हणजे?"

"म्हणजे काय डॉक्टर, अपना अंदाज सही निकला, सोचा था ये जड का इलाज अपने डॉक्टर के पास ही मिलेगा।"

"ठीक आहे, ठीक आहे. भेटू याच आठवड्यात." डॉक्टरांनी फोन बंद केला. माझा जीवसुद्धा सुखावला. आठवड्यातल्या रविवारी एम.आय.डी.सी. टाटा कंपनीजवळच्या एका आलिशान हॉटेलमध्ये संध्याकाळी बरोबर आठ वाजता मला सांगितलेल्या पत्त्यानुसार वेळेवर मी पोहोचलो. माझ्या अगोदर हॉटेलसमोरील हिरवळीवर डॉ. शिवाजीराव, बबनराव, बबनरावाचा इंडियन नेव्हीत कार्यरत असणारा सुपुत्र प्रणव आणि देशमाने साहेब माझीच प्रतीक्षा करत उभे होते. जवळ जाताच मी सर्वांना नमस्कार केला.

"मला उशीर झाला का? अजून आठ वाजलेले नाहीत. हॉटेलचा पत्ता शोधण्यात जरा वेळ गेला माझा." मी म्हणालो.

"नाही, नाही. आपण अगदी वेळेत आलात. आम्हीही तीन-चार मिनिटांपूर्वीच आलो." डॉ. शिवाजीरावांनी स्पष्टीकरण केलं. यानंतर आम्ही हॉटेलमधील एका प्रशस्त हॉलमध्ये प्रवेश केला. तिथे एका लांबरुंद टेबलालगत दोन्ही बाजूंनी चार चार खुर्च्या मांडलेल्या होत्या. आकर्षक टेबलक्लॉथ. एसी चा गारवा हॉलमध्ये जाणवत होता. हॉलमध्ये आम्ही फक्त सहा जण. मी, माझ्याशेजारी बबनराव

व बबनरावांशेजारी त्यांचा मुलगा प्रणव बसला. टेबलाच्या समोरील बाजूस डॉ. शिवाजीराव, मध्यभागी देशमाने साहेब आणि त्यांच्याशेजारी त्या हॉटेलचे मालक गडदे साहेब. गडदे साहेब हे देशमाने साहेबांचे स्नेही. ओळखीपाळखीची औपचारिकता संपली. गप्पागोष्टी हळूहळू रंगू लागल्या. टेबलावर पाण्यानंतर ज्युस आला. ज्युसच्या गोडव्याची चव जिभेवर रेंगाळली. देशमाने साहेब माझ्याकडे पाहात म्हणाले,

"तुम्हाला माझी मुलाखत हवीय ना? तुम्ही प्रश्न विचारा, मी तुमच्या प्रश्नांची उत्तरे देतो."

"साहेब, मी प्रश्नावली तयार केली नाही. गप्पागोष्टी करता करता आपण आपला जीवनप्रवास सांगावा. तशी तुम्ही 'मी मराठी'ला दिलेली मुलाखत मी ऐकलीय. आपण बोलत राहा, गप्पांच्या ओघातून आपली संघर्षमय वाटचाल ऐकण्यास माझे कान आणि मन आसुसले आहे. खरे तर आजच्या आपल्या भेटीचे सारे श्रेय डॉ. शिवाजीरावांना व आमचे मित्र व नात्याने चुलते असणाऱ्या बबनरावांना मी देतो आपणही आपला बहुमूल्य वेळ माझ्यासाठी दिला. आपलेही मन:पूर्वक आभार मानतो."

"अहो लेखक साहेब, कसले आभार मानता? आपण सर्वजण एकच आहोत. बहात्तरच्या दुष्काळात तुम्ही खड्डे खोदलेत ना रोजगार हमीवर! अठराविश्वे दारिद्र्य पचविलेली माणसं आपण. आपल्यात अवघडलेपण कशाला? अंगभर ल्यायला व लाज झाकायला पुरेसा कपडा अंगावर नसणारी माणसं आपण आज सुटाबुटात आलोय. मालक, साहेब झालोय म्हणून मागचे जगलेले, भोगलेले दिवस विसरता येणार नाहीत. आपण सारे जण एकाच पातळीवरचे आहोत. कुणीही छोटा, मोठा नाही. गप्पांची मैफल रंगली पाहिजे. रंगीत पेय पोटात गेले तर रंगतसुद्धा वाढेल. होय की नाही गडदे साहेब?" बैठकीतल्या सर्वांकडे नजर फिरवत देशमाने साहेब म्हणाले. गडदे साहेबांनी होकारार्थी मान डोलावली. डॉ. शिवाजीराव म्हणाले,

"देशमाने साहेब, तुम्हाला माहीत आहे की मी फक्त सिगारेटच ओढतो. मला फक्त एक पाकिट मागवा." नंतर देशमाने साहेबांची नजर माझ्याकडे वळली. ते म्हणाले,

"लेखक साहेब, आपली चॉईस सांगा. मी रोजच घेत नाही. कधीतरी मैफिल व आपणासारखे मित्र भेटले की घेतो थोडी थोडी. थोडी थोडी करता करता ती जास्त होते म्हणून मला एकट्याला बायको सहसा बाहेर जाऊ देत नाही. नेहमी ती सोबत

असते. आज अंकुश ठेवणारी नजर सोबत नाही. सांगा, तुमचा चॉईस सांगा."

"नाही साहेब, मी घेत नाही. कुठल्याही प्रकारचे व्यसन मी अद्याप केलेले नाही."

"नाही साहेब, तुम्ही खोटं बोलताय. लाजताय. अहो, माझ्या माहितीप्रमाणे बहुतांश लेखक, कवी पितात हो! त्याशिवाय मेंदूला झिंग कशी येणार आणि विचार तरी कसे सुचणार? नाही, नाही, तुम्ही संकोच करू नका साहेब, तुमच्या आग्रहाखातर हे सगळेजण इथे जमलेत आणि तुम्हीच घेत नाही म्हटल्यावर मैफल कशी रंगणार? अहो, त्यात काय, आपण कधीतरी घेतो, रोज पितोय का? कधीतरी एन्जॉय करायला काय हरकत आहे. आयुष्यभर खडतर कष्ट उपसले, वणवण केली, भुकेसाठी आतडी पिळवटून गेली, मनाच्या आशाआकांक्षा मारून जगावं लागलं. आता ते दिवस सरलेत. मग मन का मारायचं? येऊ द्या ना त्याला थोडी झिंग!"

"खरंच देशमाने साहेब, मी कधीच दारू प्यालो नाही. जो गाव, जो प्रांत आपला नाही, त्या गावाला जाण्यात काही अर्थ नाही. मी लाजत नाही वा कशाला घाबरण्याचे व दडपणाखाली नकार देण्याचे कारणही नाही. बबनराव नात्याने चुलता असला तरी आम्ही खूप जवळचे मित्र आहोत. त्यामुळे त्यांचेही माझ्यावर कसलेच बंधन वा दडपण नाही. त्यांनाच विचारा हवे तर, मी कधी पितो का ते!"

"आता काय बोलणार मी यावर, आपली मैफिल कशी रंगणार? डॉक्टर घेत नाहीत, तुम्ही घेत नाहीत, आता बबनराव तुमचं काय? तुमचा ब्रँड सांगा. तुम्ही तरी मला साथ द्याल की नाही! सांगा तुमचा ब्रँड." बबनरावाकडे पाहात देशमाने साहेब म्हणाले. बबनरावांनी एकवार आमच्या सर्वांकडे नजर फिरवली. काय बोलावं हे त्यांना सुचत नव्हतं. त्यांची द्विधा मन:स्थिती मी ओळखली. मी बबनरावांकडे पाहात म्हणालो,

"अरे, आमच्याकडे काय पाहतोस? घेत असशील तर घे ना खुशाल! त्यात काय लाजायचे? देशमाने साहेब एवढे मोठे उद्योजक आहेत, एन्जॉय म्हणून घेतात ना तेही कधीतरी. शिवाय मोठमोठ्या लोकांत वावरताना व देशविदेशातल्या कंपनी प्रतिनिधींसोबत, सेलिब्रेटींसोबत त्यांना कंपनी ही द्यावीच लागत असणार! तो उपचारांचा भाग झालाय हल्ली. तू घेत असशील तर लाजू नको. दे कंपनी देशमाने साहेबांना." पुढ्यातल्या पापलेटचा तुकडा तोंडात चघळताना मी म्हणालो.

"नाही रे बाबा, मी नाही कधीच पीत. तू कधी पाहिलंय का मला पिताना?"

बबबराव उद्गारले.

"मी कुठं दररोज तुझ्यासोबत असतोय, तू पितो की नाही ते पाहायला? पण पीत असशील तर पी. कशाला आढेवेढे घेतोस. बैठकीस मी, डॉ. शिवाजीराव व प्रणव आहे म्हणून लाजतोस काय?" मी परखडपणे बोललो.

"अहो बबनराव, हल्ली सारे जण घेत असतात. मी या हॉटेलचा मालक. अहो मिसरुड न फुटलेली पोरं नाईन्टी पितात. पोरीसुद्धा वाईन, बिअर इथं येऊन पितात. सांगा, कुठली पाहिजे तुम्हाला. कशाला देशमाने साहेबांना नाराज करताय राव. द्या ना त्यांना कंपनी!" गडदे साहेब म्हणाले.

"अहो, खरंच मी नाही घेत. तुमचा सर्वांचा काहीतरी गैरसमज होतोय. तुम्ही तुम्हाला हवं ते मागवा, मी नाही घेत. विश्वास ठेवा." बबबराव माझ्या आणि प्रणवच्या चेहऱ्यावरील भाव पाहात बोलले.

"बबनराव, तुम्ही व्यावसायिक, व्यापारी, व्यावसायिक प्रशिक्षण संस्थेचे चालक-मालक, माझ्यासारखेच देशभर दौरे करत फिरत असता. मला माहीत आहे, की व्यवसायाच्या माध्यमातून मदिराप्राशन होतेच होते. माझी शंभर टक्के खात्री आहे, तुम्ही माझ्यासारखी कधीतरी अधूनमधून दारू पीत आहात. परंतु आज तुम्हाला ऑकवर्ड का वाटतं? घरातली माणसं शेजारी बसलेत म्हणून की काय?" आमच्याकडे पाहात देशमाने साहेब म्हणाले.

"आमची काहीच हरकत नाही. मी तर सुरुवातीलाच म्हणालोय, घेत असशील तर खुशाल घे आणि प्रणव तर नेव्हीतला माणूस. तो कशाला बबनरावांना नको म्हणेल! त्यांनी खुशाल एन्जॉय करावं, तुम्हाला कंपनी द्यावी." मी देशमाने साहेबांकडे व बबनरावांकडे पाहात म्हणालो.

काही वेळ परत शांततेत गेला. बबनराव खोल विचारात दंग झाल्यागत पुढ्यातल्या टेबलावरच्या प्लेटमधून खारा शेंगदाणा व तळलेला वाटाणा तोंडात टाकत होते. देशमाने साहेब व गडदे साहेब, बबनरावांना आरपार न्याहाळत होते. बबनरावांमुळे त्यांची ऑर्डर खोळंबली होती. काही वेळाने मनाचा निर्धार केल्यागत बबनराव म्हणाले,

"नाही सायबानू, खरंच मला नका आग्रह करू. मी नाही घेत व कधी घेतलीही नाही. डॉक्टर, प्लीज सांगा तुम्हीच देशमाने साहेबांना. माझ्याकरता विलंब नको. आपले मुलाखतीचे काम अपुरे राहायला नको. महत्प्रयासाने आजचा हा योग जुळून आला आहे." बबनराव निर्धारपूर्वक बोलले.

"चला, शेवटी गडदे साहेब, आपण दोघेच घेणार तर! मी कधीतरी पार्टीमध्ये थोडीफार घेतो बरं का! नाहीतर तुम्ही म्हणाल, देशमाने साहेब बेवडा आहे. खरं सांगू का लेखक साहेब, हल्ली नव्वद टक्के लोक घेतात, अहो कुणी नसतं धुतल्या तांदळासारखं स्वच्छ. दिव्याखाली अंधार असतो राव! तो अंधार मान्य करण्याची मानसिकता आता माणसांमध्ये राहिलेली नाही. आपलं तर बाबा हे असं आहे. आयुष्याचं पान उघडं आहे, खोटंनाटं जमत नाही. खोटं सहन होत नाही. लांडी लबाडीला माझ्याकडे थारा नाही. लोखंडागत मी तावून सुलाखून निघालोय. परिस्थितीच्या ऐरणीवर घाव सोसून मी कणखर झालोय. मोडेन, पण वाकणार नाही हा मराठी बाणा माझ्या नसानसात भिनला आहे. जे जे वंदनीय, पवित्र आहे, तेथे माझा माथा झुकला आहे. रानावनात, मातीच्या ढेकळात आणि गवताच्या कुसळात, बोरी-बाभळीच्या काटवनात वाढलेली आपण माणसं, आज स्वत:च्या मोटारीतून फिरतोय. लहानपणी आकाशातून उंच भरारी घेणाऱ्या विमानाचं आपणास किती कुतूहल वाटायचं. आज आपण त्या विमानात बसून देश-विदेश फिरतोय. हे भाग्य नाही तर आपल्या अथक परिश्रमाची जिद्दीनं मिळवलेल्या यशाची फलश्रुती आहे. रात्रभर सातारा एस. टी. स्टँडमधील शेट्टीच्या हॉटेलमध्ये वेटरचं काम करून मी आयटीआय वायरमनचा कोर्स दिवसा करायचो. वायरमन कोर्स पास होऊन कंपनीत नोकरी केली."

देशमाने साहेब बोलत होते. मी माझ्या डायरीत पेनने त्यांचे बोलणे व बोलण्यातले मुद्दे नोंद करण्यात दंग झालो होतो. गप्पागोष्टींना रंगत आली होती. पुढ्यातल्या टेबलावर मांडलेल्या प्लेटमधील पदार्थसुद्धा भराभर पोटात जात होते. आमच्या पुढ्यात पुन्हा ज्युस भरलेले ग्लास आले. पापलेटचा तर केव्हाच फडशा पडला होता. रित्या झालेल्या खाऱ्या शेंगदाण्याच्या, वाटाण्याच्या प्लेट पुन्हा पुन्हा वेटर भरत होता. देशमाने व गडदे साहेबांच्या पुढ्यात उंची विदेशी रंगीत दारूची बाटली. बाटलीतले मद्य वेटरने ग्लासमध्ये ओतले, बर्फाचे काही तुकडेही टाकले. देशमाने साहेब व हॉटेल मालक गडदे साहेब यांचे ग्लासला ग्लास भिडवून चिअर्स झाले. हळूहळू ग्लासातली उंची दारू, घोट घोट प्राशन करत पोटात प्रवेश करू लागली. पुढ्यातला एक एक ग्लास रिता झाला. वेटरने पुन्हा ग्लास भरले. आता देशमाने साहेब आणि गडदे साहेब अधिकच खुलेपणाने बोलू लागले. आम्हीही पुढ्यातल्या ज्युसचे ग्लास पोटात रिचवले. गप्पागोष्टींच्या नादात कितीतरी शेंगदाणे, वाटाणे आम्ही पोटात भरले होते. दोन दोन पापलेटही पोटात शिरले होते. दोन ग्लास

ज्युसही पोटात स्थिरावला. हॉलमध्ये आम्ही सहा माणसं आणि आमची बडदास्त ठेवायला चार वेटर खांबांसारखे ताठ, पण दक्ष उभे. साराच शाही बडदास्त ठेवणारा थाट मी पहिल्यांदा अनुभवत होतो. मसाला लावून तळलेले चिकनचे तुकडे वेटरने आमच्या सर्वांच्या पुढ्यात असणाऱ्या प्लेटमध्ये मोठ्या अदबीने वाढले. चकणा खाऊनच पोट फुगले होते. अजून जेवण बाकी होते. गप्पागोष्टींची मैफल उत्तरोत्तर रंगत चालली होती. देशमाने साहेब आणि गडदे साहेब दिलखुलासपणे बोलत होते. डॉ. शिवाजीरावही आपण अनुभवलेल्या घटनांचे काही किस्से सांगत होते. मी, बबनराव व प्रणव श्रोते म्हणून समोर बसून सारे काही ऐकत होतो. ऐकता ऐकता समोरच्या प्लेटमधील पदार्थ पोटात ढकलत होतो. देशमाने साहेब म्हणाले,

"गडदे साहेब, ही विदेशी उंची दारू आपण दोघेच पितोय. तिचा आस्वाद मैफलीतल्या बाकी लोकांना घेता येत नाही. मला वाईट वाटतंय. नुसता चकणा खाण्यात काय मजा! पण यांना कोण आणि कसं सांगणार हे. यांचं आपलं मी नाही घेत, मी नाही घेत. अरे कधीतरी स्वच्छंदी आणि मुक्त होऊन स्वतःसाठी जगा रे! कोण म्हणतो दारू पिणं वाईट असतं? आपल्याकडे म्हणजे आपल्या देशात माणसं दारू पीत नाहीत तर दारू माणसांना पिते. म्हणून आपण दारूला वाईट म्हणतो. खरं आहे ना बबनराव?"

बबनराव तोंडात टाकलेला चिकनचा तळलेला तुकडा चघळत चघळत देशमाने साहेबांच्या हातातल्या ग्लासातली उंची दारू न्याहाळत देशमाने साहेबांकडे पाहात होते. बबनरावांच्या डोक्यात विचारांची प्रचंड उलथापालथ चालू असल्याचे त्यांच्या चर्येवरून दिसत होते. 'अक्क्ऽऽ' असा बबनरावांच्या मुखातून आवाज निघाला. मी शेजारी बसलेलो असल्यामुळे तो आवाज फक्त मलाच ऐकू आला. बबनराव खुर्चीवरून उठले. 'मी येतो' असा मला त्यांनी हातानेच इशारा करून खुणावले. बबनराव बाथरूमला गेले असतील असेच आम्हा सर्वांना वाटले. गडदे साहेब म्हणाले,

"मीदेखील कंपनीत एक साधा कामगार होतो. काही दिवस नोकरी केल्यानंतर नोकरी सोडली आणि या हॉटेल व्यवसायात आलो. तसा मलाही संघर्ष करावा लागला खूप, पण देशमाने साहेबांसारखा नाही. अहो, हॉटेल, धाबे चालवणे ही शेट्टी लोकांची खासियत! पण मीही मराठी माणूस म्हणून स्वतःला याबाबत सिद्ध करून दाखवलं."

"इतकी प्रशस्त जागा आणि ही दुमजली इमारत, गार्डन...!" गडदे साहेबांकडे

पाहात डॉ. शिवाजीराव म्हणाले.

"होऽऽ सर्व आपलंच आहे. आपल्या मालकीचं. सुरुवातीला हॉटेल छोटं होतं. हॉटेल वाढलं, पैसा आला, हॉटेल मोठं झालं. पूर्वी एखादा आचारी असायचा. मालक व वेटरची भूमिका मीच पार पाडायचो. आता पंधरा-वीस आचारी आहेत, शंभर एक वेटर, मॅनेजर, कॅशियर... जवळजवळ अडीचशे-तीनशे लोक नोकरीला आहेत."

"हॉटेल व्यतिरिक्त अजून...?" शिवाजीरावांनी पुन्हा विचारले.

"आहे ना! दहा-पंधरा ट्रक आहेत, एक पेट्रोलपंप आहे. गावी जमीन घेतलीय बरीचशी. तिकडे नोकरचाकर आहेत. खूप वाढवलेत व्याप." गडदे साहेब ग्लासातला घोट घेत म्हणाले.

काही वेळानं बबनराव आले. आपल्या खुर्चीवर बसले. डाव्या हाताच्या बोटांनी आपला घसा चोळीत अस्वस्थपणे बबनराव, कधी डॉ. शिवाजीरावांचा तर कधी देशमाने साहेबांचा तर कधी गडदे साहेबांचा चेहरा न्याहाळत होते. देशमाने साहेब बोलत होते. आम्ही सारे ऐकत होतो. मध्येच अनेक शंका आम्ही विचारत होतो. काही वेळाने बबनराव खुर्चीवरून उठले. मी त्यांना विचारले,

"का रे, काय झालं? आताच तर बाहेर जाऊन आलास. परत चाललास. काही प्रॉब्लेम आहे का?" काही न बोलता बबनरावांनी 'काही नाही' अशी हातांनी मला खूण करून सांगितले. बबनराव परत हॉलमधून बाहेर गेल्यामुळे हॉलमधील सर्वांच्या मनात अनेक शंकाकुशंका येवू लागल्या. परंतु कोणीच काही बोलेना. बबनरावांचे काहीतरी बिनसले आहे ही गोष्ट आमच्या सर्वांच्या लक्षात आली. देशमाने साहेब व गडदे साहेब यांच्या पुढ्यातला ग्लास दुसऱ्यांदा रिता झाला होता.

"ह्ये बबनराव सतत बाथरूमला का जातात? अरे आम्ही पिलोय आणि नशा यांना चढलीय की काय? का तिकडे बाहेर जाऊन आपल्या परस्पर क्वार्टर लावतात की काय! 'मी नाय त्यातली आन् कडी लाव आतली.' आम्ही एवढा आग्रह केला त्याची काहीच किंमत नाही. काहीतरी गडबड आहे." असे म्हणत गडदे साहेबांनी वेटरकडे कटाक्ष टाकला व म्हणाले,

"अरेऽऽ, बघ रे जाऊन, बबनराव काय करतात ते. त्यांचं एकसारखं आत-बाहेर येणंजाणं चाललंय. काय झालंय त्यांना, जा बघ आणि सांग मला लवकर."

वेटर गडदे साहेबांची आज्ञा होताच बबनरावांच्या पाठीमागे गेला. काही वेळानं वेटर परत हॉलमध्ये आला व गडदे साहेबांजवळ जात म्हणाला,

“साहेब, त्यांच्या घशात चिकनचा तुकडा अडकलाय.”

“कायऽऽ, चिकनचा तुकडा? असा कसा अडकला? कुठं बसविलेय त्यांना? पाणी द्यायचं ना प्यायला. भात खायला द्या नाहीतर रोटी दे, म्हणजे घशातला तुकडा खाली सरकेल. बघा, नीट लक्ष द्या. अरे, ते आपले गेस्ट आहेत.” गडदे साहेब काहीसे भांबावून काळजीपोटी बडबडले.

“त्यांना तिकडे हॉटेलमध्ये बसवले आहे. पाणी पाजून पाहिलं, भात खाऊ घातला, रोटी खायला दिली पण त्यांना काहीच गिळता येत नाही. चिकनचा तुकडा घशात गच्च अडकलाय साहेब. आम्ही खूप प्रयत्न करून पाहिलेत. ते साहेब तर फारच बैचेन झालेत. तुम्हीच सांगा आता काय करायचं ते.” वेटर अगतिकपणे बोलला.

वेटरचं बोलणं ऐकून प्रणव उठला आणि वेटरपाठोपाठ बबनरावांकडे हॉटेलमध्ये गेला. त्याच्या पाठोपाठ गडदे साहेबांची पावलेही तिकडेच वळली.

“होतं असं कधीकधी. फार काळजी करण्यासारखी बाब नाही ही. पण मुळात चिकनचं हाडुक घशात अडकलंच कसं? हा माणूस न चावताच चिकन खात होता की काय! अधाशीपणानं म्हणावं की अनवधानानं झालंय हे असं. काही कळायला मार्ग नाही.” चिंतातुर झाल्यागत डॉ. शिवाजीराव म्हणाले.

“अहो, तुम्ही डॉक्टर आहात हे विसरू नका. घशात अडकलेलं हाडुक कसं बाहेर काढायचं वा आत पोटात ढकलायचं हे तुम्ही ठरवायचं. तुमचा स्नेही अवस्थ होऊन तिकडे तळमळतोय अन् तुम्ही खुशाल नाकातोंडातून सिगारेटचा धूर फुंकत निवांत बसलाय. डॉक्टर हे तुम्हाला शोभत नाही बरं का!” देशमाने साहेबांनी आपले मत नोंदविले.

“अहो साहेब, मी स्त्रीरोगतज्ज्ञ आहे. मी सर्जन नाही. आता मला माझ्या सर्जन असणाऱ्या डॉक्टर मित्राचा सल्ला घ्यावा लागेल.” असे म्हणत डॉ. शिवाजीरावांनी आपल्या खिशातून मोबाईल फोन काढून सर्जन मित्राला संपर्क साधला. त्याला प्रसंगाची कल्पना दिली व त्या डॉक्टरांनी सांगितलेले औषध आपल्या हॉस्पिटलमधील नर्सला मेडिकल स्टोअरमधून विकत आणायसा सांगितले. थोड्या वेळाने गडदे साहेब, बबनराव व प्रणव परत हॉलमध्ये आले. बबनरावांचा चिंतातुर चेहरा भयग्रस्त दिसत होता. मी काळजीपोटी त्याला म्हणालो,

“का रे मास्तर, असं कसं झालं? कसं काय हाडुक घशात अडकलं? अरे पण हाडुक घशात अडकेपर्यंत तुझं ध्यान होतं कुठं? शेंगदाणे, वाटाणे चघळून चघळून

सावकाश खात होतास, मग हे हाडुकच आख्खं कसं गिळलंस! तुझा धांदरट अन् हावरटपणा अजून गेला नाही. अहो, आम्ही हायस्कूलमध्ये शिकत असेपर्यंत आम्ही कुठे लग्नाला, कुठल्या गावाच्या यात्रेला गेलो की तिथं हा मास्तर काहीतरी गडबड घोटाळा करणारच! ही त्याची ख्याती होती. हा काहीतरी आचरटपणा करणार आणि त्याचे परिणाम सर्वांना भोगायला लावणार! म्हणून आमचे याच्यावर फार बारकाईनं लक्ष असायचं. पंगतीत जेवायला शेजारी बसलो की हा बहाद्दर शेजारी जेवत असणाऱ्या माणसाच्या ताटात आपल्या ताटातले आपणास न आवडणारे पदार्थ टाकणार म्हणजे टाकणारच. त्यामुळे पंगतीला त्याच्याशेजारी बसायला कुणी माहितगार पोरं धजावायची नाहीत. आम्ही लहानपणी या मास्तरला खेत्री बब्या म्हणायचो. आजसुद्धा मास्तरच्या अंगातला खेत्रीपणा कमी झाला नाही, हे आपल्याला दिसले असेलच. आज इतक्या रंगलेल्या मैफलीतसुद्धा मास्तरनं उद्योग केलाच ना!"

"काय राव, बबनराव कळवळतोय अन् तुम्ही असं कसं म्हणताय?" डॉ. शिवाजीराव कळवळून बोलले.

"मास्तर लै त्रास होतोय का रे?" मी मास्तरकडे चिंतातुर चेहरा करून म्हणालो. दीर्घश्वास घेऊन केविलवाणे पहात बबनरावने हाताने हावभाव करत बोलता येत नसल्याची खूण केली आणि पश्चात्ताप झाल्यासारखा हात आपल्याच मस्तकाला लावला. त्यावरून घशात अडकलेल्या हाडकाने मास्तरच्या वेदना व असहाय हतबलता सर्वांना कळाली. रंगलेल्या मैफलीचा व रंगलेल्या मुलाखतीचा बेरंग झाला. देशमाने साहेबांची महत्प्रयासाने जुळून आलेली मुलाखत अर्धवटच राहिल्यामुळे माझ्या मनावर नैराश्याचे दाटून आलेले ढग अधिकच गडद झाले. हॉलमधील वातावरण गंभीर झाले. देशमाने साहेब म्हणाले,

"आता कुठे रंगत येत होती. थोडीच शिल्लक राहिलीय बाटलीत. तेवढी संपवू. चकणा खूप खाल्ला असला तरी मला थोडं जेवण म्हणजे डाळभात तरी खाल्ला पाहिजे. तुम्ही सर्वजण पोटभर जेवा. मला या बबनरावांची अस्वस्थता जास्तच अस्वस्थ करतेय आता. एवढी पिऊनसुद्धा नशा आली नाही. नाही म्हणायला थोडी झिंग आली होती. पण तीही गेली."

"अजून मागवू का देशमाने साहेब, असं नाराज नाही व्हायचं. वेटर ऽऽ." गडदे साहेब बोलले.

"नाही, नाही, आपण पुन्हा कधीतरी बसू व राहिलेली कसर भरून काढू

पण आता नाही. लेका ऽऽ हा प्रसंग काय आहे. होतं कधीतरी असं. बबनराव कळवळतोय आणि आपण! याला काही अर्थ नाही. पण यांना मास्तर का म्हणतात?" माझ्याकडे पाहात देशमाने साहेब म्हणाले.

"बबनरावांनी काही दिवस शिक्षकाची नोकरी केली. त्यानंतर खासगी क्लास चालविले. आताही फॅशन इन्स्टिट्यूट चालवतात. मी त्यांना मास्तरच म्हणतो." मी स्पष्टीकरण केलं. बबनराव हाताची खूण करून 'तुम्ही सावकाश प्या, खा' असे आम्हाला सांगत होते. परंतु चकणा खाऊन पोट भरलेले आम्ही म्हणजे प्रणव, डॉ. शिवाजीराव व मी जेवण न करण्याचा निर्णय घेतला. देशमाने साहेबांनी डाळभात खाल्ला. परत लवकर भेटण्याचा वायदा करून आम्ही सर्वजण हॉटेल बाहेर पडलो तेव्हा रात्रीचा एक वाजला होता. बबनराव, डॉ. शिवाजीराव आणि प्रणव डॉक्टरांच्या गाडीत बसून त्यांच्या चिंचवड येथील हॉस्पिटलमध्ये गेले. तेथे डॉक्टरांनी एक औषधाची बाटली बबनरावांना दिली. बबनरावांनी घरी गेल्यावर त्या औषधाचा डोस घेतला.

मी सकाळी बरोबर सात वाजता बबनरावांना फोन केला. फोनची रिंग बराच वेळ वाजत राहिली. प्रणवने फोन उचलला. मी त्याला विचारले,

"अरे प्रणव, रात्रीच्या औषधामुळे तुझ्या पप्पांच्या घशातलं हाडुक खाली सरकलं का नाही?"

"नाही काका. औषधाचा काहीही परिणाम झाला नाही. पप्पांना साधे पाणीसुद्धा पिता येत नाही. घसा सुजलाय. बोलणं तर कालपासूनच बंद झालंय. मी डॉ. शिवाजीरावांना फोन केला होता. त्यांची लोणावळ्याला कॉन्फरन्स आहे आज. ते म्हणाले, मी नाही जात लोणावळ्याला. तो प्रोग्रॅम रद्द करतो. मीच त्यांना म्हणालो की, तुम्ही तुमच्या सर्जन डॉक्टर मित्राला फोन करून सविस्तर सांगा. मी पप्पांना घेऊन त्यांच्या हॉस्पिटलला जातो. तुम्ही तुमचा कार्यक्रम रद्द करू नका. काही अडचण वाटली तर मी तुम्हाला फोनवर संपर्क करेन. डॉ. शिवाजीराव त्यांच्या सर्जन डॉक्टर मित्रासोबत बोलले व सकाळी नऊ वाजता त्यांनी त्यांच्या हॉस्पिटलला पप्पांना घेऊन बोलावले आहे."

"मी येऊ का तिकडे हॉस्पिटलला? मला हॉस्पिटलचा पत्ता सांग."

"नको नको काका, नका धावपळ करू उगाच. मी कळवतो तुम्हाला फोन करून."

"ठीक आहे. मी वाट पाहतो. मला काळजी वाटते रे. उगाच माझ्यामुळे..."

"छे ऽऽ छे! काका, तसे काही मनात आणू नका. जे होणार ते कुणाला टळत नाही. तुम्ही कशाला स्वतःला अपराधी मानता. तुम्ही फक्त निमित्तमात्र आहात. उलट तुमचे काम अर्धवट राहिले. या गोष्टीचे मला वाईट वाटते."

"ठीक आहे. मला फोन करायला विसरू नकोस." असे बोलून मी फोन बंद केला.

दिवसभर मी अस्वस्थ होतो. मी अकरा वाजता प्रणवला फोन केला. त्याने फोन उचलला नाही. परत बारा वाजता, एक वाजता फोन करून पाहिला. प्रणव फोन उचलत नव्हता. चिंतेने माझ्या पोटात आता भीतीचा गोळा गरगर फिरू लागला. काही सुचेनासे झाले. अस्वस्थपणे घरातल्या घरात येरझारा घालू लागलो. बरोबर दोन वाजता प्रणवचा फोन आला. दीर्घ श्वास घेत धाप लागल्यागत मी विचारले,

"अरे प्रणव, काय झालंय, ठीक आहे ना मास्तर?"

"हो ठीक आहे काका. थोडा त्रास झाला, पण ठीक आहे आता."

"अरे, पण तू फोन उचलला नाहीस. त्रास झाला म्हणजे नेमकं काय झालं ते तरी सांगशील की नाही? इथं प्रत्येक क्षण मी कंठात आल्यागत माझी अवस्था झालीय."

"काय आणि कसे सांगू. सगळ्याच अडचणी. डॉक्टरांनी नऊ वाजता हॉस्पिटलला बोलावले. डॉक्टर दुसऱ्या कुठल्यातरी हॉस्पिटलमध्ये सर्जरीत अडकून बसले होते. दुपारी एक वाजता आले. तोपर्यंत पप्पांची अवस्था वर्णना पलिकडची झाली. पोटात अन्नपाणी तर नाहीच नाही. घशातल्या वेदनांनी पाण्याबाहेर काढलेल्या माशासारखे ते तळमळत होते. त्यांच्या वेदना व अस्वस्थता, अशी हतबल अवस्था पाहून मी हमसून रडत होतो. हॉस्पिटलमध्ये खूप डॉक्टर, नर्स होत्या, पण सर्जनशिवाय सारेच हतबल होते. कुणीच काही करू शकत नव्हते. डॉक्टर एक वाजता आल्यानंतर पप्पांना ऑपरेशन थिएटरमध्ये नेलं. घशात कॅमेरा सोडला. हाडुक बाहेर काढण्याचा खूप प्रयत्न केला. पण अन्ननलिकेत घट्ट रुतलेलं हाडुक काही बाहेर निघता निघेना. शेवटी डॉक्टरांनी ते हाडुक पोटात आत ढकललं. तासभर डॉक्टरांनी शिकस्त केली. घशाला खूप सूज आलीय. पप्पांना धड बोलताही येत नाही. डॉक्टरांनी काहीही न बोलण्याचा सल्ला दिलाय. औषधे दिली आहेत. एक-दोन दिवस काळजी घ्या म्हणालेत. जाऊ द्या, एकदाचा जीव भांड्यात पडला. हॉस्पिटलमधूनच तुम्हाला फोन करतोय."

"ठीक आहे. दोन दिवसांनी फोन करतो व नंतर भेटायला येतो."

"ओके काका." प्रणवचं फोनवरील बोलणं संपलं. मीही सुटकेचा श्वास घेतला. दोष कुणाचा?... कोंबडीचा, मास्तरचा की माझा... काहीच समजत नव्हतं. दोन दिवसानंतर मी बबनरावांना फोन केला.

"हा मास्तरऽऽ, कसा आहेस रे? बरं वाटतंय ना. बोलताना काही त्रास तर होत नाही ना?"

"थोडा त्रास होतोय रे. घशाला सूज आहे अजून. कधी असं होत नाही रे. असं कसं झालं माझं मलाच कळालं नाही."

"पण मला कळाले ते हाडुक कसं तुझ्या गळ्यात अडकले?"

"कसं सांग बरं?"

"ए मास्तरऽऽ, येडं घेऊन पेडगावला जाऊ नकोस. खरं सांग, तू दारू पितोस की नाही?"

"नाही. तू कधी मला दारू पिताना पाहिलंस का?"

"पाहिलं की नाही ते तुला मी नंतर सांगतो. माझ्या प्रश्नाचं उत्तर पहिल्यांदा तू दे."

काही वेळ मास्तर म्हणजे बबनराव गप्प बसला. काय उत्तर द्यावं त्याला सुचेना. नंतर तो म्हणाला,

"आता तुझ्यापासून काय लपवायचं? बाहेर दौऱ्यावर म्हणजे बंगळूर, सुरत अशा शहरात गेलो की घेतो कधीकधी थोडीफार."

"मग त्या दिवशी का नाही घेतली?"

"कशी घेणार? तू व प्रणव आणि डॉ. शिवाजीराव सोबत होते. घ्यायची खूपच इच्छा झाली होती रे. एक मन म्हणायचं घे, तर एक म्हणायचं नको घेऊ. अशी द्विधा अवस्था झाली होती."

"बरोबर घेऊ का नको, येस-नो मध्येच तू हरवून गेलास आणि तोंडातलं हाडुक चघळता चघळता सटकलं अन् घशात अडकलं. इतकी उंची विदेशी दारू पुढ्यात असून घेता आली नाही. कदाचित दारू पिला असतास तर हाडुक घशात अडकलं नसतं!"

"जाऊ दे. शीर सलामत तो पगडी पचास!"

"बरं, एक सांग मला, त्या डॉक्टरांनी बिल घेतले नसेल ना! नाही म्हणजे डॉ. शिवाजीरावांचे ते मित्र आहेत म्हणून विचारतोय."

"अरे व्यवसायात कोणी कोणाचा मित्र नसतो बाबा. घशात अडकलेलं हाडुक

बाहेर निघत नाही ही बाब लक्षात येतात त्यांनी ते हाडुक पोटात आत ढकललं अन् वीस हजार रुपये घेतले."

"बाप रे! कोंबडीचं इवलंसं हाडुक वीस हजाराला तर कोंबडीची किंमत किती असेल? नक्की लाखभराची ती कोंबडी असली पाहिजे. मला कळत नाही, कोंबडी भाग्यवान की तू भाग्यवान?"

"तुला काय समजायचे ते समज. पण मी आता गळ्यात तुळशीमाळ घालायचा विचार करतोय." बबनराव ऊर्फ मास्तर कातर स्वरात बोलला अन् मी मात्र मनोमन स्वत:शीच हसत राहिलो. सौ. ने मी का हसतोय म्हणून विचारणा केली. मी हसत हसत म्हणालो,

"काही नाही. हाडुक... हाडुक...!"

"कसलं हाडुक... हाडुक... करताय आन दाताडं काढताय. कुत्र्यावानी हाडकं चघळायची सवय लागलीय तुम्हाला. कितीही खा, पण मन भरायचं नाही तुमचं. माणूस हाये का भुतावळ! खात्या-पित्या घरातली माणसंच 'इब्लीस' आसत्यात."

मास्तर फोनवर माझं आणि माझ्या सौ. चं संभाषण ऐकत होता.

। ४ ।

नाकेबंदी

माणसाचा विश्वास संपादन करणे आणि त्या विश्वासाला तडा जाऊ न देणे हे फारच जिकीरीचे काम असते. आजकाल लोक स्वतःच्या स्वार्थासाठी दुसऱ्याच्या चांगुलपणाचा फायदा घेऊन आपला हेतू साध्य करतात. इथेच माणसाच्या विश्वासाला खऱ्या अर्थाने ठेच लागते. माणूस माणसापासून विनाकारण दुरावला जातो. प्रेम, विश्वास व आपुलकीची जागा द्वेष, मत्सर व घृणा घेते. माणसामाणसांत निर्माण झालेली मतभेदाची दरी पुन्हा कधीच भरून निघत नाही. आयुष्याच्या प्रवासात खूप भलेबुरे अनुभव आले. त्यात भलेपणा, मात्र हाताच्या बोटावर मोजण्याइतका दुर्मिळ, पण बुरेपणा सदोदित पाचवीला पुजल्यासारखा दररोज स्वागताला दारात सज्ज! कधीकधी मनात प्रश्न उभा राहतो, माणूस का असा वागतो? कशासाठी दुसऱ्याला फसविण्यात धन्यता मानतो! हेतू हाच की विनासायास अथवा कमी कष्टात दुसऱ्याच्या खिशातला पैसा, धन आपणास प्राप्त व्हावे. या फायद्यातोट्याच्या व्यवहारी हिशोबात माणूस आपादमस्तक बदलला. इथेच माणसाचा माणसावरील विश्वासाला तडा गेला. कारखान्यात कामगार म्हणून यंत्रासोबत काम करताना यंत्रेही माणसांच्या आदेशानुरूप काम करत असतात. कामगारांचा यंत्रावर विश्वास असतो. मग मला कधीकधी प्रश्न पडतो की, माणूस निर्जीव यंत्रावर विश्वास ठेवतो, पण माणूस माणसावर विश्वास ठेवत नाही. कारखान्याच्या फाटकाच्या आतले जग वेगळे आणि बाहेरचे जग पूर्णतः

वेगळे असल्याची जाणीव मी कारखान्यातून सेवानिवृत्त झाल्यानंतर प्रकर्षाने मला झाली. घराबाहेर पडलो की रस्त्यात भेटणारा, दुकानात उभा असणारा दुकानदार, विक्रेता, व्यावसायिक, अन्य सेवा देणारे सेवाभावी सारे तोंड उघडून लचके घेण्यासाठी आसुसलेले सरसावून पुढे येतात. त्यांच्या प्रत्येकाच्या हातात मला सुरा तरी दिसतो नाहीतर तागडी तरी दिसते. त्याचा 'आ' करून वासलेला जबडा मला गिळंकृत करण्यासाठी अधीर झालेला असतो. मला लुटण्याची, माझे पंख छाटण्याची जणू त्यांच्यात आपापसात स्पर्धा लागलेली असते. माझ्यातले स्वत्व निपटून घेण्यासाठीच ते मला तागडीत तोलतात. मी असहाय्य, हतबल होतो अन् मला भेटणाऱ्या प्रत्येक माणसात मी विश्वास, प्रामाणिकपणा शोधू लागतो आणि प्रत्येक वळणावर ठेचकाळून पडतो. विश्वासघाताने मन रक्तबंबाळ होते. सांत्वन करणाऱ्या प्रत्येकाला मी व्याकूळ होऊन विचारणा करतो, प्रत्येक जण म्हणतो, "हे असंच आहे. ही जगरहाटी आहे. जगायचं असेल तर जुळवून घ्यावंच लागेल. पोथ्यापुराणे वाच, इतिहास वाच, विश्वासाला प्रत्येक ठिकाणी किंमत मोजावी लागली. माणूस बेइमान झालाय." पैसा परमेश्वर झाला आहे आजकाल. मान्य, पण त्यासाठी माणसं कोणत्या थराला जातात आणि आपल्यातलं माणूसपण विकतात याचा फारच वाईट अनुभव मला घर बांधत असताना आला.

घर बांधण्यासाठी गुंठाभर जमीन मला विकत घ्यायची होती. मी माझ्या ऐपतीप्रमाणे जागा शोधत होतो. माती विकून पोटाची खळगी भरणारे व सुखासीन जगण्याचा हव्यास धरणारे जमीन विकणारे कमिशन एजंट भेटले. जमीन आपलीच असल्याचा अविर्भाव दाखविणारे हे कमिशन एजंट जमिनीच्या मूळ मालकासोबत संवाद साधू देत नव्हते. त्यांची ती मिठ्ठास वाणी मला अत्यल्प दरात गुंठाभर जमीन विकून माझ्यावर उपकार करत असल्याचा भास होत होता. परीटघडीचे पांढरे कपडे त्यांनी घातलेले असले तरी हॉटेलात दहा रुपयांचा चहा दुसऱ्याला पाजण्याची त्यांची दानत नव्हती. गरजवंताला अक्कल नसते म्हणतात तेच खरे. खूप साऱ्या आश्वासनाला बळी पडून मी जागेचा व्यवहार पूर्ण केला. खरेदीखताच्या वेळी मूळ जमिनीचा मालक रजिस्ट्रार ऑफिसमध्ये सही करताना पाहिला व मला भेटला. परंतु या एजंट लोकांनी त्याच्यासोबत मला संवाद करू दिला नाही. दुसऱ्याची जमीन विकून त्यावरची मलई हडप करणारे हे एजंट चोरांचेही चोर असल्याची अनुभूती मला आली. लबाड बोलून माणसांची फसगत करणारे हे एजंट पोटासाठी प्रामाणिकपणे लोकांकडे भीक मागणाऱ्या भिकाऱ्यापेक्षा अत्यंत नीच, हीन व

किळसवाण्या वृत्तीचे असल्याची माझी खात्री झाली. माणसातही गिधाडे असतात याचा प्रत्यय पहिलांदाच मला आला. कारण माझ्या घामाचा पैसा कमिशनच्या रूपात एजंटांनी हडप केला होता, म्हणून माझं मनच मला खात होतं.

घर बांधण्यासाठी जागा खरेदी केली. बांधकाम व्यवसायाबाबत मला काहीच माहिती नव्हती. या व्यवसायातली माणसं फारच चतुर असतात हे माझ्या ऐकिवात होतं. मी जवळच्या नातेवाइकांकडे, मित्रमंडळींकडे विश्वासू व चांगले गुणवत्ताधारक बांधकाम करणाऱ्या बांधकाम व्यावसायिकाची चाचपणी करत होतो. तीन-चार ठेकेदारांना जागा दाखविली व एकंदरीत खर्चाबाबतची विचारणा केली. प्रत्येकाने मला सांगितलेल्या खर्चाचा आकडा अतिशय भिन्न असायचा. त्यामुळे घर बांधावे की बांधू नये अशी संभ्रमावस्था झाली. माझ्याकडे उपलब्ध असणाऱ्या पुंजीच्या दुप्पट-तिप्पट खर्च या लोकांनी मला सांगितला होता. सरतेशेवटी त्रासून मी माझ्या गुरुवर्य असणाऱ्या सरांना भेटलो. सर केवळ माझे गुरुवर्यच नव्हते, तर ते मला पितृतुल्य होते. ज्या ज्या वेळी मी संभ्रमावस्थेत किंवा अडचणीत असे त्या त्या वेळी माझ्या समस्येवर सर म्हणजे रामबाण उपाय. सर मला म्हणाले,

"हे बघ, 'घर पाहावे बांधून व विहिर पाहावी खोदून' अशी मराठीत जुनी म्हण आहे. त्यामुळे तू म्हणत असशील इतक्याच पैशात घराचं बांधकाम पूर्ण व्हावं तर तसं ते होणार नाही. कमीजास्त वा अलीकडे, पलीकडे खर्च होणारच. शिवाय हा व्यवसाय फसवा आणि लबाडीचा आहे. गोड बोलून खिसा रिता करणारी या व्यवसायातली माणसं आहेत. घर एकदाच बांधून होते म्हणून घराचा मालक कंबर कसून पैसा खर्च करतो आणि बांधकाम व्यावसायिक व त्याच्याशी निगडित असणारे सारे घटक पद्धतशीरपणे लूट करतात. या व्यवसायात पैसा आहे म्हणून तर आज लाखो लोक हा बांधकाम व्यवसाय करतात. एखादी इमारत बांधली की या व्यवसायातल्या साऱ्या खाचाखोचा, धागेदोरे ज्ञात होतात. आपल्या अज्ञानाचा हे लोक पुरेपूर फायदा उठवतात. विश्वासू व नेकीचा माणूस मिळणे दुरापास्त आहे. कारण इथे प्रत्येकाला आपले मार्जिन हवे असते. दगड, वीट, माती, सिमेंट, लोखंड हे बांधकाम साहित्य पुरवणारे दुकानदार अथवा गवंडी, सुतार, बिगारी कामगार प्रत्येकाला आपले मार्जिन हवे असते. ठेकेदाराला स्वत:चे मार्जिन ठेवूनच बांधकाम करायचे असते. त्यामुळे घरमालकाच्या खर्चाचे बजेट हे वाढतेच वाढते. तरीही बांधकाम ठेकेदार आपल्या चांगल्या परिचयाचा असावा लागतो. नाहीतर हे

लोक ठेका घेतात आणि घरमालकाकडून घराच्या झालेल्या कामापेक्षा जास्त पैसा उकळतात आणि घराचे बांधकाम अर्ध्यावर सोडून परागंदा होतात. आपण त्याच्या पाठीमागे धावून त्यांना शोधू शकत नाही. त्यांना अनेक ठिकाणी कामे मिळतात, पण आपले काम पूर्ण करण्यासाठी पुन्हा दुसरा ठेकेदार शोधणे जिकिरीचे होते. म्हणून ठेकेदार हा आपल्या परिचयाचा व माहितगार असावा."

"सर, माझा मावस मेहुणा आहे, त्याने बऱ्याच ठिकाणी इमारती उभ्या केल्या आहेत. तो माझी जागा बांधकामासाठी बघून गेलाय." मी म्हणालो.

"मग काय झालं, काय म्हणतोय तो! नात्यात असेल तर उत्तमच!" सुस्कारा सोडत सर म्हणाले.

"नाही सर, त्याचा लबाडपणा माझ्या लक्षात आला. यापूर्वी त्यानेच पाच-सहा ठेकदार माझ्याकडे पाठवले होते. ठेकेदार माझ्याकडे यायचे व मला बांधकामाच्या मटेरियलसह खर्चाचा आकडा सांगून जायचे. दोन दिवसांनी मेहुणा मला सांगायचा की, तो ठेकेदार लबाड आहे, विश्वासू नाही. त्याचे काम व्यवस्थित नाही. शेवटी मेहुणाच मला म्हणाला, मी स्वत: तुमचे काम करतो. थोडा मलाच भुर्दंड बसला तरी चालेल. मी म्हणालो, ठीक आहे. दोन पैसे तुम्ही जास्त घेतले तरी चालतील. पैसे आपल्याच माणसाला जास्त मिळाले तर काय हरकत आहे? दोन दिवसांनी मेहुणा म्हणाला, आम्ही तुमच्या घराच्या बांधकाम खर्चाचा हिशोब केला. बजेट जवळजवळ अजून दोन लाखांनी वाढत आहे. तरीही मी त्यांना म्हणालो, ठीक आहे. दोन दिवसांनी मेहुण्यांनी अगोदर पाठविलेला एक ठेकेदार माझ्याकडे आला व म्हणाला, तुमचा मेहुणा लबाड आहे राव! मला म्हणतो, तुमचं काम सोळात कर आणि तो तुमच्याकडे चोवीस मागतो. हे कसं काय जमायचं? मटेरियलचा खर्चच सोळात भागत नाही. मेहुण्याला चोवीस देताय ना, मला निदान तेवीस तरी द्या. लाखभराचा तुमचा फायदा करतो. त्याचं बोलणं ऐकून माझं डोकं तर चक्रावून गेलं सर. नात्यातली माणसंसुद्धा अशी लबाड वागायला लागली. घर बांधणं माझ्यासाठी महत्त्वाचं आहे. राहत्या घराचं भाडं परवडत नाही. तुम्हीच एखादा विश्वासू माणूस द्या. आपली फसगत होणार नाही व बांधकाम अर्ध्यावर सोडून तो कुठे पळून जाणार नाही. खात्रीने बांधकामसुद्धा चांगले करेल.'

"आहे एक आपल्याच शाळेचा विद्यार्थी. त्याला विचारून पाहतो. प्रामाणिक आहे. त्याची इतर ठिकाणी कामे चाललीत. त्याने आपले बांधकाम केले तर ठीक, नाहीतर त्याच्या देखरेखीखाली तुझ्या घराचे बांधकाम करून घेऊ." सरांनी माझ्या

प्रश्नात लक्ष घातल्यामुळे मला जरा हायसे वाटले. सरांनी मला सतावडेचे नाव सुचविले होते. सतावडेला मी सरांमुळे ओळखत होतो. अत्यंत हालअपेष्टात शिक्षण घेऊन बांधकाम व्यावसायिक झाला होता. स्वभावाने शांत आणि मनमिळावू होता. परिस्थितीची जाणीव होती. एक दिवस बांधकामाच्या कारणावरून सतावडे आणि मी सरांच्या घरी भेटलो. त्यांनी सर्व गोष्टींची कल्पना अगोदरच त्याला दिली होती. सतावडे म्हणाले,

"हे बघा, पैसा खूप वाईट आहे. तो माणसं जोडतो आणि तोडतो देखील. तुमचे घराचे काम तसे खूप छोटे आहे आणि माझा दुसरीकडे एक मोठा प्रोजेक्ट सुरू आहे. त्यामुळे मला तुमचे काम करणे शक्य नाही. पण मी तुम्हाला माझा एक खात्रीचा माणूस देईन. तुमच्या बांधकामाची सर्वस्वी जबाबदारी माझी. खूप चांगला माणूस आहे. कामाचा दांडगा अनुभव आहे. सिव्हिल इंजिनियर आहे. कामाबाबत काळजी नका करू. योग्य माणसाला काम दिले की कामसुद्धा योग्यच होते. नात्याने भाचाच आहे माझा तो. फक्त आता तुमचा व्यवहार व्यवस्थित ठरायला हवा. मजुरीचे दर वाढले आहेत. तो काही आपल्या खिशातून मजुरीचे पैसे देणार नाही. ते तर तुम्हालाच देणे आहे. तुमचे घर खेडेगावात आहे. हा माझा भाचा शहरात बांधकाम करतो. त्याचे लेबर शहरातली मजुरी घेतात. शिवाय त्याचे स्वत:चे नवीन सेंटरिंगचे मटेरियल आहे. दोघांचेही नुकसान होणार नाही याची काळजी घ्यावी लागेल."

"ठीक आहे. दोन दिवसांनी तुम्ही त्याला तुमच्या घरी बोलवा. मी आणि सर तेथे येतो. सरांच्या उपस्थितीत बांधकाम तुमच्या भाच्याला देऊन टाकू. परंतु घराच्या बांधकामाचे ड्रॉईंग तयार करायला हवे."

"माझ्या परिचयाचा एक आर्किटेक्ट आहे. त्याच्याकडून बांधकामाचा आराखडा व ड्रॉईंग काढून घेऊ. त्याची फी किती आहे हे त्यालाच विचारावे लागेल. ड्रॉईंग व आराखडा असल्याशिवाय काहीच करता येणार नाही."

"त्यांना विचारून पाहा. ते तर निकडीचेच आहे." मी सतावडेकरांवर सारी भिस्त सोपवून निर्धास्त झालो. कारण महिन्या-दीड महिन्यांत मला बांधकाम ठेकेदारांकडून फारच वाईट अनुभव आले होते. मला दुसऱ्या दिवशी सतावडेकरांचा फोन आला,

"भाऊसाहेब, तो आर्किटेक्ट आराखडा, ड्रॉईंग, ब्ल्यु प्रिंटसह अठ्ठेचाळीस हजार रुपये फी होईल म्हणतोय."

“अठ्ठेचाळीस हजार! बाप रेऽऽ!” मी जवळजवळ ओरडलोच.

“कसे आहे भाऊसाहेब, तो इंगळे आर्किटेक्ट शहरातला आहे. इथे शहरात लोक तेवढे पैसे देतात. माझी ओळख असल्यामुळे तरी त्याने कमी फी सांगितलीय.”

“नाही, नाही सतावडे, इतकी फी मी नाही देऊ शकत. तुम्ही दुसरा कोणीतरी बघा.

“बघतो मी किती कमी करतोय ते.” सतावडेंनी माझा अंदाज घेत फोन ठेवला. परत दोन तासांनी सतावडेंनी फोन केला. सतावडे म्हणाले,

“भाऊसाहेब, तो इंगळे आता निदान अडतीस तरी द्यावे लागतील असे म्हणतोय.”

“अहो सतावडे, हे अडतीस हजार जास्त होत नाहीत का?”

“अहो भाऊसाहेब, तुम्हाला जास्त वाटतात. त्यांना ते कमीच आहेत ना!”

“नाही राव. नुसत्या ड्रॉईंगला इतके पैसे देणे कसं शक्य आहे? हा प्लॅन काही नगरपालिकेतून मंजूर करून घ्यायचा नाही. तुम्हीच बिल्डर आहात. तुम्हाला मी वेगळं काय सांगू. बघा काहीतरी किंवा दुसरा कुणीतरी प्लॅन काढणारा शोधा.”

हो-ना, हो-ना करता इंगळे अडतीसवरून तीस हजारांवर आला. तीसवरून पंचवीसवर आढेवेढे घेत आला. सरतेशेवटी वीस हजाराच्या खाली येण्यास तयार नव्हता. सतावडेला वाटले मी वीस हजाराला तरी तयार होईन. सतावडेने मला फोन करून विचारणा केली. तो म्हणाला,

“भाऊसाहेब, तो इंगळे वैतागलाय माझ्यावर. असले काम परत माझ्याकडे आणू नका म्हणाला. अठ्ठेचाळीस हजारावरून मी त्याला आता मनधरणी करून वीस हजारांवर आणलाय. त्याच्या खाली एक रुपया घेणार नाही म्हणतोय.”

मी म्हणालो, “सतावडेऽऽ, मी माझी परिस्थिती सांगितलीय ना तुम्हाला, निदान पाचेक हजार तरी कमी करावेत असे मला वाटते.”

शेवटी अठरा हजारात घराचा प्लॅन काढून देण्यास इंगळे तयार झाला. दुसऱ्या दिवशीच त्याने प्लॅनचे तीन-चार कागद व आराखड्याची ब्ल्यु प्रिंट माझ्या हातावर ठेवली आणि रोख अठरा हजार रुपये मोजून घेतले. शंभर रुपयांच्या स्टॅम्प पेपरवर बांधकामाच्या ठेक्याचा कागदोपत्री करार करण्याचे, मात्र सतावडेच्या आणि सरांच्या विश्वासाखातर राहून गेले. तरी बांधकामाविषयीच्या सर्व अटी व शर्ती स्वाक्षरीनिशी एका डायरीत लिहून घेतल्या. सतावडेचा भाचा सचिन भटकर आपल्यास ठेका मिळाला म्हणून भलताच खूश झाला. त्याने सतावडेच्या हातात

हात घेतला. त्याच्या चेहऱ्यावरील त्या वेळचे भाव खूपच बोलके आणि संदेह सूचीत करणारे मला वाटले. जागेचे मोजमाप करून पायाभरणीसाठी जेसीबीद्वारे खड्डा खोदला. सचिन भटकरने मोजमाप करून आर.सी.सी. च्या कामाला सुरुवात केली. बांधकामाच्या ठिकाणी त्याचे परप्रांतीय मजूर वस्तीला राहू लागले. दर आठ दिवसांनी मजुरांना देण्यासाठी सचिन मागेल ती रक्कम मी न चुकता देत होतो. पायाभरणी झाली. इमारतीचे खांब उभे राहिले. बांधकामासाठी लागणारे लोखंड, सिमेंटची यादी बांधकाम करणारे कामगार मला द्यायचे. ठेका घेतलेला सचिन दररोज बांधकामावर आपल्या घरातून मोटरसायकलवरून यायचा आणि बिल्डिंग मटेरियलसाठी उभारलेल्या छोट्याशा पत्र्याच्या शेडमध्ये दिवसभर झोपून राहायचा. त्याने फक्त बांधकामासाठी जागेचे मोजमाप करून दिले. पिलरच्या जागा ठरवून दिल्या. त्यानंतर कामगार कसे काम करतात, कामात काही त्रुटी आहेत का, असे कशातही लक्ष घातले नाही. मी त्याला सतत विचारणा करायचो, तेव्हा तो म्हणायचा, माझे सर्व कामगार त्यांच्या कामात हुशार व अनुभवी आहेत. त्यांना मी सांगण्याची वा बोलण्याची गरज नाही. मी फक्त इथे देखरेखीसाठी व त्यांचा आठवड्याचा पगार वेळेवर देण्यासाठी येतोय. सचिनच्या वर्तनाची तक्रार, तो ज्याला मामा म्हणत होता, त्या सतावडेकडे केली. मी सतावडेला म्हणालो,

"हा कसला ठेकेदार दिलाय तुम्ही? रोज साईटवर येतो आणि झोपून राहतो." तर सतावडे मला म्हणतो कसा,

"तो थोडाच त्याच्या हातांनी काम करणार आहे. त्याची माणसे काम करतात आणि तुमचे काम तर चालू आहे ना? मग कशाला काळजी करता? मी बोलतो त्याच्यासोबत."

"अहो, बांधकामासाठी लागणाऱ्या मटेरियलची यादीसुद्धा कामगारच मला देतात. खरे तर हे काम ठेकेदाराचे आहे."

"कसं आहे भाऊसाहेब, ती आर.सी.सी. करणारी माणसं. त्यांना ठाऊक असते किती लोखंड लागेल, किती गोणी सिमेंट लागेल. आता मटेरियलची यादी कुणीही दिली तर फरक काय पडतोय. नुकसान तर होत नाही ना तुमचं?"

"अहो, मग असे असेल तर त्याच्या अनुभवाचा, डिग्रीचा मला काय फायदा? तो फक्त साईटवर येऊन रोजची हजेरी लावतो. बायको आजारी आहे, पोरगी आजारी आहे, गावी मयतीला वा दशक्रियेला जायचेय म्हणून कधी हजार, कधी दोन हजाराची सतत मागणी करतोय."

"हे पाहा भाऊसाहेब, तुम्ही त्याला दिलेले पैसे तुमच्या डायरीत लिहून ठेवा व पैसे मिळाल्याची डायरीमध्ये त्याची सही घेत जा. तपशीलवार तारखेसह सारे लिहीत जा. शेवटी त्याच्यासोबतच्या हिशोबातून ते पैसे आपण वजा करू. तुम्ही दिलेल्या पै न पै चा हिशोब लागेल. चिंता करू नका."

सतावडे सतत त्याच्या भाच्याची सचिन भटकरची पाठराखण करायचा. एक-दोनदा सतावडे साईटवर येऊन गेला व बांधकाम उत्कृष्ट दर्जाचे होत असल्याची पावतीही मला देऊन गेला.

पहिल्या मजल्याचा स्लॅब टाकायचा दिवस उजाडला. मी माझ्या परीने सर्व तयारी केली. स्लॅब टाकण्यासाठीचा मिक्सर व स्लॅब टाकणारे कामगार आले. दोन तासांचा कालावधी उलटला तरी सचिनचे सेंट्रिंगचे काम संपले नव्हते. कमी पडणाऱ्या लाकडाच्या फळ्या तो वखारीतून मोटरसायकलवरून आपल्या कामगारांना आणून देत होता. एकदाचे स्लॅब टाकण्याचे काम सुरू झाले आणि सचिन मात्र तेथे देखरेख करण्याऐवजी खाली बैठक मारून बसला. वास्तविक स्लॅब टाकणे हे इमारतीचे महत्वाचे काम असते. तेथेही बेफिकीरी माझ्या मनाला सतत बोचत होती. बांधकामासाठी विटा आणा म्हणून सचिनने माझ्याकडे तगादा लावला होता. त्याला ठाऊक होते की, आता मला त्याच्याशिवाय पर्याय नाही. बांधकामाला सुरुवात करण्याअगोदरच त्याने मला बजावून ठेवले होते की, एकदा बांधकाम केले व त्यात पुन्हा तुम्हाला काही बदल करायचा असेल तर केलेले बांधकाम पाडण्याचा व पुन्हा बांधण्याच्या प्रत्येक वीटेची मला मजुरी द्यावी लागेल. सचिनने मला पूर्णतः गृहीत धरले होते. जेवढा जास्त पैसा मजुरीच्या नावे उकळता येईल, तेवढा उकळण्याचा त्याचा मनसुबा माझ्या लक्षात आल्यामुळे मी पूर्णतः आर.सी.सी. चे काम झाल्यानंतर वीट बांधकाम करण्याचा निर्णय घेतला. आर.सी.सी. बांधकाम झाल्यानंतर मी सचिनला हात जोडले व म्हणालो,

"मी वीट बांधकाम तुला देणार नाही."

"असं कसं? आपला तर ठराव झाला आहे तसा."

"ठराव झालाय, करारपत्र आपण केले नाही."

"मला काम का नाही देणार? तुमच्यासाठी मी माझी तिकडची मोठी कामं सोडून दिलीत. माझं नुकसान झालं, त्याचं काय! ते कोण भरून देणार?"

"मला तुझे काम पसंत नाही. कामाबद्दल तुला आस्था नाही. आर.सी.सी. चे काम चालू असताना मी तुला साईटवर सतत झोपा काढताना पाहिलं आहे. सिमेंट

बांधकामावर पाणी मारण्याची तू हमी दिली होतीस. एकही दिवस तू पाणी मारलं नाहीस. पोटमाळ्याचं आणि टोपीच्या स्लॅबचं काम पूर्ण कर आणि तू तुझे सामान उचलून माझी साईट सोड."

"हे बरोबर नाही. तुम्ही चुकीचे वागत आहात. मामाच्या भरवशावर मी तुमचे काम घेतले."

"मग भरवशानं वागायचं होतं ना! वेळच्या वेळी पेमेंट करूनही सतत तुझे रडगाणं चालूच. तुझी हाव माझ्या घराला लागता कामा नये."

"एवढं चांगलं काम केलंय तरी तुम्ही नावं ठेवता राव! मी मामांना सांगतो."

"सांग, सांग. तुझ्या मामांना. तुझी तुझ्या मामांकडे कितीतरी वेळेला तक्रार केलीय. तुझा मामा, त्यानं कामाची हमी घेतली होती. तो दुरून डोंगर साजरे असल्यासारखा दूर दूरच राहिला."

माझं बोलणं ऐकून सचिन अस्वस्थ झाला. आपणास बांधकाम व प्लॅस्टरचे काम मिळत नाही म्हणून त्याने राहिलेल्या आर.सी.सी. च्या म्हणजे पोटमाळ्याच्या व टोपीच्या कामात जाणीवपूर्वक चालढकलीचे तंत्र अवलंबले. खोल्यांमधील पोटमाळ्याचे बांधकाम मुद्दाम होऊन चुकीचे केले. मी एवढंच करणार, पोटमाळा फक्त एक-दीड फुटाचा असतो. तो माझ्या हिशोबात येत नाही. टोपीच्या स्लॅबचे वेगळे पैसे दिल्याशिवाय स्लॅब टाकणार नाही. अशा वल्गना करत सचिन मला उपद्रव देऊ लागला. शेवटी मी सतावडेला साईटवर बोलावून घेतले. सतावडेनी खोलीतले पोटमाळे चुकीचे काढल्याबद्दल सचिनची कानउघाडणी केली. सचिन घरमालकांनी सांगितले म्हणून मी तसे बांधकाम केले असे सांगून पळवाट शोधू लागला. तेव्हा सतावडे त्याला म्हणाला,

"ते काही म्हणत असले तरी सचिन ही चूक तुझीच आहे. बांधकामातले त्यांना जास्त कळते का तुला? तुला विश्वासाने काम मी दिले होते, तू माझ्या तोंडाला काळिमा फासला." सचिन गप्प मान खाली घालून ऐकत होता. एकानं मारल्यासारखं करायचं आणि दुसऱ्यानं रडल्यासारखं करायचं, ही गोष्ट माझ्या ध्यानात आली होती. वास्तविक मामा-भाचे यांच्यामध्ये माझ्या कामाबाबत आपापसात काहीतरी करारमदार झाल्याची शक्यता अजिबात नाकारता येत नव्हती. सचिन भटकरच्या या वर्तणुकीमुळे मी नाराज झालो होतो. मी माझी खंत सरांना बोलून दाखविली व सतावडेने माझी फसवणूक केली आहे असे सरांना ठामपणे सांगितले. सरांनी फोनवर माझ्यासोबत संवाद साधला. सर म्हणाले,

"तुला अगोदरच मी कल्पना दिली होती की, या व्यवसायातली माणसं पक्की लबाड व बेरकी असतात. म्हणून घराच्या बांधकामासाठी तुम्ही कर्ज काढलेय की उसनवारी केलीय की पदरमोड केलीय याच्याशी त्यांना काही देणंघेणं नसतं. त्यांना फक्त पैसा हवाय तुमच्याकडचा. आता तो भाचा तसा वागला त्याला सतावडे काय करणार? त्याला काय माहीत आपल्या भाच्याची नीतिमत्ता बदलेल ते."

"नाही सर, मी वेळोवेळी सतावडेला वर्तणुकीची कल्पना देत होतो. सतत तक्रारी करत होतो. पण सतावडेने फक्त माझे म्हणणे ऐकत माझी समजूत घालत भाच्याचीच पाठराखण केलीय. पोटमाळ्याचे काम आढेवेढे घेत केले. तेही जाणीवपूर्वक चुकीचे केले. काम चुकीचे झालेय हे सतावडेनेही कबूल केलेय. सतावडे विश्वासाचा माणूस होता आपला सर. तरीही असे झाले."

"अरे, सतावडे चांगला माणूस आहे. आता त्याने विश्वास ठेवलेला भाचाच असा विश्वासघातकी निघाला, त्याला सतावडे तरी काय करणार? बरं झालं आपण लेखी करार केला नाही. नाहीतर तो डोक्यावर बसला असता तुझ्या. आता उरलेलं आर.सी.सी.चं काम करून घे आणि हाकल त्याला तिथून. त्याचा हिशोब देऊन टाक. खाली मुंडी अन् पाताळधुंडी निघाला तो." माझी समजूत काढत व मला धीराचे दोन शब्द ऐकवत सर म्हणाले.

प्रवासातल्या ओळखीने मित्र झालेला व बांधकाम व्यवसायात कार्यरत असलेल्या मित्राची मला आठवण झाली. मी त्याला वीट बांधकामासाठी व प्लास्टरसाठी विचारणा केली. तो बांधकाम करण्यास तयार झाला. गवंड्यांना रोजच्या रोज हातावर मजुरी द्यावी लागणार होती. मला घर पूर्णत्वास नेण्याचा ध्यास लागला होता. मी संमती दर्शविताच त्याने वीट बांधकाम सुरू केले. तो रोज आपल्या गाडीत गवंडी व बिगारी कामगार घेऊन यायचा. दोन दिवसांनी त्याच्या वडिलांना हॉस्पिटलमध्ये ॲडमिट केले. माझ्या बांधकामाचा खोळंबा नको म्हणून त्याने त्याच्या मित्राला माझ्या बांधकामावर जाऊन काम करण्यास सांगितले. त्याचा मित्र आता माझ्या बांधकामाचे नेतृत्व करू लागला. कामगारांच्या रोजंदारीचे अधिकचे पैसे तो माझ्याकडून उकळू लागला. माझ्या अडचणीचा फायदा उचलू लागला. दुसऱ्या मजल्यावर वीट वाहतुकीचा अवाच्या सव्वा खर्च त्याने माझ्यावर लादला. गवंड्यांना बांधकाम करायला वीट अपुरी पडू नये म्हणून मला तडजोड स्वीकारण्याशिवाय पर्याय नव्हता. सतरा-अठरा दिवसांत चार-चार गवंडी वीट बांधकामावर राबल्यामुळे दोन मजली घराचे बांधकाम

पूर्ण झाले. आता प्लॅस्टर करणारा ठेकेदार शोधू लागलो. खात्रीचा माणूस कोणी मिळेना. जवळच्या पाहुण्याच्या ओळखीतून एक ठेकेदार मिळाला. तो म्हणाला, "मी बाहेर बरीच कामे घेतली आहेत. त्यामुळे मला वेळ नाही. माझा मुलगा सिव्हिल इंजिनिअर आहे. तो तुमचे काम करून देईल." मी प्लॅस्टरसाठी लागणारी वाळू चाळून ठेवली होती. त्यासाठी आठवडाभर तीन-चार मजूर बाया कामाला लावल्या होत्या. त्या बायकाही जास्तीत जास्त दिवस आपणास हे काम कसे पुरेल याच हिशोबाने काम करत होत्या. वाळूच्या ढिगाऱ्यातून अर्धेच घमेले वाळू भरून चाळणीवर ओतायच्या. त्यांना कामाविषयी म्हणजे वाळू चाळण्याविषयी आपलेपणा नव्हता. त्यांना फक्त रोजगारावर आपलेपणा होता. उठत-बसत, रडत-कुढत चाळण्याचे काम चालले होते. त्यांना झटपट काम करा म्हणायची सोय नव्हती. त्या म्हणायच्या, "वाळू जड हाये. उरापोटावरती घमेलं उचलावं लागतं. आमी बी माणूसच हाव. आमचा काय जीव नायी का? उन्हातान्हात राबतो तवा तुमी रोजाचं पैसं देता." बिगारी माणसांचीही मानसिकता बदलली. त्यांना रोजंदारीचे काम पाहिजे; पण रोजंदारीच्या पैशाइतपत काम करायला नको. कमी काम, परंतु दिवसभराच्या रोजगाराचे पैसे रोख आणि चोख संध्याकाळी हातावर मिळाले पाहिजेत. तळागाळातल्या कष्टकरी माणसांना त्यांना त्यांच्या घामाचे, कष्टाचे पैसे मिळालेच पाहिजेत या माझ्या जाणिवेला आता तडा जाऊ लागला होता. कामात हेळसांड, चालढकल, आळस, वेळकाढू धोरण यामुळे ही बिगारी माणसं विश्वासाला पात्र राहिली नव्हती. यात मला एखाद-दुसरा अपवादसुद्धा मिळाला नाही. हे बिगारी लोक हातावर पोट. हातांना काम मिळाले तर यांची चूल पेटणार अशी अवस्था. दिवसाची हजेरी पाचशे रुपये. चारशे रुपयात, तीनशे रुपयात कामाला येणार नाहीत. भले चार दिवस काम मिळाले नाही तरी घरी बसतील, उपाशी राहतील; पण दररोज पाचशेच घेतील. कामाच्या ठिकाणी दहा वाजता पोहोचणार. कपडे बदलून कामाला सुरुवात साडेदहाला. साडेअकरापर्यंत तासभरच जोमाने काम. मग त्याला तहान लागणार. लघवीसाठी पाच-दहा मिनिटे आडोशाला जाणार. तोपर्यंत बारा वाजतात. त्यानंतर तासभर मरगळ आल्यागत झुल्या बैलागत फक्त कामाच्या ठिकाणी झुलत राहणार. एक वाजता जेवण करण्यास बसणार. जेवण झाले की कामाच्या ठिकाणी सावलीला वा आडोशाला अंग आडवे टाकणार. दोन वाजता कामाला सुरुवात करण्यासाठी आवाज दिला तरी अडीच वाजेपर्यंत काम काही सुरू करणार नाहीच नाही. अंगात त्राण

नसल्यासारखा तो बिगारी फक्त झुलत राहणार. त्याची अवस्था पाहून आपणास आपलीच दया येते की, आपण याला कामावर बोलावून मोठी चूक केली. काम थांबवून त्याला सतत आता तहान लागते. पाणी पिण्यासाठी जमिनीवर बसला की त्याला पाच-दहा मिनिटे तरी उठताच येत नाही. वेळकाढूपणाची अनेक धोरणं तो बिगारी चार-साडेचारपर्यंत राबवितो. नंतर सतत किती वाजले म्हणून विचारणा करतो. पाच वाजले की त्याचा चेहरा आनंदाने फुलतो. आजची लढाई जिंकल्याचा आनंद त्याच्या चेहऱ्यावरून ओसंडून वाहतो. काहीच काम झाले नाही तरीही पाचशे रुपये मोजतोय या चिंतेनं आपला चेहरा काळवंडला जातो. "तू खूप चांगले काम करतो. उद्यासुद्धा माझ्या बांधकामावर काम करण्यास ये." असे सांगण्याची वेळ व संधी मला नाक्यावर काम करणाऱ्या एकाही बिगारी माणसाने दिली नाही. सर्वांची मानसिकता एकजात सारखीच. हातांना काम हवेय, पण कामदेखील रोजंदारीप्रमाणे न करण्याची मानसिकता व नकारात्मकता अंगात मुरलेली. दररोज सकाळी हे बिगारी कामगार बायका-मुलांसह नाक्यावर जमा होतात. गवंडी असतात. त्यात कुणी बांधकामातले तर कुणी प्लॅस्टरवाले. मजूर शोधण्यास माणूस आला की आशाळभूतपणे हे त्याच्याभोवती गोळा होतात. नाक्यावरच रोजंदारीचा व्यवहार ठरतो व माणसं कामासाठी मार्गस्थ होतात. सर्वांनाच कामधंदा मिळतो असे नाही. काम मिळण्याची वाट पाहून पाहून सकाळी दहा-अकरा वाजेपर्यंत ही माणसं नाक्यावरच तिष्ठत राहतात. हातांना काम देणारा माणूस अशावेळी त्यांच्यासाठी परमेश्वर असतो. पण एकदा का हातांना काम मिळाले व रोजगार ठरला की, तो काम देणारा माणूस परमेश्वर राहात नाही. तो त्यांच्यासाठी कष्ट विकत घेणारे गिऱ्हाईक ठरतो.

रवींद्र पांचाळने माझ्या घराच्या प्लॅस्टरचे काम सुरू केले. त्याच्या बापाचे या व्यवसायात फार मोठे नाव होते. गावोगावची मंदिरे बांधण्यात त्याच्या बापाच्या तोडीचा अन्य कोणी कारागीर नव्हता. बापाच्या नावलौकिकामुळे मी रवींद्रला हे काम दिले. आपणास कामाचा खूप अनुभव असल्याचा आव रवींद्र आणत होता. त्याच्या बापाने त्याच्यासोबत विसपुते नावाचा एक प्लॉस्टरचे काम जाणणारा गवंडी पाठविला होता. इमारतीच्या भिंतीभोवती प्लॅस्टर करण्यासाठी बांबूचे तराफे व बल्या त्याने उभ्या केल्या. विसपुतेसोबत वीट बांधकाम करणारा व थोडेफार प्लॅस्टरचे काम जाणणारा रमेश भैय्या सहकुटुंब काम करू लागला. इमारतीच्या बाहेरील बाजूचे प्लॅस्टर करण्यात पंधरा दिवस गेले. दोन गवंडी,

दोन बिगारी बायका आणि दोन बिगारी काम करणारे पुरुष अशा सहा जणांचा समूह दररोज प्लॅस्टरचे काम करत होता. विसपुते उशिरा म्हणजे साडेदहा वाजता कामावर यायचा. आल्यानंतर प्रथम घरी करून आणलेल्या जेवणाच्या डब्यातला नाश्ता म्हणजे भाजी-भाकरी खायचा. कपडे बदलून कामाला अकरा वाजता सुरुवात करायचा. काम संथगतीने, पण सुबक करायचा. आपणास प्लॅस्टरचे व बांधकामाचे खूप ज्ञान असल्याचे तो इतरांना सतत भासवायचा. दुसऱ्याचे काम कुठे आणि कसे चुकले हे सांगायचा. संध्याकाळी पाच वाजता इतर लोक हातातले काम संपवून कामावरून सुट्टी करण्याची वाट पाहात, त्यावेळी विसपुतेला काम करण्याचे अधिक स्फुरण यायचे. त्यामुळे बांधकामावरच्या बिगारी बायका, पुरुष विसपुतेच्या नावाने सतत बोटे मोडत असत. माझ्या अनुपस्थितीत पांचाळ प्लॅस्टरचे काम लवकर उरकण्याचा गवंड्यांच्या पाठी तगादा लावायचा व मी हजर असताना गवंड्यांना म्हणायचा,

"काम सावकाश व व्यवस्थित करा. जेवढे दिवस लागतील तेवढे लागू द्या. पण काम एक नंबर व्हायला पायजेल. माझ्या बापाचे नाव मोठे आहे. खोटे काम करून बापाच्या नावाला बट्टा लागायला नको." विसपुते खरे तर पांचाळने आणलेला माणूस. परंतु तोच पांचाळच्या दुटप्पी वागण्याबाबत माझ्यासोबत कानगोष्टी करायचा. घराच्या प्लॅस्टरचा ठेका आपल्याला परवडत नसल्याची खात्री होताच पांचाळ बिगाऱ्यांना पन्नास रुपये जास्तीची हजेरी देऊन घराच्या आतील बाजूचे प्लॅस्टर बिगाऱ्यांकडून करून घेऊ लागला. या गोष्टीस मी विरोध करताच मला म्हणाला,

"काम कुठे चुकले तर माझा कान धरा. त्यांनी केलेले काम मी विसपुतेकडून पाहणी करून घेतो. जेथे कुठे चूक झाली असेल, तर विसपुते ती चूक सुधारतील. माझ्या हिशोबाच्या बाहेर काम गेलेय. मी काय माझ्या खिशातले पैसे टाकू का? तुम्हाला बोलायला काय जातेय? महिना झालाय तरी प्लॅस्टर उरकत नाही. ठरलेल्या व्यवहारापेक्षा पैसे वाढवून द्या. नाहीतर मला माझ्या हिशोबाने काम करू द्या." पांचाळने पंधरा दिवसांची मजुरी विसपुतेला न दिल्यामुळे विसपुतेने कामावर येणे बंद केले. रमेश भैय्याची व त्याच्या बायकोची आठ दिवसांची मजुरी न मिळाल्यामुळे तोही कामावर आला नाही. पांचाळने त्या दिवशी नाक्यावरून प्लॅस्टर करणारे दोन गवंडी व त्यांच्या बायका बिगारी म्हणून प्लॅस्टरच्या कामासाठी त्याच्या कारमध्ये बसवून आणल्या. एका बेडरूमच्या छताचे प्लॅस्टर करायचे

होते. त्या गवंड्यांना प्लॅस्टरच्या कामाचा अजिबात अनुभव नव्हता. हातांना काम मिळावे व दिवसभराची रोजंदारी मिळावी म्हणून आम्ही प्लॅस्टर करतो, असे खोटे सांगत हे गवंडी पांचाळसोबत झाले. छताला प्लॅस्टर करण्याचे काम सुरू झाले. छत काही केल्या वाळू आणि सिमेंटचा गिलावा धरून ठेवत नव्हते. छताला चिकटलेले प्लॅस्टर सतत खाली कोसळत होते. असे का होतेय हे पांचाळलाही कळत नव्हते. कारण त्यालासुद्धा कामाचा अनुभव नव्हता. तो फक्त मुकादमगिरी करत होता. त्या गवंड्यांना पांचाळ सतत असे करा, तसे करा अशा सूचना देत होता. गवंडीही मोठे धीराचे होते. कधी माल पातळ तर कधी माल घट्ट करून थापत होते. एक ब्रास वाळू आणि आठ गोणी सिमेंटची नासधूस झाली होती. छताला काही ठिकाणी खूप जाडी तर काही ठिकाणी प्लॅस्टर वारंवार कोसळल्यामुळे खड्डे खड्डे निर्माण झाले होते. दिवस सरला, पण छताला प्लॅस्टर काही केल्या व्यवस्थित बसेनाच. केलेले प्लॅस्टर पुन्हा पुन्हा खाली जमिनीवर कोसळायचे. रात्रीचे आठ वाजले. मी पांचाळला ओरडलो, "ही तुझी काम करण्याची कुठली पद्धत? सिमेंट, वाळू विकत आणलीय मी. दिवसभर नुसता खेळखंडोबा चाललाय. चांगले काम करणारे गवंडे घरी बसवलेत, त्यांचे पगार दिले नाहीस तू आणि ही माणसं ज्यांना कामाबद्दल काहीच माहिती नाही, त्यांना घेऊन आलास व माझ्या मटेरियलची नासधूस केलीस. मी तुझ्या वडिलांनाच बोलावतो. त्यांनी तुझ्या कामाबद्दल मला हमी दिली होती. कधी बिगारी लोकांना प्लॅस्टर करायला लावतो तर कधी हा असला गोंधळ घालतो."

"दादाऽऽ, दादा, तुम्ही रागावू नका राव. गलती झाली माझी. विसपुत्याची पोरगी दवाखान्यात ॲडमिट आहे आणि रमेश भैय्याला चार दिवसांची हजेरी द्यायची बाकी आहे. विसपुते येत नाही कामावर म्हणून रमेश भैय्या येत नाही. मी हे काम सुधारून घेतो."

"तुला व्यवस्थित काम करता येत नसेल, तर माझे काम बंद कर. ठरावाप्रमाणे तुला तुझे बरेचसे पैसे मिळाले आहेत. हिशोब करून तुला तुझे पैसे मिळतील. तू साराच ताळतंत्र सोडलाय."

"दादाऽऽ, दादा, एखादी चूक झाली तर तुम्ही एवढं मनावर घेता. चांगलं काम केलेलं तुम्हाला नाही दिसलं का माझं? तवा तुम्ही काहीच बोलले नाहीत."

"अरे दीड शहाण्या, एक ब्रास वाळू आणि आठ गोणी सिमेंटचा खर्च किती होतो याचा हिशोब कर आणि परत तेवढीच वाळू आणि सिमेंट या कामाला लागणार

आहे. दोन गवंडी व दोन बिगारी लागतील. आणि या छताला जागोजाग चिकटलेले प्लॅस्टर परत काढायला दोन बिगारी लागतील. माझं डोकं बधिर झालंय. उद्यापासून मी माझं काम बघतो. तुझी मला काही एक गरज नाही." वैतागून मी बोललो आणि घरचा रस्ता धरला. पांचाळ रात्री अकरा वाजेपर्यंत छताला प्लॅस्टर करून घेत तेथे थांबला व अखेर कंटाळून त्याने त्या गवंड्यांना हात जोडून नमस्कार केला. दुसऱ्या दिवशी मी विसपुतेला आणि रमेश भैय्याला कामावर बोलावले. त्यांच्याकडून हजेरीप्रमाणे रोजंदारी देऊन प्लॅस्टरचे काम सुरू केले.

एक दिवस मी दुपारी लवकरच काही कामानिमित्त घरी गेलो. मी बांधकामाच्या ठिकाणी हजर नसल्याची खात्री सचिन भटकरने रमेश भैय्याला फोन करून केली. तसेच प्लॅस्टरचा ठेकेदारही उपलब्ध नाही, या संधीचा फायदा घेत सेंट्रिंगसाठी त्याने आणलेली लाकडे म्हणजे फळ्या, वासे एका टेंपोत भरून ती त्याने त्याच्या घरी नेली. त्याने त्याच्या मटेरियलसोबत पांचाळचेही तीस-चाळीस वासे टेंपोत भरून नेले. दुसऱ्या दिवशी पांचाळ बांधकाम साईटवर आला व आपले वासे चोरून नेल्याची त्याने तक्रार माझ्याकडे केली. मी सचिन भटकरला फोन करून चौकशी केली, तर तो म्हणाला, माझे मटेरियल मी नेले आहे. त्याचे मटेरियल माझ्याकडे आले असेल तर ते त्याने शोधून न्यावे. भटकरने चोरी केली, वर पुन्हा तोच शिरजोरी करू लागला. सतावडेला मी या चोरीची कल्पना दिली. सतावडे मला म्हणाला,

"भाऊसाहेब, या माणसाला मी तुमचे काम देऊन खूप मोठी चूक केलीय. मी तुम्हाला तेवढेच वासे टेंपोत भरून पाठवतोय, उगीच पोलीस कंप्लेंटच्या भानगडीत पडू नका." दोन दिवसात सतावडेने बांधकामाच्या ठिकाणी वासे पाठवून दिले. कसेतरी घराच्या प्लॅस्टरचे काम उरकत असताना पुन्हा एक नवा वाद निर्माण झाला. रमेश भैय्याने मजुरीचे पैसे दिले नाहीत म्हणून एक दिवस रात्री फोनवर पांचाळला शिव्यांची लाखोली वाहिली. इतकेच नाही, तर तू मला भेट, तिथंच तुझे हातपाय तोडतो अशी धमकीही दिली. घराच्या हॉलच्या भिंतींना प्लॅस्टर करण्याचे काम चालू असतानाच रवींद्र तिथे आला. मी बांधकामावर नसल्याचे पाहून त्याला चेव चढला. त्याच्यासोबत त्याचा एक रगेल गुंड प्रवृत्तीचा मामा आलेला होता. बांधकामावर खूप जोरजोरात ओरडण्याचा भांडणतंट्याचा आवाज ऐकू आला म्हणून मी धावत आलो. मला पाहताच पांचाळ वरमला. रमेश भैय्या थरथर कापत होता. पांचाळ म्हणाला,

"दादाऽऽ, ले ऐका, हा भडवा मला फोनवर हातपाय तोडायची भाषा करतोय. मी फोनवर त्याचे बोलणे रेकॉर्ड केलेय. चार दिवसांचे याचे पैसे आहेत माझ्याकडे. त्यासाठी हा मला धमकी देतोय, पण मी आज याला इथेच खल्लास करीन." कमरेला लटकवलेल्या पिस्तुलावर हात ठेवत पांचाळ बोलत होता.

वारंवार कमरेवर लटकणाऱ्या पिस्तुलाच्या पाकिटावर हात ठेवून तो माझ्याकडे पिस्तुल आहे हे दर्शवित होता. पिस्तुलाची भीती मलाही दाखविण्याचा त्याचा तो प्रयत्न होता. मी पांचाळला म्हणालो,

"तू जर त्याचे पैसे वेळेवर दिले असतेस तर त्याने तुला कशासाठी फोन केला असता? तुझ्यासारखा जहागिरदार नाही तो. हातावर मजुरी मिळाली तरच त्याच्या घरात चूल पेटते. आपली चूक तुला दिसत नाही. त्याची चार दिवसांची मजुरी हडप करून तू असा किती मोठा होणार आहेस? एखाद्या गरीब माणसाच्या घामाचे पैसे हडप करताना जराही लाज वाटत नाही. तो विश्वासाने तुझ्याकडे काम करायला आला होता ना! तुझे वासे त्या भटकरने नेले तर तुला किती रग लागली होती. मला म्हणत होता, पोलीस कंप्लेंट करा म्हणून. आता या रमेशने चार दिवसांची रोजंदारी मिळाली नाही म्हणून पोलीस कंप्लेंट करायची का? दुसऱ्याच्या चुका दिसतात, आपल्या नाहीत. माझं पंचवीस-तीस हजारांचं तू नुकसान केलंय त्याची भरपाई कोण देणार?" माझं बोलणं ऐकून पांचाळ गपगार झाला. काही वेळानं मला म्हणाला,

"दादा ऽऽ, आपला हिसाब केला असता तर?"

"तुझा हिसाब! तुझा हिसाब तूच कर ना आणि सांग माझ्याकडे किती पैसे वळतात ते. तुला देणे असलेल्या पैशातून पंधरा दिवसांची विसपुतेची मजुरी वजा कर आणि मग मला सांग किती बाकी आहे ते!"

"नाही. मी विसपुतेला देतो ना! तुम्ही मला पैसे द्या."

"मी विसपुतेला त्याची तुझ्याकडून येणे असलेली बाकी रक्कम रोख दिली, त्यावेळी तो कामावर आला."

"नाही. पण मला यात काहीच परवडलं नाही. माझेच तीस-चाळीस हजार पदरचे गेलेत. थोडेफार तरी तुम्ही समजून घेऊन मला द्या."

"अरे, लाज शरम सगळी गावच्या वेशीला टांगलीस का तू! एक तर या कामातलं तुला काही एक कळत नसताना, तू हे काम घेतलंस ते आपल्या बापाच्या जीवावर. तुझा बापसुद्धा कसे काम चालले आहे ते पाहायला फिरकला नाही.

माझ्या प्लॅस्टरच्या कामाची जमेल तेवढी हेळसांड केली. तीसएक हजारांचं नुकसान केलंस. वर पुन्हा मला परवडलं नाही म्हणून समजून काहीतरी द्या म्हणतोस? अरे, तुझं वय काय, पंचवीस एक वर्षे असेल. आख्खं आयुष्य जायचेय रेऽऽ या वयात असा वागतोस. दुसऱ्याला फसवतोस. तू त्याच्यासोबत स्वत:लाही फसवतोस हे ध्यानात ठेव. दुसऱ्याला फसवणं ही एक प्रकारची चोरीच आहे. चोर हा चोरच असतो. तो कधीच समाजात उजळ माथ्याने वागू शकत नाही. ज्या वेळेस तुझा विश्वासघात होईल ना तेव्हा विश्वासघाताची किंमत तुला कळेल!"

माझं बोलणं ऐकून काही वेळापूर्वी शेर असणारा पांचाळ शेळी झाला होता. तो काही वेळ गप्प बसला. नंतर उठला व माझ्याकडे पाहात म्हणाला,

"तरीही दादा बघा ना जरा, माझ्या वडिलांना कळलं की, मी पदरचे तीस-चाळीस खर्च केले तर ते माझ्या तोंडात शेण घालतील."

"हे बघ, तुला काम परवडलं नाही, हा दोष तुझा आहे. मी घर बांधतोय म्हणजे कुबेराची अवलाद नाही. आयुष्यभराची पुंजी घरासाठी खर्च करतोय, हा माझा घामाचा पैसा आहे. घर हे देहाच्या विसाव्याचं मंदिर आहे. ते मंदिर बांधताना कुणाची हाय वा तळतळाट मला नको. कुणाचे फुकटचे कष्ट नकोत, पण तुम्ही तर ओरबाडायला लागलात. तुमचे सगळे हिसाब देऊनसुद्धा झोळी पुढे करताना तुम्हाला काही चाड नाही. लाजलज्जा नाही. माझेच तू तीस हजार देणे लागतोस. तेवढे दे, मग मी स्वखुशीनं तुला काय द्यायचे ते देईन."

माझं बोलणं ऐकून पांचाळ तडक तेथून निघाला. त्याने परत माघारी वळूनसुद्धा पाहिलं नाही. मी माझ्याच मनाशी विचार करत बसलो, या वयात ही तरुण पोरं अशी कशी वागतात? ही कुणाची शिकवण असते त्यांना?

घराच्या प्लॅस्टरचे काम संपले. घराभोवतीच्या संरक्षक भिंतीचे काम सुरू केले. तेव्हा लक्षात आले की, विसपुते आता फक्त दिवसाची हजेरी भरण्याचे काम करतोय. विसपुते हल्ली हल्ली कधी अकरा, तर कधी बारा वाजता कामावर येऊ लागला. दिवसभराचे रमेश भैय्याचे काम तीनपट तर विसपुतेचे फक्त एक पट असायचे. चारी बाजूची भिंत बांधून होईपर्यंत मी विसपुतेकडे कानाडोळाच केला. संपूर्ण घराचे प्लॅस्टरचे काम त्याने केले होते, त्याची जाणीव माझ्या मनात होती. एक दिवस तर कहरच झाला. एक छोटेसे चेंबर बांधण्यातच विसपुतेने सारा दिवस घालवला. चेंबरला फार तर तीस एक विटाही लागल्या नसतील. तीस विटा रचून त्यांना प्लॅस्टर करण्यासाठी साडेआठशे रुपये हजेरी द्यायची. विसपुतेला आता

मनाचीही लाज राहिली नव्हती. टेरेस वॉटरप्रुफिंगसह अजून बरेच काम शिल्लक होतं. मी विसपुत्यांना म्हणालो,

"उद्यापासून तुम्ही कामाला येऊ नका."

"का दादा? माझं काही चुकलंय का?"

"तुमचं नाही माझंच चुकलंय."

"आसं कोड्यात कशाला बोलता दादा. काय चूक झाली ते तरी सांगा. तिकडची जवळची कामं मी तुमच्यासाठी सोडून येतोय. एवढं इमानदारीनं दोन महिनं तुमचं काम घरच्यावानी करतोय अन् तुम्ही उद्यापासून कामावं येऊ नका म्हणता, जिवाला लागलं माझ्या."

"तुमच्या जिवाला लागलं अन् माझ्या मनाला लागलं राव! एक बाय दीड फुटाचं चेंबर बांधायला साडेआठशे रुपये मजुरी द्यायची म्हणजे... तुम्हीच विचार करा. पंधरा दिवस मी पाहतोय, तुमचा हातच चालत नाही कामाला. तरीदेखील गप्प बसलो. एक दिवसाचं नाही. पण आज तर कळसच झाला. ऊस गोड लागला की, माणूस मुळासकट खातोय. विश्वास ठेवून मी तुम्हाला परत कामावर बोलावलं. तुमच्या प्रामाणिकपणाबद्दल तुमच्याच मनाला विचारून पाहा."

"आता काय बोलायचं दादा. माझ्या मनाला हे तुमचं बोलणं लै लागलंय. नाही यायचं का उद्यापासून?"

"नाही." आभाळाकडे नजर करत निर्वाणीने बोललो.

विसपुते तसाच रेंगाळत अर्धा तास तिथे उभा राहिला. मी त्याच्याकडे पूर्ण दुर्लक्ष केलं. शेवटी मोटरसायकलला किक मारता मारता तो मला म्हणाला,

"दादा, काही चूक झाली असेल तर मला माफ करा. कधी गरज लागली तर मला काम करण्यासाठी फोन करून बोलवा."

त्याचे बोलणे मी न ऐकल्यागत हॉलमध्ये ठेवलेल्या फरशीचे बॉक्स मोजू लागलो. त्याच दिवशी रात्री विसपुत्यांनी रमेश भैय्याला फोन करून माझ्या बांधकामावर जाऊ नको म्हणून सांगितले. भैय्या सकाळी कामावर येताच त्याने विसपुते काम करू नको म्हणून धमकावत असल्याचे मला सांगू लागला. भैय्या व त्याची बायको भीतभीतच कामावर आली होती. मी त्या दिवसापासून भैय्याला व त्याच्या बायकोला बांधकाम झालेल्या माझ्या घराच्या वरच्या मजल्यावर वस्तीला राहण्याची परवानगी दिली. घराला सेफ्टी दरवाजा बसवला होता. त्यामुळे रमेश भैय्याला नवीन बांधकाम केलेल्या घरात राहण्याची कसलीच भीती

नव्हती. शिवाय त्याचे घरभाडेसुद्धा वाचणार होते. दिवसभर मी देखभालीसाठी असल्यामुळे विसपुतेची तिकडे फिरकण्याची हिंमत नव्हती. फरशी बसविण्याचे काम सुरू केले होते आणि पाऊस सुरू झाला. आठ-दहा दिवस सतत पाऊस पडत असल्यामुळे रमेश भैय्या व त्याच्या बायकोला मी घरातच खिडक्यांच्या ग्रिल व इतर साफसफाईचे काम दिले. वास्तविक या कामात काहीच अर्थ नव्हता. पाऊस असल्यामुळे मी दोघांना फुकटच रोजगार दिला. बांधकाम संपल्यामुळे रमेश आता नाक्यावर कामासाठी जाऊ लागला व त्याची बायको मात्र घराची साफसफाई, किरकोळ कामे व घराच्या रखवालीसाठी माझ्याकडे ठेवली. घरात फरशी बसविण्याचे काम चालू होते. कामगार दुपारीच लाईट नसल्यामुळे काम बंद करून घरी निघून गेले. रमेश भैय्याची बायको जवळपास कुणी नाही याची खात्री करून घेत मला म्हणाली,

"मालिक आपसे थोडा बात करने का था।"

"क्या हो गया भाभी, बोलो ना! पैसा मंगता है क्या?"

"पैसा नही, दुसरी ही बात है। कैसी कहू मेरे समझ में आता नहीं. आप तो मेरे पिता जैसे है।"

"आरे, आप मुझे पिता जैसी मानती है और बात करने को शरमाती है। क्या बात है, बताओ मुझे। रमेश के साथ झगडा होता है क्या?"

"हांऽऽ, रात को मुझे मारपीट करता है। ये देखो, रात को कितना मुझे मारा। हातपैर को सुजन आयी है।" असे बोलून तिने हातापायावरील मारझोडीच्या खुणा मला दाखविल्या. त्या मारझोडीच्या खुणा पाहून माझ्या अंगावर शहारा आला. दिवसभर काबाडकष्ट करणारा व वरवर पाहता मेणाहून मऊ वाटणारा रमेश भैय्या इतका क्रूर पद्धतीने बायकोला मारहाण करतो, याची मला मनस्वी चीड आली. भाभी मला म्हणाली,

"देखो मालिक, ये तो मियाँ-बिबी का आपस का मामला है। लेकिन आप थोडा उसको डाटेगा तो वो आपका सुनेगा। वैसा तो आपको वो डरता और हमेशा बोलता है कि, अपने झगडे की बात मालिक को समजना नही मंगता।"

"लेकिन ये परमुलुख में आप झगडा क्यों करते हो?" भाभी माझे बोलणे ऐकून काही वेळ गप्प बसली व नंतर म्हणाली,

"हम दोनों एक-दूसरे पर शक करते है, हमारे टिनू के पापा का एक गवंडी दोस्त मुझे बोला कि, उसका बिगारी काम करनेवाली हमारी जैसीही एक औरत है। उसके

साथ कुछ कुछ चलता है। वो नाके पे काम करने को जायेगा, तो उसको ही अपने साथ काम पे ले के जाता है। ये बात बहुत बार मेरे ही समज में आयी थी। इसके लिए मैं टिनू के पापा के साथ बात करती है,तो वो मुझे भी बोलता है, तेरा भी बाहर कुछ लफडा है, फिर झगडा होता है। फिर वो मुझे मारता है और रात को शराब पिके आता है, फिर इतना मारता है कि डर के मारे मैं टिनू को लेकर एक रुम में दरवाजा लगाकर बंद करके लेती है। अभी अभी तो ये हमेशा का नाटक होने लगा है। आप थोडा उसको डाटो, ये मेरी बिनती सुन लो।"

"रमेश शराब पिता है?"

"हांऽऽ, शराब पिकर ही पांचाल भाई को गालियाँ दी थी, पांचाल ने ही कई बार रात को उसे शराब पिलाया था और शराब पिलाकर बोला था, वो बिगारी छुमछुम भाभी है ना, उसके साथ जुगाड जमाकर दे देना। तेरे को और तेरे बिबी को मेरे साईटपर हमेशा हमेशा के लिये काम दूंगा और पचास रुपये हजेरी बढाकर दूंगा। शराब तो मुफ्त में मिलेगी। वो पांचाल भी हरामजादा था। उसने ही टिनू के पापा को शराब पिने की आदत लगा दी। पहले कभी महिना-दो महिने में एकाद बार दोस्त के साथ पिता था। अभी तो उसका हमेशा का नाटक शुरू हो गया। बोलता है, जादा नखरा करेगी तो वो औरत को लेके कहीं और भाग जाऊंगा। फिर मैं बेचारी अकेली ये पराये मुलुख में क्या करेगी? तीन बच्चे गाँव में मेरे माँ के पास छोडकर आयी हूँ, ये आदमी मुझे परेशान कर रहा है। जरा संभाल के समझावो उसको। साप भी मरना मंगता है और लाठी भी टूटना नही मंगता। आप तो मेरे पिता जैसे है। मेरे लिए इतना मेहरबानी करो मालिक!"

भाभीची कैफियत ऐकून डोकं गरगरू लागलं. पांचाळ पंचवीशीतला मुलगा, इतक्या खालच्या थराला जाईल याची कल्पनाच मला करवत नव्हती. बांधकामावर दिवसभर काबाडकष्ट करणाऱ्या माणसांची विकृत मानसिकता आणि दारूचं व्यसन यामुळे या लोकांची पैशाची भूक सदोदित खवखवलेली असते. श्रमाने शरीर थकलेले असले तरी, रात्री दारू पिल्याशिवाय या बहुतांश मजूर, श्रमकरी लोकांना झोप लागत नाही. दुसऱ्याच्या घराचे स्वप्न पुरे करण्यासाठी कष्टणाऱ्या या हातांना स्वत:च्या भवितव्याचे स्वप्न भुलवीत नसेल काय? मला तर ही आत्मविश्वास हरवलेली माणसं वाटली. यांच्याकडून विश्वासाची कशी आणि कोणती अपेक्षा बाळगायची?

पावसाळ्यात पंधरा दिवस मी रमेश भैय्याला व त्याच्या बायकोला काडीचेही

काम न करता हजेरी दिली. रोजगार नसल्यामुळे उपासमार होऊ नये हाच माझा हेतू होता. भाभीने सांगितल्यावरून मी रमेशशी सौम्य, परंतु समजावणीच्या शब्दात कानउघाडणी केली. परिणाम उलटाच झाला. दुसऱ्या दिवशी रमेशने भाभीला बेदम मारझोड करत तिच्या अंगाची चामडी सोलून काढली. रमेश माणूस नाही तर क्रूर जनावर असल्याची खात्री होताच त्याला माझ्या घरातून कुटुंबासह हाकलून दिला. मारझोडीनं त्याची बायको मेली तर नसती आफत माझ्या अंगावर येऊ नये म्हणून मी खबरदारी घेतली. नाक्यावरच्या माणसांनी माझ्या विचारांची, सदसद्विवेकबुद्धीची चारही बाजूंनी नाकाबंदी केली होती. जुनीजाणती माणसं नेहमीच म्हणत असत, हे कलियुग आहे. विश्वासाची दुनिया राहिली नाही आता. हसत हसत लोक सहज म्हणतात, विश्वास पानिपतावर मेला. परंतु मी म्हणतो, माणसांनीच माणसातला विश्वास ठार मारला आहे एवढं मात्र खरं! स्वार्थ आणि हव्यासामुळे माणसं पैशाच्या पाठी धावू लागली. केवळ पैशाच्या मोहापायी संस्कृतीला घातक व नीतिमत्तेला बाधक नवी नवी विकृती जन्मास येऊ लागली. या विकृतीचे विदारक दर्शन मला घर बांधताना दिसून आले. खरे तर ती माझी नाकेबंदीच होती - मनाची आणि खिशाची!

। ५ ।

दिसतं तसं नसतं

संध्याकाळी पाच वाजता शाळा सुटल्याची घंटा टणऽऽ टणऽऽ आवाज करत वाजली अन् खुराड्यात रात्रभर कोंडून ठेवलेल्या कोंबड्या सुसाट वेगाने बाहेर पडतात, तशी वर्ग खोल्यांत दिवसभर कोंडून धरलेली मुले आपापल्या घराच्या दिशेने जाणाऱ्या वेगवेगळ्या वाटांनी विखुरली. गावातील पेठा, गल्लीबोळ पोरांच्या झुंडीनं गजबजले. पोरांपाठोपाठ शिक्षकांचे पायसुद्धा आपापल्या घराकडे वळाले. हातातली दोन-तीन पुस्तके सावरत रामचंद्र देशमुख सरांनी आपल्या खोलीचा दरवाजा एका हाताने टकटक करत ठोठावला. नुकतीच वेणीफणी करून व चापूनचोपून साडी नेसलेल्या सरलानं दरवाजा उघडला. टेबलावर हातातली पुस्तके ठेवत देशमुख सर टेबलाजवळच्या खुर्चीवर हाशऽऽ हुशऽऽ करत विसावले. काही वेळाने उठून त्यांनी एक दीर्घ सुस्कारा सोडला. त्यामुळे दिवसभराचा ताणतणाव जरासा हलका झाल्याची जाणीव त्यांना झाली. पँट शर्ट काढून खुंटीला लटकवली आणि खोलीतल्या मोरीत जात बादलीतील पाण्याने खळाळून हातपाय धुतले. थंडगार पाण्याचा शिडकावा तोंडावर मारला. मोरीबाहेर पाऊल टाकताच सरलाने हातात टॉवेल दिला. तोपर्यंत स्टोव्हवर ठेवलेल्या पातेल्यातल्या चहाला उकळी आली होती. हातपाय पुसून सरांनी पायजम्याची नाडी कमरेला आवळली. परत खुर्चीवर विसावले. सरलाने सरांच्या पुढ्यात टेबलावर चहाची कपबशी आणून ठेवली. कपातला चहा बशीत ओतून त्याचा आस्वाद घेताना सरांच्या ओठातून

फुर्रऽऽ फुर्रऽऽ असा आवाज येत होता. इतक्यात कॉटवर झोपलेली एक वर्षाची लहानगी नीलिमा उठून स्फुंदत रडू लागली. आता कुठे सरांचा दिवसभराचा थकवा दूर झाला होता. इतक्यात नीलिमाचे रडगाणे सुरू झाल्यामुळे सर पुन्हा अस्वस्थ झाले. सरलाकडे पाहात म्हणाले,

"एऽऽ, या कार्टीचं रडणं थांबव पहिलं. सदानकदा रडगाणं सुरू असतं. अवदसा आलीय पोटाला. आई अशी आन् कार्टी तशी! दिवसभर शाळेत पोरांची कलकल. घरात पाऊल ठेवलं की या कार्टीचं आकांडतांडव. कसली शांतता व निवांतपणा नाही."

"अहो, ती सकाळी तापानं तापली होती. डॉक्टरांनी दिलेलं तापाचं औषध दिलंय. दूधदेखील पिलेली नाही. ताप उतरलाय आता. परत एकदा डॉक्टरला दाखवून आणायची का तिला?" नीलिमाला पोटाजवळ उचलून धरताना सरला म्हणाली.

"आठवड्यातून दोन-तीनदा दवाखान्यात जायलाच पाहिजे का? त्यापेक्षा आपण दवाखानाच आपल्या खोलीत उचलून आणू, म्हणजे दवाखान्यात जाण्याचं झंझट मिटंल." सरलाकडे बघत देशमुख सर त्रासिकपणे बोलले.

"बाई, बाईऽऽ अहो, लहान लेकरू आहे. तिला बोलता आलं असतं तर तिनं सांगितलं नसतं का की, तिला काय होतयं ते. ती जन्मली तेव्हांपासून तुम्ही तिचा राग राग करताय. पोरीचा एवढा राग येतोय तर जन्माला घालायची कशाला?"

"तीच तर मोठी घोडचूक झाली माझ्या हातून की तुझ्याशी लगीन केलं. काय तुझं रूप आणि काय तुझं ध्यान! माझ्या नखाची तरी सर आहे का तुला? काळी मेंदरी, सडकेवरचं डांबर तरी बरं असा तुझा रंग. रूपाचं तर विचारायलाच नको. शूर्पणखा, तुला कसा दोष देऊ. मीच मूर्ख. डोळ्यावर झापडं बांधल्यागत तुला पसंत करून तुझ्याशी लग्न केलं. इतका आता पश्चाताप होतोय. मी रात्रंदिवस मनात चुरमुऱ्याचं लाडू खातोय."

"मी आले होते का तुम्हाला बोलवायला, या आणि माझ्याशी लगीन करा म्हणून. माझा काय दोष? रोज आपली नाकावर काठी मारता. सारखं उणंदुणं, कधी कधी म्हणून सुखाचा, प्रेमाचा शब्द नाही. आपणही झुरायचं आणि दुसऱ्यालाही झुरून मारायचं. मला वाटलं, मास्तर नवरा मिळाला. वाडवडिलांची पुण्याई कामाला आली. सुखाच्या संसाराची किती किती स्वप्नं मी बघितली होती. पण इथं तर दररोज नाक-तोंड दाबून बुक्क्यांचा मार!"

"नुसता मारच नाही मला तर वाटतं तुझा गळा दाबावा आणि संपून टाकावी एकदाची माझ्या मागची पीडा. म्हणजे तूही सुटशील अन् मीही मोकळा होईन."

"मग तुम्हाला कुणी अडवलंय? दाबा माझा गळा आणि व्हा मोकळं एकदाचे. मीही वैतागलेय तुमच्या रोजच्या जाचाला. गिधाडासारखं दररोज लचकं तोडायचं, गुराढोरासारखी मारझोड करायची. ऊठ म्हटलं की उठायचं, बस म्हटलं की बसायचं. मास्तर आहे म्हणे! पोरांना ज्ञान देणारा ज्ञानी, घरात राक्षस आहे. पोटाची आणि शरीराची भूक भागवायला बायको पाहिजे. भूक भागली की लाथा घालायला मोकळा. तुम्ही कशाला मारता, मीच जीव देते विहिरीत. म्हणजे तुम्ही मोकळे आन मीही मोकळी."

"वा! लै अकलेचं दिवं पाजळायला लागलीस का? ही जन्मास घातलेली कार्टी, तिचं काय? मी आहे सगळं निस्तारायला मागे. आपला पगार किती आणि खर्च किती! माझी ओढाताण तुला दिसतीय का? घरी आईबापाला दर महिन्याला पैसे पाठवावे लागतात. तुझ्या बाळंतपणाचं काय. अगं आपल्या लग्नासाठी उसनवार घेतलेले हेडसरांचे पैसे अजून मी देऊ शकलेलो नाही. बाळंतपणासाठीसुद्धा हेडसरांनी आणि बाकीच्या शिक्षकांनी मला पैशाची रात्र-अपरात्री मदत केली. तालुक्याच्या गावी खासगी दवाखान्यात तुला न्यावे लागले. ते पैसेही अजून मला देता आले नाहीत. कुणी उसनवार दिलेले पैसे मागत नाही, पण मला दररोज कोडग्यागत जगावं लागते. अपराध्यागत वागावं लागते. मग माझी चिडचिड होते. त्यात ही कार्टी सारखी आजारी पडते आणि तू तरी कुठं धड आहेस. सदानकदा खोकत असते. तुमचा मायलेकींचा दवाखाना बघू की, लोकांची देणी देऊ. तूच सांग मी काय करू? माझा राग, माझी चिडचिड, वैताग कुणावर काढू? तुलाच बोलणार, मारणार की बाहेर कुणावर माझा राग काढू? माझ्या मनाची घुसमट मी कोणाला सांगणार, कोणाजवळ माझं मन मोकळं करणार?"

"अहो, पण मन मोकळं करायची ही तुमची कुठली पद्धत! मला आणि पोरीला जाच करून तुमचे प्रश्न सुटणार आहेत का?" सरलाच्या या प्रश्नाने देशमुख सर निरुत्तर झाले. काही वेळ शांततेत गेला. सरला मनोमन आपल्याच नशिबाला दोष देत विचारमग्न झाली. काही वेळाने सरला म्हणाली,

"अहोऽऽ, त्या कुंटे सरांच्या घरी हळदीकुंकू आहे."

"मग?" डोळे मोठे करत देशमुख सरांनी विचारले.

"कुंटेबाई मला हळदीकुंकवाला या म्हणून सांगायला आल्या होत्या."

“सरलेऽऽ, तुला किती वेळा सांगितलंय, कुणी बोलावलं तरी कोणाच्या घरी जायचे नाही म्हणून. परत परत तुला तेच ते का सांगावं लागतं.”

“हळदीकुंकू आहे. सवाष्णीचं वाण असतं ते. नाही कसं म्हणायचं?”

“तू गेली नाहीस म्हणून का मी मरणार आहे? अगं, सगळ्या शिक्षकांच्या बायका तिथं येतील. तुझ्या तोंडावर नाही, पण तुझ्या पाठीमागे आणि त्यांच्या घरी गेल्यावर चर्चा करतील त्यांच्या नवऱ्यांसोबत. म्हणतील गोऱ्यागोमट्या देशमुख सरांबद्दल तुम्ही कौतुकानं एवढं सांगता, विद्यापीठातला मराठी विषयातला गोल्ड मेडलिस्ट, बी. ए. च्या वर्गातला. ज्याच्या जिभेवर साक्षात सरस्वती नांदते, ज्याचे मराठी भाषेवर एवढे प्रभुत्व तुम्ही सांगता, त्याची बायको अशी? काय तिचं रूप, काय तिची तऱ्हा. एखादी मोलकरीण तरी बरी. आपली अब्रू आपल्या हातांनी घालवायची का? आपल्या घरात काय आणि किती जळतेय त्याचा वास बाहेरच्या लोकांना कळता कामा नये, हे मी तुला कितीदा बजावलेय. कुणाची संगत सोबत नको, कुणाच्या घरात जाऊन बसायचं नाही. आपलं सुखदुःख आपलं आपल्याला. ते वाटण्यासारखं अजिबात नाही. बायकांचं कसं असतं, एकीच्या तोंडचं दहा जणींच्या तोंडी व्हायला अजिबात वेळ लागत नाही. माझी शाळेत व गावात, विद्यार्थी, पालक, शिक्षक वर्गात वेगळी प्रतिमा आहे. लोक माझ्याकडे एक अभ्यासू, विद्वान, गुणवत्ताधारक शिक्षक म्हणून पाहतात. त्या प्रतिमेला अजिबात तडा जाता कामा नये. तूच विचार कर, तुझा-माझा जोडा कुठल्याच अंगाने शोभत नाही. तुझी शैक्षणिक पात्रता काय एस.एस.सी. नापास अन् मी एम. ए.! रंगरूपाची तर तुलना नको. तेव्हा कधीही खोलीच्या बाहेर पडायचे नाही आणि जेव्हा आपण बाहेर कुठे डॉक्टरकडे वा काही महत्त्वाच्या कामासाठी जात असू, तर सोबत आपण कधीच बरोबरीने चालायचे नाही. आपण दोघे पतीपत्नी आहोत हे समोरच्या माणसाला कळता कामा नये इतके अंतर आपल्या दोघांत असायला हवे. आता आपल्याला नेहमीच असेच जगावं आणि वागावं लागेल. त्याला इलाज नाही. ही सक्ती म्हण किंवा सक्तीचा जुलूम म्हण. जशी तू सुखी नाहीस तसा मीसुद्धा सुखी नाही. जेवढी तू दुःखी तेवढाच किंवा त्यापेक्षा अधिक मी दुःखी आहे. आपण सहजीवनाचे सहप्रवासी आहोत. तुझ्या सुखाच्या कल्पना वेगळ्या आहेत, माझ्या सुखाच्या कल्पना वेगळ्या आहेत. म्हणून आपण दोघेही दुःखी आहोत. ज्या वेळी मी इतर शिक्षक मित्रांच्या घरी जातो व त्यांच्या सुशिक्षित, रूपवान बायकांना पाहतो, तेव्हा मला त्यांचा हेवा वाटतो. ही मित्रमंडळी खूपदा

त्यांच्या घरी तुला घेऊन येण्याचा आग्रह मला करतात, तेव्हा माझी खूपच कुचंबणा होते. तुझं असं ध्यान घेऊन कसा जाणार मी त्यांच्याकडं? उगाच आपल्या हातांनी आपलीच छी थू करून घेण्यात काय अर्थ?"

"का हो, इतकी वाईट आहे मी दिसायला? काय कमी आहे माझ्यात, ते तरी सांगा मला. जे इतर बायकांत आहे, तेच माझ्यात आहे ना! काळा काय, देवसुद्धा काळा नाही का? सुंदर, देखणं म्हणजे काय हो? गोरंगोमटं, सरळ नाक, डोळ्यांचा नखरा, केसांचा आकडा, गालावर पावडर आणि उगाच दात पसरून खोटं खोटं दाताड काढलं की बाई चांगली. दिसायला देखणी आणि चुलीतली फुकणी. घ्या मलाही चांगल्या साड्या. आणा स्नो-पावडर. मीही नटते थटते आणि येते तुमच्याबरोबर."

"काही नको. तू आपली गप्प गाड खोलीत. तुला नटायला थटायला देण्यासाठी पैसे नाहीत माझ्याकडं. टी.बी.च्या पेशंटसारखी खंगलेली तू. थोबाडावर मूठभर मास नाही. एक कार्टी झालीय, तीही रोगट तुझ्यासारखी. धरलं तर चावतंय आणि सोडलं तर पळतंय, अशी अवस्था झालीय माझी तुझ्या बाबतीत. खरं सांगू, तू माहेराला गेलीस की मला खूप बरं वाटतं. अगदी मोकळं मोकळं. कसलंही दडपण राहात नाही माझ्या मनावर."

"असं होय! मग मी कायमची माहेराला जाऊन राहू का? म्हणजे तुम्हालाही बरं वाटेल."

"मग तर सोन्याहून पिवळं!"

"म्हणजे मला माहेराला पाठवून दुसरी कुणी घरात आणायचीय काय तुम्हाला!"

"आणली असती गं, पण तुझं गळ्यात बांधलेलं लोढणं आहे तोवर तरी ते शक्य नाही."

"म्हणजे मी लोढणं आहे तर!"

"लोढणं नाही तर दुसरं काय?"

"लोढणं गळ्यात असतं, तसं मला गळ्यात घालून फिरा की शाळेत, गावात, पाहुण्यारावळ्यात, मित्रमंडळीत. मी तयार आहे. पण तुम्हाला माझी बायको म्हणून सोबत न्यायची लाज वाटते. हे एरंडाचं गुऱ्हाळ आहे. रात्रंदिवस हाका. चव ना चोथा! तसं आपलं आहे." असं बोलून सरला फणकाऱ्यानं उठली. पोटाशी धरलेल्या नीलिमाला घेऊन सरळ लोखंडी खाटेवर आडवी झाली. देशमुख सरांनी खुंटीवर अडकविलेला सदरा अंगात घातला. पायात चपला सरकवून ते गावात

फेरफटका मारण्यासाठी खोलीच्या बाहेर पडले.

देशमुख सर शाळेत, वर्गात, मित्रमंडळीत सदानकदा हसतमुख व बोलघेवडा माणूस. वाणी रसाळ व लाघवी. बोलणे अगदी अभ्यासपूर्ण, चिकित्सक. खूप दांडगा व्यासंग. अफाट वाचन, शिकविण्याची हातोटीही खूप छान. त्यामुळे एक विद्यार्थीप्रिय शिक्षक म्हणून शाळेत व जनमानसात त्यांना मानसन्मान मिळायचा. त्यांच्या कामकाजावर हेड सर व शालेय प्रशासक, कमिटी बेहद खूष असायची. देशमुख सरांना गावातल्या प्रतिष्ठित घराण्यांमधून लग्नसमारंभ व इतर कोणत्याही कार्यक्रमासाठी आग्रहाचे आमंत्रण दिले जायचे. एकंदरीत देशमुख सर केवळ विद्यार्थी वर्गाच्या नाही, तर तमाम ग्रामस्थांच्या गळ्यातला ताईत बनले होते. सर निमंत्रणानुसार सर्वांच्या घरी जात असत, पण कोणालाही आपल्या घरी येण्याचे निमंत्रण मात्र देत नसत. कोणी आपणहून सरांच्या घरीही जात नव्हते.

दिवसामागून दिवस सरत होते. नीलिमा जसजशी वयाने मोठी होऊ लागली, तसतसा देशमुख सर तिचा छळ करू लागले. तिच्याबाबत त्यांच्या मनात एवढा द्वेष कसा व का भरला गेला काही एक कळत नव्हतं. नीलिमा दोन-अडीच वर्षांची झाली असेल तेव्हा सरला पुन्हा प्रसूत झाली. तिला या वेळेस पुत्ररत्नाचा लाभ झाला. शिक्षक मित्रांनी सरांचे अभिनंदन केले व पुत्रप्राप्तीच्या आनंदाप्रीत्यर्थ पेढे मागितले, तर 'पेढे देऊ की!' असं प्रत्येकाला म्हणत कोरडेच आश्वासन देत राहिले. सरांच्या अंतर्मनाचा थांग मात्र कुणाला लागत नव्हता. या बाळंतपणातही सरलाला खूपच त्रास झाला. दोन महिन्याचं मूल होताच सरला माहेरावरून परत आपल्या खोलीवर, देशमुख सर नोकरी करीत असलेल्या शाळेच्या गावी परतली होती. तिच्या माहेरची परिस्थिती खूपच हलाखीची. तरीही तिच्या आईवडिलांनी तिची दोन बाळंतपण रडतकढत, लोकलज्जेस्तव व लेकीच्या मायेपोटी केली. सरलासाठी त्यांचा जीव तुटत होता. आज ना उद्या जावई आपल्या लेकीला सन्मानाची वागणूक देईल ही भाबडी आशा तिच्या आईवडिलांना दिलासा देत होती. मनातल्या नैराश्यजनक विचारांचा आजार सरलाच्या इतर आजारांचेही खरे मूळ होते. परंतु ते मूळ समूळ उपटून टाकणे तिला जमत नव्हते. ती बाब तिच्या आवाक्यातही नव्हती. सरला सतत अंथरूणावर पडून राहू लागली. अशक्तपणा फारच वाढला. दोन लहान मुलांची देखभाल करणे कठीण जाऊ लागलं. देशमुख सरांनी पैशाची जमवाजमव केली. सरलाला शहरातल्या तज्ज्ञ डॉक्टरांकडे तपासणीसाठी नेलं. तपासणीअंती तिला टी.बी. झाल्याचे सांगितले. डॉक्टरांनी

सांगितलेली औषधे घेऊन सरांनी सरलाला तिच्या आईवडिलांच्या घरी नेऊन सोडले. कौटुंबिक सौख्य कसे ते सरांना लाभत नव्हते. पत्नीच्या आजाराची व प्रकृतीची हेड सर व सहकारी शिक्षकमित्र अधूनमधून त्यांच्याकडे चौकशी करत. कारण सरांबद्दल सर्वांच्या मनात आदरभाव व स्नेह होता.

जवळजवळ वर्षाचा कालावधी उलटला. शाळेचे शैक्षणिक वर्षही संपले. टी.बी.सारख्या दुर्धर आजारातून बरे होण्यासाठी वेळ लागतोच. सरलाचा औषधोपचारही व्यवस्थित सुरू होता. शाळेचे दुसरे शैक्षणिक वर्ष नव्याने सुरू झाले. इतर शिक्षकांप्रमाणे देशमुख सरही आपल्या शाळेत रुजू झाले. आपल्या गावावरून नोकरीच्या गावी येताना सरांसोबत एक तरुण सुंदर स्त्री आली होती. देशमुख सर ज्या वाड्यात राहात होते, त्या वाड्यातल्या इतर खोल्यांमध्ये राहणाऱ्या भाडेकरूंना वाटले की, कुणीतरी पाहुणी किंवा नातलग बाई आली असावी. आपण कोण आहोत समजण्यासाठीसुद्धा ती बाई खोलीचा दरवाजा उघडा ठेवत नसे. सदानकदा दरवाजा बंद. सरही कधी वाड्यातल्या कोणाशीही अवाक्षर बोलत नसत व तेही शाळेतून खोलीवर आले की, दरवाजा बंद करून घेत. हल्ली हल्ली गावातही ते फेरफटका मारायला जात नसत. त्यांच्या विषयी वाड्यातल्या माणसांमध्ये सतत कुजबुज होऊ लागली. माणसं खासगीत बोलत. अनेक तर्कवितर्क बांधू लागली. सत्य-असत्याची चौकशी न करता खेडेगावात अफवांचे पीक अमाप येते. देशमुख सरांबाबतही हेच झाले. पण उघड उघड त्यांना विचारणार कोण? वर्गशिक्षक, ग्रामस्थ देशमुख सरांकडे संशयित नजरेने पाहू लागले. ही बाब कुणीतरी सरलाला तिच्या माहेरी पत्र लिहून कळविली.

एक दिवस सरला आपल्या दोन पोरांना घेऊन शाळेच्या गावात, आपल्या खोलीवर दाखल झाली. तिची प्रकृती आता ठणठणीत झाली होती. दरवाजा ठोठावताच देशमुख सरांनीच उघडला. सरलाला दारात पाहताच ब्रह्मांड कोसळल्यागत झालं. त्यांचा रागाचा पारा भराभर चढला. डोळ्यांतून अंगार बरसू लागला. वाड्यातल्या सगळ्या खोल्यांतील माणसं आपापले दरवाजे सताड उघडे ठेवून हा बिनपैशाचा तमाशा कधी पाहायला मिळतोय, याचीच वाट पाहात होती. आपण एक प्रतिष्ठित शिक्षक आहोत याचे भान हरपल्यागत देशमुख सरातला पती क्रोधायमान झाला.

"तू कशी आलीस आणि मला न सांगता इथे येण्याचे धाडस केलेच कसे?" दातओठ खात ते म्हणाले.

“कशी म्हणजे? माझ्या घरी येण्यासाठी मला परवानगी घ्यायला पाहिजे?” दुपट्ट्यात बिलगून धरलेलं पोरगं छातीशी सावरता सावरता सरला बोलली.

“अरे, तू बाई आहेस की भिंताड. काही अकलेचा भाग आहे की नाही तुझ्याकडे? अशी अचानक पोरं घेऊन तू आलीसच कशी? तू येणार आहे हे कळवलं का नाही? तुझ्या मर्जीची मालक झालीस का, आलीस तशी माघारी जा. मी सांगेन तेव्हाच यायचं इकडे.”

“का? मी नाही तिकडे राहणार! वर्ष-दीड वर्षे झालंय. जिकडे तुम्ही, तिकडे मी. जगेन तर तुमच्यासोबत आणि मरेन तर तुमच्यासोबत. व्हा बाजूला. पोरगं रडायला लागलंय. मला घरात येऊ द्या. निदान माझी नाही तरी जन्म दिलेल्या पोरांची लाज बाळगा. त्यांची तरी कीव येऊ द्या. मास्तर आहे त्याची तरी लाज शरम बाळगा. लहान लेकरं घेऊन बायको दारात उभी केलीय हे सगळा वाडा डोळ्यांनी बघतोय. शाळेत बातमी जायला वेळ नाही लागायचा. चांगला म्हणून डोक्यावर घेणारी लोकं थुंकतील तोंडावर पचापचा. ज्ञानी माणसाला एवढंही ज्ञान असू नये?” सरला पोटतिडकीने बोलताच सर भानावर आले. आपल्या रागाला आवर घालत ते दरवाजातून आत सरकले. ती खोलीत येताच सरांनी पटकन दरवाजाची कडी आतून लावून घेतली. सरलाने दोन्ही पोरांना लोखंडी कॉटवर बसविले. मोरीजवळच्या भिंतीला पाठ टेकवून एक तरणीताठी गोरीगोमटी बाई बसली होती. छानपैकी फुलाफुलांची नक्षी असणारी साडी, फॅशनचा ब्लाऊज, कपाळावर लालजर्द टिकली अन् गळ्यात मंगळसूत्र. तिला आपादमस्तक न्याहळत सरला म्हणाली,

“आणि ही बया कोण?”

“.....”

काही वेळ शांततेत गेला. देशमुख सरांकडे पाहात सरला रागाने जवळजवळ ओरडलीच,

“मी म्हणतेय ही बया कोण? वाचा बसलीय का तुमची. वर मला विचारता, कशाला आलीस माहेरावरून? मी तिकडं माहेराला राहिली की, इकडं तुम्हाला शानशौकी कराय रान मोकळं. कुठून आणलंय हे ध्यान? पार लाजलज्जा सोडलीय तुम्ही.”

“काही लाजलज्जा सोडली नाही. आधी तुझी वटवट बंद कर नाहीतर...” असं बोलून देशमुख सरांनी उजव्या हातानं सरलाच्या एक सणसणीत कानफाटीत

मारली. त्या एका फटक्यानं सरलाच्या डोळ्यांपुढं अंधारी आली. अर्थात तिला हे नवीन नव्हतं. अंधारी येऊन जमिनीवर आईला पडताना पाहताच नीलिमा रडू लागली. वाड्यातल्या इतर खोल्यांच्या भिंती साद-पडसादाचा कानोसा घेत होत्या. सरलाच्या डोक्याच्या केसांना मुठीत पकडून देशमुख सर जळजळत्या नजरेने पाहत म्हणाले,

"हे बघ सरले, उगीच जगाला तमाशा दाखवायचा नाही. तू अशी रोगट, टी.बी. पेशंट. मी माझा जीव किती दिवस मारायचा किती दिवस मी माझ्या मनाला मुरड घालायची? तुला घेऊन समाजात उजळ माथ्यानं मला फिरता येत नव्हतं. मी दुसरं लग्न केलंय, सहा महिन्यापूर्वीच. तुला पोरंबाळं झालीत. तुझा संसार झालाय. गपगुमान घरात बसून खायचं आणि घरातला कामधंदा करायचा. लग्न केलंय मी. चोरी नाही केली. जगाच्या वेगळं नाही काही. उगाच आकांडतांडव करून घर डोक्यावर घ्यायचं नाही. या गावातली लोकं चार दिवस मला नावं ठेवतील. चार दिवसांनी सारं विसरून जातील. तुला काही मी अशी वाऱ्यावर सोडून तर दिलेली नाही ना!"

"लगीनच करायचं होतं, तर मला का नाही सांग़ितलं, मी आडकाठी आणली नसती तुमच्या लग्नाला. चोरून गुपचूप लग्न केलंत. एक बायकु जिवंत असताना. मी पोलिसात जाईन आणि तुमच्या अब्रुचं धिंडवडं काढीन." सरला त्वेषाने म्हणाली.

"मला पोलिसांची धमकी देतेस. अगं पोलिसात काय, कोर्टात जा. मी नाय कुणाला घाबरत. आधी तुझं आणि या पोराचं काय अन् कसं होईल याचा विचार कर. तुझ्या बापाच्या घरात काय काय जळतंय ते मला माहीत आहे. त्यांना त्यांची भ्रांत. ते तुला काय पोसणार? तू तुझ्यासोबत पोरांचंसुद्धा वाटोळं करणार! तुलाच अवदसा आठवली तर मी त्याला काय करू?"

"वा! चोर तर चोर वर शिरजोर. हे बघा एक तर तुमच्यासोबत ही बया राहील नाही तर मी राहीन."

"चालेल की, मीही तेच म्हणतोय, तू कशाला आलीस ही इथं असताना. ही माहेराला गेली की तुला कळवितो. मग तू ये इकडं. तोपर्यंत तू रहा तुझ्या बापाच्या घरी. जगू दे ना चार दिवस सुखाचं मला!"

कोडग्यागत देशमुख सर बोलले. सरला रागाने आपल्या सवतीकडे पहात होती. तिच्या काळजालाच आग लागली होती. डोक्यावरचं आभाळ फाटलं

होतं अन् पायाखालची धरणी पेटली होती. अधिक ताणलं तर तुटणार होतं आणि तुटलं तर जन्म दिलेल्या पोरांना वनवास सोसावा लागणार होता. नवऱ्याविरोधात दाद मागायला तिचं माहेर तेवढं समर्थ नव्हतं. तशा विमनस्क मनःस्थितीत तिनं आपल्यासोबत आपल्या पोरांच्या भवितव्याचाही सारासार विचार केला. एका म्यानात दोन तलवारी राहू शकणार नाहीत. आपण कितीही नमतं घेतलं तरी झुकतं माप तिच्याच पारड्यात पडणार! तशातच आपण पहिल्यापासून नकोशी, नावडती. देहधर्म म्हणून शरीरसंबंध. कधीच प्रेमाचा वा सुखाचा शब्द नाही. दावणीला बांधलेल्या जनावरागत आपली अवस्था. इथं नवऱ्याच्या घरी आश्रितासारखं जगण्यापेक्षा बापाच्या घरी मोलमजुरी करून जगलेलं काय वाईट. दृष्टीआड ते सृष्टीआड. तुझं सुखही नको आणि दुःखही नको. आता आपण आपल्याच नवऱ्याला अडचण वाटतोय. उद्या तो आपणास अडगळीतच टाकणार.

विचारांच्या तंद्रीतच सरला उठली. तिच्या घशाला कोरड पडली होती. दीनवाण्या नजरेने नीलिमा आपल्या आईच्या व्याकूळ चेहऱ्याकडे पाहात होती. सरलाने प्रशांतला उचलून आपल्या छातीशी धरले. पोरांच्या कपड्याची पिशवी खांद्याला अडकवली आणि नीलिमाचा हात धरून खोलीच्या बाहेर पडली. वाड्यातून बाहेर पडताना मागे वळून पाहण्याचं धाडस तिच्या अंगात राहिलं नव्हतं. सारा वाडा अन् वाड्यातल्या खोल्या सरलाला पाठमोरी होताना पाहात होत्या. एस.टी. स्टँडवरील हॉटेलात सरलानं पाण्याचे तीन चार ग्लास प्यायली. नीलिमालाही ग्लासभर पाणी दिलं. बसस्थानकातल्या सिमेंटच्या कट्ट्यावर थोडी विसावली. लहानग्या गौरव पदराआड घेऊन त्याची भूक भागवली. इतक्यात बसस्थानकात बस आली. त्यात सरलानं आपल्या पोरांसकट तिला कोंबून घेतलं. धुरळा उधळीत एस.टी. नं. गावकूस सोडलं अन् डोळ्यातून अश्रूचे थेंब टिपकू लागले. जणू आज ती तिच्या भरल्या संसारावरच पाणी सोडत होती.

देशमुख सरांच्या दुसऱ्या लग्नाची बातमी गावभर पसरली. लोकं आपापसात कुजबुजू लागली. त्यांना आयता विषय मिळाला. 'दोन पोरं असताना आपल्या हायस्कूलातला मास्तर दुसरं लगीन करतोय. आयला मास्तरडं मोठं रंगीलच दिसतंय. इथं एक बायकु सांभाळताना नाकात दम आलाय."

"मोठा आवलीच दिसतोय. म्हणं लयी चांगला. हुशार मास्तर, लयी ग्यानी, आयला बोलायला नुसता पोपट. हा काय पोरांना हे आसलं शिकवणार! मी नाय त्यातली आन कडी लाव आतली."

"वाईट वागू नका. वाईट इचार करू नका. आया-बहिणींकडं वाईट नजरनं बघू नका. त्याचा सन्मान करा आन हा एकीत भागना म्हणून दुसरीला घरात आणतो." अशा चर्चा गावात रंगू लागल्या आणि विशेष म्हणजे अशा चर्चा लोक शाळेतल्या शिक्षकांना ऐकू जातील अशा बेताने, शिक्षक गावात फिरताना दिसले की मुद्दाम करत.

एक दिवस हेड सरांनी देशमुख सरांना आपल्या केबीनमध्ये बोलावून घेतले व म्हणाले,

"देशमुख सर, बरेच दिवस तुम्हाला विचारेन विचारेन म्हणत होतो, पण विचारलं नाही. गावात लोक तुमच्या नावाची फारच चर्चा करतात. तुमच्या खासगी आयुष्यात डोकावण्याचा मला काहीच अधिकार नाही, पण आपण एक शिक्षक आहोत. समाजातील एक जबाबदार घटक, नागरिक आहोत. आपण आपल्या कृतीतून जगण्या-वागण्याचा समाजापुढे, विद्यार्थ्यांपुढे आदर्श ठेवायचा असतो. आपण चारित्र्यसंपन्न असल्याशिवाय दुसऱ्याला सदवर्तनाचा धडा देऊ शकत नाही. माझ्या बोलण्याचा उद्देश तुमच्या लक्षात आला असेलच."

"हो सर, चूक झाली माझी."

"अशी कशी चूक! सर, दोन मुलांचे बाप आहात. तुमची पत्नी किती प्रेमळ आणि शालीन आहे हे मला माहीत आहे. दिसायला रूपवान नाही, पण तिच्याइतकी गुणी एकाही शिक्षकाची पत्नी नसेल. टी.बी.सारख्या महाभयंकर आजारातून आता कुठे ती उठलीय, सावरलीय, तोच तुम्ही तिच्या पुढ्यात हे विष पेरून ठेवलंत. कशासाठी चारित्र्याला हा काळिमा तुम्ही फासून घेतलाय? गावातले लोक केवळ तुमच्याकडेच नाही, तर सर्व शिक्षकांकडे आता वेगळ्याच नजरेने पाहू लागलेत."

"......."

"......."

"......."

"बोला ना देशमुख सर? कशासाठी हा उद्योग केला तुम्ही? अहो, परिणामांची जरा तरी तमा बाळगा. आपणच स्त्रीला सन्मानाने वागवा म्हणून विद्यार्थ्यांना, गावाला, गावातल्या माणसांना सांगतो अन् आपणच आपल्या घरातल्या बाईवर अन्याय करतो. अडाणी माणसाचं ठीक आहे हो, पण आपण सुशिक्षित, शिक्षक, मराठी भाषेचे अभ्यासक, आपणच नीतिमत्ता सोडल्यावर... खरंच, ही अपेक्षा नव्हती मला तुमच्याकडून."

"सर, चूक झालीय मान्य आहे मला. पण माझीही मानसिकता व त्यापाठची भूमिका तर जाणून घ्या ना! आज मी आरोपीच्या पिंजऱ्यात उभा आहे. म्हणून मला गुन्हेगार ठरवू नका. माझंही म्हणणं ऐकून घ्या!"

"ठीक आहे, बोला, बोलल्याशिवाय कसे कळेल?"

"सर, माझं सरलासोबत झालेलं लग्न एक अपघात होता. तो अपघात पचवला मी. आमचा नवरा-बायको म्हणून जोडा सर्वार्थानं विजोड. ही खंत मला सतत बोचत राहायची. मी माझ्या संसारात सुखी नव्हतोच कधी."

"सुखी नव्हता, मग दोन मुले कशी जन्माला आली?"

"सर, शरीरधर्म आहे तो."

"शरीरधर्म पाळता, मग संसारधर्म का नाही तडीस नेला?"

"मीही एक माणूस आहे. मलाही वाटतं, माझी बायको चारचौघां मित्रमंडळींच्या बायकांसारखी दिसायला सुंदर, देखणी असावी. सरलाला तिच्या कुरुपतेमुळे मी चारचौघात कधी घेऊन जाऊ शकत नव्हतो. माझे मित्र, सहकारी शिक्षक, विद्यार्थीसुद्धा आमच्या विजोड जोडीबद्दल नेहमी खासगीत, तर कधी उपहासात्मक चर्चा करीत. हे न्यून सतत मला अस्वस्थ करत होते. म्हणून मी परिणामांचा विचार न करता दुसरं लग्न केलंय. हा अपघात समजा की माझा अपराध समजा. मलाही थोडं समजून घ्या सर."

देशमुख सरांचं बोलणं ऐकून हेड सरांनी दीर्घश्वास घेतला. पाच-सहा महिन्यात देशमुख सरांबाबतच्या उलटसुलट चर्चा गावात रंगणं आपोआप थांबलं. लोक सोयीस्करपणे सारे विसरून जातात. पण तिकडे एकसारखा आपल्या उद्ध्वस्त संसाराचा विचार करता करता सरलाचा आजार पुन्हा बळावला अन् एक दिवस आपल्या अज्ञानी, केविलवाण्या पोरांना पोरकं करून सरला अनंताच्या प्रवासाला निघून गेली. असं भरल्या संसारातून अकाली जाणं तिच्या आईवडिलांसाठी खूपच क्लेशदायी होतं. आईविना पोरक्या नातवंडांसाठी त्यांचा जीव तिळतिळ तुटत असला तरी जावयाच्या हेकेखोर व हटवादीपणामुळे आपली मुलगी मनातल्या मनात झुरून अन् झिजुन मेली, ही खंत अन् जावयाबद्दलची चीड, द्वेष यामुळे जावयाचे तोंडदेखील पाहण्याची त्यांना इच्छा राहिली नव्हती. सरलाच्या मृत्यूनंतरचे सारे क्रियाकर्म विधी पार पडल्यानंतर देशमुख सर आपल्या सासरेबुबांना म्हणाले,

"मामा, होऊ नये ते झालं. माझं नशीब फुटकं. त्याला कोण काय करणार? पोरं लहान आहेत. निदान पोरं समोर दिसली की तुम्ही सरलाचं दुःख विसरून

जाल! पोरांचा शिक्षणाचा खर्च मी तुम्हाला दर महिन्याला देत जाईन. त्यांचा कपडालत्ताही वेळच्या वेळी करत जाईन. भेटीगाठीलाही महिन्या-दोन महिन्यांनी येत जाईन. त्यामुळे मला तुमचीही ख्यालीखुशाली कळंल. काही कमीजास्त बघता येईल. तेव्हा पोरांना इकडंच तुम्ही सांभाळावं असं मला वाटतंय."

"संभाळलं आसतं ना! लै येळा संभाळलं आसतं. पर कधी? माही पोरं जिती आसती तर... माह्या पोरीला त्वा कवा सुखाचा शबुद दिला का? आता माही पोरंच नाय राहिली, तर तुही पोरं मी कशाला संभाळू? तुजं वझं तुज्या संगं. ती माया बिया गेली चुलीत. सांभाळ नाय तर सरलगत त्यांची विल्हंवाट लाव. तुजं तर थोबाड बघायची इच्छा नाय बग. तुजी पोरं तुला लखलाभ. साळा शिकव नाय तर नको शिकवू. तुजा माझा संबंध संपला."

देशमुख सरांचे सासरे निर्वाणीचे बोलले. सर आपल्या दोन पोरांची जबाबदारी टाळू शकत नव्हते. सरलाच्या जाण्यामुळे देशमुख सरांकडे सर्व शिक्षक परिवार उपरोधिक नजरेने पाहू लागला. एक स्त्री दुसऱ्या स्त्रीचा संसार उद्ध्वस्त करते. एक स्त्री दुसऱ्या स्त्रीला जीवनातून व आयुष्यातून उठवते. लोक सारा दोष स्त्रीलाच देऊन मोकळे होतात. परंतु त्यापाठी असणाऱ्या पुरुषी विकृतीचं भान सोयीस्करपणे विसरलं जातं.

दिवसामागून दिवस सरले. वर्षामागून वर्षे गेली. नीलिमा शाळा शिकताना घरातलं सारं घरकाम करायची. एस.एस.सी. पास होताच तिचं लग्न करून देशमुख सर एका जबाबदारीतून मुक्त झाले व नीलिमाही सावत्र आईच्या जाचातून व मोलकरणीच्या भूमिकेतून कायमची मुक्त झाली.

देशमुख सर वर्गात मुलांना मराठीचा धडा शिकवताना आपल्या मुलीच्या नीलिमाच्या संस्कारक्षम वागण्याचा नेहमीच दाखला देतात, तर कधीकधी संदर्भासहित स्पष्टीकरण करण्यास सांगतात - 'दिसतं तसं नसतं...'

परंतु भविष्यात नियतीने देशमुखसरांच्या आयुष्याचं स्पष्टीकरण क्रुर बदला घेतल्यासारखं केलं. काळाच्याही अंगावर शहारे उमटावेत अशाच घटना उर्वरीत आयुष्यात घडल्या. बालसुधारगृहातून पत्नी म्हणून आणलेली सुरेखा दिसायला सुंदर असली, तरी संस्काराचा तिच्यामध्ये अभाव होता. त्यामुळे कसं जगावं अन् कसं वागावं, संसारदक्ष गृहिणीला समाजमनाचेही लागणारे भान व जाणीव तिच्या ठायी अजिबात नव्हती. बालसुधारगृहात केवळ दोन वेळच्या पोटाच्या भुकेची भ्रांत मिटत होती. देशमुखसरांसोबत रजिस्टर लग्न केल्यानंतर 'सुरेखाच्या

जीवाची 'मुंबईच' झाली होती. चांगल चुंगलं खायला, प्यायला आणि ल्यायला मिळू लागलं. एखादं उपाशी व अधाशी जनावर कोवळ्या लुसलुशीत हिरव्यागार गवतावर तुटून पडावं अशीच सुरेखाची अवस्था झाली. बालसुधारगृहातही बंदीवानाचं जिणं जगावं लागत होतं. त्यापेक्षा देशमुखसरांच्या संसारातल्या बंद कोठडीत सर्व सुखे सुरेखाच्या पायाशी लोळण घेत होती. देशमुखसरांनाही अपेक्षित असणाऱ्या सौंदर्यवतीच्या यौवनाचा पुरेपुर आनंद आणि शरीरसुखाची हवी तशी लयलुट करता येत होती. दोन पोरांना घेऊन सरला माहेरी गेल्यानंतर तर सारं रानच देशमुखसरांना व सुरेखाला मोकळं झालं होतं.

शरीरसुखाची पुरेपूर उधळण झाल्यानंतर शरीराने आपला शरीरधर्म पाळण्यात कुचराई केली नाही. सुरेखा गरोदर राहिल्यानंतर देशमुखसरांना पुत्रप्राप्तीची गोड गोंडस स्वप्ने पडू लागली. ज्यादिवशी सुरेखा, देशमुखसरांची दुसरी पत्नी बाळंतीण झाली, अगदी त्याच दिवशी त्याच वेळेला अगदी काही मिनिटांच्या फरकाने देशमुखसरांची पहिली पत्नी सरलाने या जगाचा कायमचा निरोप घेतला. होता. सुरेखाला मुलगा झाल्याची गोड बातमी डॉक्टरांनी देशमुखसरांना सांगितली. त्यानंतर अगदी पाचच मिनिटांनी देशमुखसरांना सरला निवर्तल्याची बातमी फोनवरून कळविण्यात आली होती. जणू सरलाचा सूड घेण्यासाठी पुत्ररूपाने देशमुख सरांच्या पोटी अगदी त्याचवेळेस जन्मास आली की काय अशीच शंका देशमुखसरांच्या परिचित वर्गाला होणे स्वाभाविकच आहे. देशमुखसरांनी मात्र आनंदोत्सव साजरा केला. एकीकडे पुत्रप्राप्तीचा आनंद होताच. त्याक्षणी सरलाची पिडा कायमची संपली ही बात त्यांना मनोमन सुखावत होती.

आपल्या जीवश्च कंठश्च मित्राच्या कानात देशमुखसर हळूच कुजबुजले, म्हणाले "भगवान देता है तो छप्पर फाडके देता है" परंतु देशमुखसरांचा हा आनंद फार दिवस टिकला नाही. दशक्रिया विधीनंतर सरलाच्या वडिलांनी देशमुखसरांच्या स्वाधीन दोन्ही मुले देऊन कायमचा रामराम ठोकला. संसाराच्या दुष्टचक्रात देशमुखसर भरडले गेले. नावडती पत्नी निवर्तली. आवडतीची सेवा शुश्रुषा करताना व लहानपोराची देखभाल व शाळेतली रोजमितीची ड्युटी बजावताना देशमुखसरांचा जीव मेटाकुटीस यायचा. त्यातच सुरेखाच्या पोटी जन्मास आलेला मुलगा प्रशांत अजिबात शांत नव्हता. तो दिवसरात्र टाहो पिटायचा. त्याच्या रडगाण्याने देशमुख सरांची अन्नावरची वासनाच उडविली. सरला गेली पण दोन पोरांची पिडा देशमुख सरांच्या पदरात टाकून गेली. प्रशांत वयाने मोठा झाल्यावर

शांत होईल या कल्पनेवर सुरेखा व देशमुख सर मनाची समजूत घालून घेत होते. परंतु ती समजूत शेवटपर्यंत समजूतच राहिली. प्रशांत वयाने जसजसा मोठा होत गेला तसतसा त्याने देशमुखसरांच्या नाकात दम आणून सोडला. गतजन्माचा वैरी असल्यासारखा प्रशांत त्राही भगवान करून सोडत होता. बाणेदार सरांचा ताठ बाणा आणि कणाच या पोराने मोडून टाकला. त्याच्या उपद्रव्य मूल्याची सरांचे जनमाणसातले मूल्य मातीमोल केले. इतका व्रात्य, खोडकर, हट्टी, वांड मुलगा आपल्या पोटी जन्माला कसा आला याची कारणमीमांसा करण्यास फुरसतच मिळाली नाही.

प्रशांतच्या उपद्रवाला कंटाळून सुरेखा व देशमुख सर प्रशांत वरचा राग निलिमा व गौरव या सरलाच्या मुलावर काढीत. सुरेखा सावत्रपणाची पुरेपुर वागणूक या दोन्ही सावत्रमुलांना द्यायची. लहानवयात घर आवरण्यापासून घर सारवण्यापर्यंत सारी कामे निलीमाला करावी लागत. निलीमा एस.एस.सी. होताच देशमुखसरांनी तिला विवाहबंधनात अडकवून आपली कर्तव्यपूर्ती केली. गौरवसुद्धा महाविद्यालयीन शिक्षण कमवा आणि शिकवा या योजनेतून करत शहरात वास्तव्यास गेला. काही प्रश्नांची उत्तरे काळाच्या पोटात असतात. प्रशांतने सुरेखाची व देशमुख सरांची गेली दहा पंधरा वर्षे व्रात्यपणाने सातत्याने पळता भूई थोडी केली. हतबल होऊन देशमुखसर दाती तृण धरल्यासारखे प्रशांतला म्हणत "बाबा रे ऽऽ कोणत्या जन्माचा सूड उगवतोस तू माझ्यावर, थकलो रे तुझे हट्ट पुरवताना, कलागतीची पाठराखण करताना. अरे, शिक्षक म्हणून गावात माझी किती प्रतिष्ठा आहे. त्या प्रतिष्ठेला तू कलंक आहेस. 'पोटी आला ऐसा दिवटा, केला अब्रुचा बोभाटा'! देशमुख सर पुणे विद्यापीठातील गोल्ड मेडल पारितोषिकाचे मानकरी. प्रशांतची अभ्यासातील प्रगती अगदी जेमतेम. मारुन मुटकून काठावर पास करण्याइतपत. तेही शिक्षकाचा मुलगा म्हणून सहानुभूतीचा वरदहस्त. बारावीला प्रशांत नापास. दुसऱ्या प्रयत्नात पास झाल्यावर जी.डी. आर्ट शिक्षणासाठी प्रवेश घेतला. पोराच्या भविष्याची चिंता देशमुख सरांना भेडसावत होती. सुरेखाची तब्येत रक्त पिऊन फुगलेल्या ढेकणागत टंच व गच्च फुगलेली. शरीराच्या अधिक पुष्टतेमुळे तिला रक्तदाबासोबत हृदयविकाराचाही आजार जडला.

मनातल्या असह्य विचारांचा व दु:खाच्या वेदनेचा विसर पडावा म्हणून देशमुखसर त्यांच्या अगदी खासगी गोटातील मित्र परिवारासोबत रात्रीच्या अंधारात मदिरा प्राशन करू लागले. प्रशांत जी. डी. आर्ट झाला. एका शहरातल्या

शाळेत नोकरीवर रुजू झाला. त्याचवेळी सुरेखास हृदयविकाराचा तीव्र झटका आला. देशमुख सरांसोबत शाळेतील शिक्षकांनी धावपळ करून पुणे येथील रुबी हॉस्पिटलमध्ये दाखल केले. तेथे बायपास सर्जरी करावी लागली. आता सुरेखाची काळजी घेणे देशमुख सरांसाठी अग्रक्रमाचे झाले. दरम्यानच्या काळात देशमुख सर सेवानिवृत्त झाले. गावी राहाण्यासाठी घर नव्हते. सेवानिवृत्तीनंतर मिळालेल्या पैशातून आपल्या मूळ गावी बंगला बांधला. परंतु त्या बंगल्यात राहाण्याचे भाग्य सुरेखाला लाभले नाही. सुरेखाची शुश्रुषा करण्यासाठी व घरकाम करण्यासाठी प्रशांतचे लग्न उरकले. लग्न होऊन नवीन सून घरात आली आणि महिनाभरातच सुरेखाने या जगाचा निरोप घेतला. दोन बायकांचा धनी असणारे देशमुखसर विधूर झाले. सुरेखा जाण्याचे दु:ख ताजे असतानाच प्रशांतची बायकोसुद्धा प्रशांतला सोडून कायमची तिच्या माहेरास निघून गेली. नवीन बांधलेल्या बंगल्यात आता फक्त प्रशांत व देशमुखसर दोघेच उरले. निलिमा आणि गौरवने कायमची पाठ फिरविली होती. देशमुखसरांनी आणि सावत्र आई सुरेखाने त्यांचा अतोनात छळ केला होता. तो छळ या भावंडाना या जन्मी तरी विसरता येणार नव्हता. दरम्यान कोरोनाच्या काळात देशमुखसर कोरोनाने बाधीत झाले. त्यातच त्यांचा अंत झाला. तेव्हा निलीमा, गौरव यांना वयाने लहान असूनसुद्धा प्रशांत आईच्या मायेने कुशीत घेऊन प्रेमाने गोंजारत सांत्वन करत होता. हे सारे अनाकलनीय होते. नियती या जन्माचे कर्म याच जन्मी फेडायला लावते हेच खरं!

। ६ ।

अशोक

दिवस उगवून चांगला हातभर आभाळात वर आला, तवा पहाटे बारा पट्ट्यातल्या शेंबाड्यावरती बैलं चारायला गेलेला ज्ञानू घराकडं आला. औताची चार भादवी बैलं आन् योक आंडील दुसा झालेला गोऱ्हा. घराचा गोठा जवळ आला, तसा 'ट्युरुकं ट्युरुकंऽऽ' डरकाळी फोडीत गोऱ्हा उधाळला, तवा घर हाकंच्या अंतरावर आल्यालं व्हतं. ज्ञानबानं मोठ्यानं आवाज दिला,

"आरंऽऽ आशा, थैमान्या आलाय पळत बघ म्होरंऽऽ. त्यो गोठ्यात घुसंल आन् गायांना शिंगानी बुकलील बग. गाया चऱ्हाटं तोडीतील नाय तं एखादी घाबरून दावणीत पडंल आन् गळ्याला फास लागलं तिच्या. थैमान्या आलाय म्होरं थैमान्याऽऽ. त्याला धर, आशाऽऽ, ये आशाऽऽ थैमान्या बग थैमान्याऽऽ"

ज्ञानबा आपल्या खांद्यावरचा चामड्याची वादी लावलेला चाबूक एका हातात त्याचं टिपरू धरून वरडत व्हता. आपल्या म्होरं चालल्याली बैलं वलांडून त्याला सगळ्यात म्होरं पळालेल्या थैमान्याला पकडायला जाता येत नव्हतं. म्होरं पळत जातो तं मागची बैलं वाटंलगतच्या पिकात त्वांड घालतील. ज्ञानबानं परत हाक मारली, "येऽऽ आशाऽऽ कुठं कलमाडलाय सकाळच्याला! आन् हिचं बी कान फुटल्यात वाटतं. ह्या मायलेकाला चाबकानं फोडायला पायजे. एऽऽ सावित्र्येऽऽ सावित्रेऽऽ कुठं मसणवट्यात गेलीय काऽऽ हिचं बी आयघालीचं कान फुटलं वाटतं." ज्ञानबाचा रागानं तिळपापड झाला व्हता. दातव्हट खात त्यो आपल्या

म्होरं चाललेल्या बैलांच्या पाठीवर सपासप चाबकाचं फटकारं मारीत व्हता. घर आन् घराचा गोठा जवळ आला. आखिरच्याला व्हायाचं त्येच झालं. थैम्यान्या गायांच्या गोठ्यात घुसला आन् शिंगांनी गायांना बुकलू लागला. येक गाई डांबावर आडवी घाबरून पडली. दुसरीनं मोरकीसकाट चऱ्हाटं तोडलं आन् थैमान्या शिंगांनी तिसरा गाईच्या कुसाडाला काखुरं काढीत होता, तवर ज्ञानबा बाकीच्या बैलाकं कानाडोळा करून गोठ्यात घुसला. गोठ्यात थैमान्यानी घातलेला गोंधळ पाहून त्याच्या मस्तकाची शीर रागाने फणफणली. त्यानं थैमान्याचं चऱ्हाटं धरलं. चऱ्हाटाला जोराचा हिसका मारताच थैमान्याच्या नाकातल्या येसणीला झटका बसला आन् थैमान्या मागं सरला. वरामला. ज्ञानबाच्या हातातल्या आसुडाच्या वादीचं चमडं दरबस फटक्यासरसी थैमान्याच्या अंगाला इंगळी डसल्यागत चावायला लागलं. थैमान्या गुन्ह्याची शिक्षा भोगीत व्हता. लव्हाराच्या भात्यागत ज्ञानबाची छाती वरखाली व्हत व्हती. ज्ञानबानी थैमान्याला डांबावर चऱ्हाड बांधून खुटवला. बाकीची बैलं शहाण्यासारखी आपापल्या जाग्यावर जावून उभी राहिली, गोठ्यातल्या गव्हाणी म्होरं. त्यांना त्यांच्या डांबावर चऱ्हाटाच्या काण्यांनी बांधलं. आन् ज्ञानबा घराच्या अंगणात उभा राहून वराडला,

"सावित्रेऽऽ, सावित्रेऽऽ" त्याचा आवाज ऐकून घराच्या बाहेर कमरला पदर खोचीत सावित्री गाढवाच्या लग्नातल्या गंगीच्या तोऱ्यात उभी राहिली आन् म्हणाली,

"काह्याला वराडतोसऽऽ? जितीच हाये मी आजून."

"जिती हायेऽऽ! आँऽऽ, मला वाटलं मेलीऽऽ."

"हांऽऽ, तू माज्या मरणाचीच वाट बघ. मी मेली का संभाळ, तुजी कार्टी पोरटी आन् बैलबारदाणा. मरीआई बसली तुज्याव? दिवस उगावला का कज्जा सुरू. दुनयाच्या आक्रीत तूच कामधंदा करतोय."

"आता चाबकानी आंगावरचं चामडं सोलीलं तवा तुला कळलं. कवापासून वरडतोय, गोऱ्हा गोठ्यात घुसलाय, पार गायांना काखारून काढंल, शिंगानी पर याक आन् दोन न्हाई समदी कान फुटल्यावानी चिडीचिप."

"गोऱ्हा हातात धरायचं, मोकळं कशाला सोडलं? त्येवढं बी कळत न्हाई. बैलक्या हाये का गुरं वळ्याऽऽ" सावित्रीनं ज्ञानबाच्या जखमंवर आजून मीठ चोळलं. तसा ज्ञानबा रागावून म्हणाला,

"आईघालेऽऽ लयी आक्कल पाजळू नको. चाबकानी सोलल्याबिगार तुला

कळायचं नायी."

"हाऽऽ, सोल सोलऽऽ. नवरा हायेस नाऽऽ? त्येवढा रुबाब तं दाखवायला पायजेल. मला राजाच्या राणीगत तू इथं पलंगावचं बसावलंय! उपासी राहायचं आसलं तं मार चाबकानी. तुज्या माराला कवा घाबारलेय मी. ह्ये काय नवं हाये व्हय? ह्ये रोजचंच हायेऽऽ. माज्या पाचवीला पुजल्यालं. माजंच नशीब फुटकं. मी खमकी हाये. मरणं पर तुला पुरून उरलं. बघतोस काय, मार ना चाबकानी."

सावित्रीच्या पावित्र्यानं ज्ञानबाचा राग शेपटापासून थंडावला. त्याला पोटातल्या भुकेची जाणीव झाली. त्याने आपला मोर्चा आशाकडं वळवला. सावित्रीकडं पाहात तो म्हणाला,

"आशाऽऽ, कुठंय?"

"झोपलाय."

"झोपलाय? दिवस कासराभर वर आलाय आन् हा आजून झोपलाय! आशा ऽऽ ऐ आशाऽऽ" ज्ञानबाचा जाडाभरडा आवाज ऐकून घरात झोपलेल्या आशानी अंगावर पांघरलेली गोधडी तोंडावर ओढून घेतली आन् अंथरूणातून निजलेल्या अवस्थेत म्हणाला,

"एऽऽ आयेऽऽ, बग गं माव्हा बाप काशाला वरडतोय त्यो?" आशाचं बोलणं आइकून ज्ञानबाचं टकुरं रागानं परत भिणभिणू लागलं. त्यानं आशाच्या अंथरूणाजवळ जात ढुंगणावं लाथ घातली आन् म्हणाला,

"मी बैलं रानातून चारून आलोय तरी बी हा भडवा आजून झोपलाय? पोटाला पोटभर खासालं आशानी, बायकु एकपट आन् पोरगा दुप्पट."

आशा परत आथरुणातून केकाटला,

"एऽऽ आयंऽऽ, बापानी मला लाथनं मारलं."

"एऽऽ आयघाल्या, कुंभकर्णाची आवलाद हाये का भडव्या तुही? उठ, का घालू आजून ढुंगणावरती लाथा?" ज्ञानबा वैतागून बोलला.

लाथ पुन्हा आपल्या ढुंगणावर बसलं याची खात्री असल्यामुळे आशा झटक्यात गोधडी बाजूला सारीत हातरुणावं उठून बसला अन् हातानी डोळं चोळीत म्हणाला,

"कायमचा कुमकरणं, कुमकरणं म्हणतोस मला? हा कुमकरण माजा आजा व्हता का पंजा व्हता?"

"तुजा आजाऽऽ, तुह्या बापाचा बाप व्हता." घराच्या दरवाजातून आत घरात घुसता घुसता शिवा म्हणाला.

आळसावलेल्या आंगाला आळोखं पिळोखं देत शिवाच्या तोंडाकडं बघत आशा म्हणाला,

"एऽऽ आण्णा, कसा दिसायचा रंऽऽ माजा आजा?"

"डिक्टो तुज्यावानी!" शिवा म्हणाला.

"आरं आशा, तुहा आजा वारला आन् तुही आई बाळातीणं झाली." शिवानं अधिक स्पष्टीकरण केलं.

"म्हणजी, मला नाय बा समाजलं? तुमी मोठी माणसं कायीम कोड्यात बोलत्यात. मला कळंल आसं सांगत जा ना!" आशोक आपलं वेंधळी मुद्रा करत शिवाआण्णाकडे बघत म्हणाला.

"ये शाण्याऽऽ काय बी नको सांगू त्या टोणग्याला, त्याला डोकं आसतं तं साळात नसता का ग्याला? गुरजीनं माह्यामोरं हात जोडलं, म्हणाला, माउली, तुमच्या पोराला आजिबात डोकं न्हायी, येवढा निगरघट हाये की तो माव्हं डोकं खराब करील. कायी बी इचारीतो आन् माणसाचं टकुर फिरावतोय. तुमी आपलं त्याला श्यातातल्या कामधंद्याचं शिक्षाण द्या. हा साळच्या लायकीचा नायी." ज्ञानबा शिवाकडं पाहात म्हणाला.

"ये माऊलीऽऽ, काय बी बोलू नकोस. त्यो मास्तर एकपट शहाणा आन् तू दुप्पट शहाणा. मुळात आशाला शिकवायला मास्तरची आक्कलं आन् शिक्षाण कमी पडलंय. आशाच्या प्रश्नाचं उत्तर मास्तर देऊ शकत नाही. त्याला मास्तर वैतागला, तवा मास्तरला तेच्या वर्गात आशा नको व्हता. ढोरागत गप बसणारी प्वारं मास्तरला साळत पायजेत. म्हंजी मास्तर चकाट्या पिटायला आणि इथं तिथं गप्पागोष्टी कराय मोकळा. आशाला हेडगुरजीनं एकदोनदा इचारलं तुमचं गुरजी कुठं गेलं तं, आशानं पटदिशी सांगितलं गुरवाची भागी दुपारच्याला एकलीच आसती घरात. आमचं गुरजी दुपारच्याला भागीच्या घरात जाऊन बसत्यात. आता आशा खरं बोलला यात आशाची काय चूक?" शिवानं खुलासा करताच आशा अंगातला आळस झाडून ताठ बसला.

"बघ, इचार शिवाआण्णाला, त्यो मास्तर किती चावणाट व्हता त्ये! नुसता मलाच मारायचा पाठीत धपाटं आन् सारखं म्हणायचा म्हणं बाराखडी आन् गिरव एक-दोन. सारखं आपलं वई की दाऽऽ, कुळवाचं मुरडाणं घातल्यावाणी. बैलांची श्यापटं मोडल्यागत पोरांचं कान पिळायचं." आपल्या बापाच्या नजरला नजर भिडवीत आशा बोलला.

"ये शिवज्या, तुही आक्कलं नको पाजळू इथं. आमचा दिवटा कसा हाये ते आमचं आमाला ठावं. नुसता खायाला कहार आन् भुईला भार. याकं काम धड करीत नायी. कंचच काम त्याला जमत नायी. तेवढी गुरं आन् म्हशी संभाळतोय बुवा! त्येय बी निम बाळातपण आमालाच कराया लागातं. सोडबांध करणं जमत नायी. फकस्त काठी घेऊन जनावराच्या मागं उभ राहायाचं" ज्ञानबा शिवाजीकडं आशाची कागाळी सांगत व्हता. तवा आशा म्हणाला,

"मी नायी काही कामाचा, मग आजच्याला मी नाय जायाचो गुरं संभाळायला."

"आन् मग घरात जेवायचं बी नायी." ज्ञानबा बोलला.

"माज्या जेवणाची नको काळजी कुणाला. मला काय वाडी वस नाय पडली. पर आता तुमची गुरं आन् तुमचं तुमी." अंथरुणावर उठून बसलेला आशा आपला इरादा स्पष्ट करताना म्हणाला. त्याचं बोलणं ऐकून शिवाजी म्हणाला,

"आशोक माव्हा मैतर हाये. आता मी त्या डेरे गुरजीच्या फौजीला भेटवतो. तो सुट्टीवं आलाय."

"काह्याला?" मधीच ज्ञानबानं तोंड उघडलं.

"कशाला म्हंजी! त्यो सुट्टीवं आलाय ना! त्याला सांगणार मला आन् आशाला मिलटरीत भरती करायला. आम्ही दोघं जातो मिलटरीत. मिलटरीतून बंदुका आणीतो आन् साईत्रीला आन् तुला गोळ्याच घालतो." शिवाजी म्हणाला.

"ये आण्णाऽऽ, गोळ्या कशा आसात्यात रंऽऽ?" आशोक कुतूहलानं बोलला.

"कशा म्हंजी? दिवाळीच्या सुतळी बाँबगत फुटत्यात आन् फटागड्यातल्या इवाइनागत सूऽऽ सूऽऽ करीत उंच उडत्यात."

"ये आण्णा, नको नको बाबा तसलं, मला बी त्याचं लै भ्यावं वाटातं, माही आई बी लयी भ्येतीय त्याला."

"ह्येऽऽ आसला कसला माजा दोस्त? भित्री भागुबाई, आजपासून आपली दोस्ती बंद. मी तुह्यकं नाय येयाचो, तू माह्याकं नकु येवू." आशोककडे पाहात शिवाजी बोलला. शिवाजीच्या तोंडाकडे अपराधी नजरेनं बघत आशोक म्हणाला,

"ये आण्णाऽ येवढ्या तेवढ्यावून बारीक प्वारागत कट्टी धरायची आसती का? ह्ये मला नाय बुवा पटतं."

"तर तर! तू तं लयी पोकता गडी माणूस. कुमकरणाची आवलाद." ज्ञानबा आशाकडे पाहात म्हणाला. त्याचं बोलणं ऐकून अंगात भूत संचारल्यागत आशोक हातरुणातून उठून उभा राहिला. शिवाजीच्या शेजारी येवून भुईवरती बसला.

शिवाजीच्या मांडीवरती थाप मारीत म्हणाला,

"आण्णा, ह्ये कुमकरणाची भानगड काय मला कळानी झालीय. त्यावढं मला सांग बुवा. माव्हा बाप मला सारखा कुमकरण कुमकरण म्हणतो आन् माह्यी आई कवा आशोक म्हणती, कवा आशा म्हणून वराडती. माव्हं खरं नाव कंच ह्येच मला कळत नाय बुवा. वाडीतली समदी ल्वॉक़ मला आशोक म्हणून हाक मारीत्यात. माव्हा बापच आसा."

"नांगराचं तास सोडून चाललेल्या रगील बैलावानी हाये." आशोकचं अपूर्ण बोलणं शिवाआण्णानी पूर्ण केलं आन् आशोकची कळी फुलली. शिवाण्णाच्या मांडीव हाताची थाप मारीत आशोक म्हणाला,

"या आयलाऽऽ, आण्णाऽऽ, दोरीवं पाभार हाकल्यावानी तू कसा मापात बोलतो रं. हायेचं माजा बाप रगील बैलावानी."

"आशाऽऽ आता तुजं कानठाळं फोडू का भडव्याऽऽ. लयी आक्कलं पाजाळाया लागला का भडव्याऽऽ." डोळे वटारीत आशाकडे रागानं पाहात ज्ञानबा म्हणाला.

घराच्या कोपऱ्यातली चूल धडाडून जाळानी पेटलेली व्हती. चुलीतल्या जाळाचं सरपान फुरफुर करीत व्हतं. चुलीच्या आळ्यात एका बाजूला थंडावलेली राख सावित्रीनं ढकलून ठेवली व्हती. त्या राखतला एक ठेपसा तळहाताव घेऊन ज्ञानबानं हलक्याच बोटांनी रगडला आन् त्या राखनं तो दात घासाय लागला, तवा शिवाजी म्हणाला,

"मावली, आरं, आयबापानीच आपल्या प्वाराला याडं म्हणालं तं भावकी, गावकीतली माणसं येडं येडं म्हणत तुमच्या प्वाराला दगडानी मारतील ना. तू यवढा शाना माणूस, पण आसा कसा वागतो त्येच मला कळाना?"

"शाना माणूस, ठाव हाये मला त्यो किती शाना हाये त्ये. बाहेरच्यांना शाना, बायकाप्वारांना नुसतं शिंगानी काखुरं काठीतो. हे कार्टं आसलं माह्या पोटाला आलंय, आन् हा नवरा आसला." चुलीवरच्या भगुल्यात कालवणाला फोडणी देता देता सावित्री म्हणाली.

फोडणीच्या वासाने घरात बसलेला, शिवाजी, आशोक, ज्ञानबा ठसकत ठसकतच घराच्या बाहेर आले. राखुंडीच्या दातवनाची तोंडातून अंगणाच्या कोपऱ्यात पिचकारी मारत ज्ञानबा म्हणाला,

"घाण आपली आसली म्हणून काय झालं? तिचा वास येत न्हायी का? आरं, हा आशा काहीच कामाचा न्हायी. चार वरसं पहिलीतच बसला पर आजून

बाराखडी आन् शंभरपातोर उजाळणी लिवता आलीय नाये त्येला. मास्तरनी मलाच हात जोडलं. म्हणाला, "मावली, चार वरसात तुमचं पॉरं न्हायी मी नापास झालोय. आता माजी आणखी परीक्षा नका घेऊ."

डोकं नाय म्हणावा तं बोलातं कसं शेहण्या माणसाच्या बी चार पावलं म्होरं. बरं कंचच काम धड न्हायी. त्याला काही काम सांगायचं म्हंजी त्या कामाचं वाटुळंच. त्यापरीस आपली आपुन झक मारल्याली बरी. गुरांच्या मागं खांबावानी काठी घेऊन दिवसभर उभा राहातोय बाबा तेवढा. आरं, जलम जायाचाय याचा समदा. कसं व्हयाचं याचं? काळजी वाटतीय रं. बरं, आशाला आक्कलं शिकवायची म्हणजी दगडाव डोकं आपाटल्यागत. हा गडी आमालाच आक्कलं शिकावतोय. याडं तं मला लागायची पाळी आलीय. बायकुच्या नाकाच्या शेंड्यावर राग आन् ह्ये कार्टं आसलं."

"तर तर! तू लयी गुणाचा? आन् आमी आवगुणी. आरं, मी व्हते म्हणून तुव्हा परपंच झालाय. माह्या जाग्यावं दुसरी कुणी आसती तं बसला आसता जलमभर लेझीम खेळत तिच्या तालावं नाचत." काथवटीतलं खरकटं पाणी अंगणाबाहेर फेकत सावित्री फणकाऱ्यानं बोलली.

"बग, ब्वॉलणं काय खाली पडून देईल. शाप ख्वॉटं. बायकु एक पट आन् कार्ट दुप्पट. रोजचा हाज्जाऽऽ तेच्याकरता मी वाडीत गेलो का रातच्याला तिकडचं मध्यानरातीपातोर टापा टाकीत बसतो. तुही कटकट आन् वटवट कानानी आइकायला नको. मी घरात नसलो का मग समदं कसं गपगुमान करीती. बैलांना वैरण घालील. गाईची, म्हशीची धार काढील. दिवसा कुठं बाहेर गेलो आसलं तं जनावरांना पाणी पाजील. त्यांची सोडबांध करीन. पर घरात मी आसलो की काम बिघाडलं. मग काह्याला म्हणून काह्याला हात लावायची नायी. आजूबाजूच्या दहा गावात माव्ह नावं हाये. किती बी अफाट जनावर आसू द्या, त्याला आपुन वठणीवं आणणारं, आकाळणारं म्हणजी आकाळणारच. पर घरचं जनावर आकळत नायी. इथं तं घ्वॉडं पेंड खायीना ना!" ज्ञानबा मावली मनमोकळं केल्यागत बोलला. पाण्यानं ओला झालेला हात पदराला पुसीत अंगणात रणरागिणीच्या पावित्र्यात उभी राहून सावित्री म्हणाली,

"आकळत नायी ना, मग चऱ्हाटानी ठेव ना बांधून मला गायांच्या गोठ्यामंदी. म्हणं आकळत नायी. उधाळायची आसते तर कवा उधाळले आसते, पण खानदानी आईबापाची हाये मी. बाजारबुणगी नायी. आरं म्या म्हणून तुला आकाळलाय. नाय

तर उधाळला आसतास बिथारलेल्या घोड्यागत. जिकडं जाईल तिकडंच बसतो चार चार तास. शेंदोर घालून."

"आरंऽऽ, गोलं गोलं फिरून तुम्ही परत पहिल्या जागावंच येताय गड्यांनो. रोजचं मढं त्याला कोण रडं. आसी गत झालीय तुमची. ये सावित्राबाय, चहा दे लवकर." असे बोलत शिवाजीनं कुरबुरीच्या आगीवरती पाणी ओतलं.

सावित्री चालण्याबोलण्यात अन् वागण्यात जहाल. मिरचीगत तिखट. बाईमाणूस असून ज्ञानबाच्या भुजला भुज देवून गड्यागत काम करायची. ती कधी ज्ञानबाला हार नाही गेली. ज्ञानबा आडदांड. कुरबुरायचा पण तेवढ्यापुरताच. अंगावरून बैलगाडी गेली तरी उसासायचा नाही. जितका ढिम्म, तितकाच रगील. कोडगा बी. शेतातल्या कुठल्याही न सुटणाऱ्या कोड्याचं उत्तर ज्ञानबाकडं असायचं. बिकट प्रसंगी वाडीतल्या व गावातल्या लोकांना ज्ञानबाची आठवण येणार म्हणजी येणारच. कुठं कोरड्या विहिरीत पडलेलं गाई, म्हैस वा बैलागत एखादं मुकं जनावर असो की कुठं चिखलात रुतून बसलेली गाडीबैलं असो. कुणाच्या घरात नाग घुसल्याला आसू वा कुणाची वैरणीच्या गंजीला आग लागलेली आसु. धाडसानं ज्ञानबा समद्याच्या म्होरं असायचा. लेझीम खेळण्यात पट्टीचा खेळाडू. ढोल वाजावणाराला घाम फुटायचा. त्याच्या हातातलं टिपरू अवसान नसल्यागत गळून पडायचं. डाव खेळणारं बाकीचं गडी गळफटून बाजूला व्हयाचं आन् त्वांडातून फेसकुट गाळीत जमिनीवं उताणं पडायचं. पण ज्ञानबा मातर आखीरपोतर याकलाच नाचत राहायाचा. ज्ञानबा इतका दमाचा दमदार गडी दहा-वीस गावात नव्हताच. जखमवं बांधला तरी सलणार नाही असा ज्ञानबाचा स्वभाव. आपला कामधंदा सोडून दुसऱ्याला मदत करायला ज्ञानबा मोकळ्या मनानं जायचा. कुणी बी लहानमोठं ज्ञानबाकडं येयाचं आन् त्याच्या कानाला लागत म्हणायचं,

"माउलीऽऽ, आसा आसा घोटाळा झालाय बग, तुह्याबिगार नायी निस्तारायचा."

माउली लगेच हातातला कामधंदा सोडून निघायचा. कुणाचा भांडणतंटा आसू दे, नाय तर कुणाच्या घरातलं लग्नकार्ये असू दे, मावलीबिगार तिथलं पानसुद्धा इकडचं तिकडं ढळायचं नाही.

ज्ञानबा ऊर्फ माउली आणि सावित्री यांच्यापोटी आशोक जन्माला आला, तवा ज्ञानबानं पोराच्या बारशाला सगळ्या वाडीला पुरणपोळ्याचं जेवण घातलं होतं. आशोक तब्बेतीनं आणि रंगरूपानं आपल्या बापाच्या वळणावं गेला. लहानपणी आशोक लयीच मंद. त्याला वय वाढले तरी समज येईना. असते एखाद्याची बुद्धी

मंद. होईल आपसूकच हुशार. याचीच वाट ज्ञानबा आन् सावित्री बघत बसले. घरातल्या व शेतातल्या कामधंद्याच्या रामरगाड्यात त्यांना आशोकचा फारसा विचार करायला वेळही भेटला नाही. लहानपणी आपल्या वयाच्या पोरात आशोक खेळण्यासाठी गेला की ती पोरं आशोकला नेहमीच हिडीसफिडीस करीत. आशोक पोरांचा लांब अंतरावर उभा राहून खेळ बघायचा. मंदबुद्धीमुळे त्याला खेळातलं काहीएक समजायचं नाही. आशोक कधीकधी पोरांचा खेळ मोडून टाकायचा. तो कधीकधी अंगात आईने घातलेले कपडे काढून टाकायचा. उघडाबंब होऊन वस्तीतल्या घराघरात भटकत राहायचा. नाकातला शेंबूड ओठांचा बंधारा पार करून हनुवटीला चिकटायचा. आशोकचं माती खावून फुगलेलं पोट फार बेढब दिसायचं. आशोक आला रे आला की वस्तीवरती पोरं आपला खेळ सोडून रस्त्यानं धूम ठोकून पळायची. मग आशोकला जास्त स्फुरण यायचं. तो पोरांचा पाठलाग करायचा. आशोकला वाटायचं की पोरं आपल्याला घाबरतात, भितात. आशोक आपल्या खेळाचा बिमोड करतो, खेळ खेळून देत नाही या त्रासावरती उपाय म्हणून पोरं आशोकला सगळी जणं मिळून बदडून काढू लागली. आशोक भोकाड पसरीत रडत घरी यायचा व पोरांनी मारलं म्हणून आपल्या आईकडं पोरांची कागाळी करायचा. सावित्री दररोज आशोकला तुमच्या पोरांनी मारलं म्हणून कमरेला पदर खोचून वस्तीवरच्या बायकांसोबत भांडणतंटा करायची. ही कलागत रोजच होऊ लागली तेव्हा वस्तीवरच्या शहाण्या माणसांनी सावित्रीला सांगितलं,

"तुव्हं प्वार दावं लावून घरात बांधून ठेव, पोरात प्वारं ग्यालं का प्वाराचं भांडाण व्हणारं. काह्याला तुह्या प्वारापायी दुसऱ्यांना शिव्या सराप देती. तुव्हं लाडकवॉडाचं आन् आप्रुप हाये ना, तुव्हं तुह्याजवळ ठेव ना. एक तर तुह्या आशाला कायी कळत नायी. त्याला कायी ख्याळता बी येत नायी आन् दुसऱ्या प्वारांना खेळू बी देत नाही. रोजच्याला प्वारांचं भांडण मोठ्या माणसापातोर काह्याला? आपल्या प्वाराचं आवगुण तुला दिसत नायी. तुव्हं प्वार आमच्या प्वारात आलं नाय पायजेल. तुव्हं तू खुंट्याला बांध नाय त प्वाटाला बांध."

त्या दिवसापासून आशोकचं वस्तीवरच्या पोरांत खेळणं बंद झालं. मंदबुद्धीमुळे त्याचं बालपण बालवयातच हरवलं. आशोक नेहमीच घरातल्या तसेच वस्तीवरच्या प्रौढ माणसांच्या गप्पागोष्टी ऐकण्यात दंग असायचा. प्रौढ, वयस्कर माणसं आशोकच्या आपल्या अवतीभवती वावरण्याकडे एक लहान पोरगं म्हणून दुर्लक्ष करत असत. त्यात आशोक मंदबुद्धीचा. त्याला काय कळतंय असाच

सर्व आबालवृद्धांचा समज. याचा परिणाम असा झाला की, आशोक बालवयात प्रौढांसारखी शहाणपणाची भाषा बोलू लागला. प्रौढ, वयस्कर माणसे आपल्या गाठीभेटीत, बैठकीत ज्या काही गप्पागोष्टी, बातचीत करतील ते सारं आशोक कुणाही लहानथोरांसोबत संवाद साधताना बोलायचा. वेडपट आशा म्हणून सारे जण त्याच्या चालण्याबोलण्याकडे नेहमीच दुर्लक्ष करीत. आशोक वाडी-वस्तीतल्या सर्वांचा चेष्टामस्करीचा विषय झालेला होता. परंतु प्रौढ माणसासारखे बोलण्यामुळे आपल्या अंगी फार मोठे शहाणपण आले असल्याचा व आपण कुणीतरी ज्ञानी माणूस असल्यागत आशोकच्या बालमनाची धारणा झालेली होती. कुणीही लहानमोठ्या माणसानं यावं अन् आशोकला टपली मारून जावी. काहीही बोलावं, हिणवावं, चेष्टामस्करी करावी. त्याच्या हातात असणारी एखादी वस्तू पळवावी. डोक्यावरची टोपीच हिसकावून घ्यावी व त्या टोपीसाठी आणि वस्तूसाठी आशोकनं गयावया कराव्यात. दीनवाणी होत मनधरणी करावी. एकंदरीत माणूस असून माणसात नसल्यागत आशोकच्या अस्तित्वाबाबत लोकांची धारणा झालेली होती. प्रौढ माणसांचं बोलणं ऐकून व त्या बोलण्यातला विषय ध्यानात ठेवून आशोक त्या विषयासंदर्भातल्या माणसाला जिथे कुठे गाठभेट होईल, तिथे बिनधास्त बोलायचा. त्यातून फार गमतीजमती व्हायच्या, तर कधीकधी अंधारात दडलेली काळी कृत्ये उघड व्हायची. आशोक वेडपट असे समजून लोक खासगीत काहीबाही बोलायचे आणि आशोकच्या तोंडातून ते सारे काही उजेडात सहजगत्या यायचे.

एके दिवशी सकाळी विहिरीवर वस्तीतल्या काही बायका हांडे घेऊन पाणी भरीत होत्या, तर काही विहिरीच्या थारोळ्याजवळच्या दगडावर कपडे धुवत होत्या. बायकाच त्या! गप्पागोष्टीला उधाण आले होते. विहिरीतले पाणी बादलीन छेंदता छेंदता पाटलीण बाई म्हणाली,

“बाई, माझी वच्छा लयी साळा शिकायचेय आसं म्हणतीय. साळा शिकून तिला मास्तरीण व्हयाचंय!” विहिरीलगतच्या बांधावर उभ्या असणाऱ्या आशोकने पाटलीण बाईचं हे बोलणं ऐकलं अन् तो लगेच म्हणाला,

“ये पाटील काकूऽऽ, बास कर वत्छाची साळा, म्हणं मास्तरीण व्हयाची. जाईल एखाद्याचा हात धरून पळून तवा समजंल, मग तू बस हातावं चुना घालून तिच्या नावानं बोंबलत.”

“येऽऽ मुडद्याऽऽ, आशाऽऽ, काय बी बराळतोस का भडव्या, पायताणानं टकुरं

सडकीलं बग तुव्हं." पाटलीण बाई डोळे मोठे करीत आशोकला नजरेने खाऊ की गिळू अशा आविर्भावात पाहात गरजली.

"आयला खऱ्याची दुनियाचं नाय राह्यली. आपुन चांगलं सांगावं तं ल्वॉकांना वंगाळ वाटातं. आता ह्ये काय मी माह्या मनाचं सांगतोय का? पादल्याबिगर वास येईल का कवा?" आशोक शहाणपणाचा आव आणत बोलला.

वस्तीवरच्या बायकात आपल्या पोरीची व आपली अधिक मानहानी होऊ नये म्हणून पाटलीण बाईनं आपल्याच तोंडाला मुसकं घातलं. आशोकच्या अधिक तोंडी लागण्यात काहीच अर्थ नव्हता. तो अधिक काही बराळला तर आपल्या इज्जतीचा पंचनामा व्हायचा. याची जाणीव पाटलीण बाईला झाली. तरीही धुणं धूत असलेली एक बाई म्हणालीच,

"आसं का रं म्हणतोय तू आशोक?" तवा त्या बाईच्या अंगावर डाफरल्यागत पाटलीण बाई म्हणाली,

"पह्यलं तुव्हं धुणं धू नीट, मग जगाचं धुणं धू. आशोक तुह्या आईला म्हणावं आजच्याला आमच्याकं खुरपायला येशील का? जा पळ, त्यावढं तिला सांग लवकर."

पाटलीण बाईनं आशोकला त्याच्या घराकडे पिटाळले. कधीकधी आशोकमधला अडेलतट्टू अडबंगीनाथ जागा व्हायचा. आशोक रस्त्याच्या कडेला गुराची राखण करीत हातात काही घेऊन उभा असायचा. रस्त्याने शाळकरी मुलांचा चार-सहा जणांचा कंपू यायचा. त्यांना आशोकची चेष्टामस्करी करण्याची खुमखुमी यायची. कुणीतरी एखादे शाळकरी पोरगं आशोकला म्हणायचं.

"आशाऽऽ लेकाऽऽ, काय करतोस?"

"का साळंत मास्तरनी तुला आसं बोलायला शिकावलं! साळंत जावून बी लेका आडाणीच राह्यलास. साळत काह्याला जातो. गुरं वळ ना माह्यागत." आशोक आपल्याच तोऱ्यात बोलायचा. त्यावर ते शाळकरी पोरगं अधिकच डिवचलं जायचं आणि त्राग्यानं म्हणायचं,

"येवढा हुशार हाये तं तू का नायी साळत ग्याला? काह्याला गुरं वळीत बसला?"

"मी माव्हा गुरं वळीण नाय तं काय बी करीन, तुला काय करायचंय?"

"मग मी बी साळंत जाईन नायतर काय बी करीन. तुला काय करायचंय?"

"मग तुला आशा म्हणल्यावं का राग आला?"

"आरंऽऽ बेण्या, मी क्यावढा, तू क्यावढा, जरा माणूस बगून बोलावं माणसानी."

"तर तरऽऽ, लयी मोठा बाप्या झालास तू. लागला आमाला शानपणा शिकवायला. ढुंगाण धुवायचं ठाव हाये का तुला?"

"नाय ना बुवा! त्यावढंच नाय जमत मला." तोंड वेंगाडल्यागत करीत आशोक म्हणाला, तशी पोरं फिदीफिदी हासू लागली.

आता पोरांना अधिकच चेव आला. त्यातलं एकजण आशोककडे नजर रोखून म्हणालं,

"म्हणजी आशा तू ढुंगाण धूत नाही. शीऽऽ घाणेरडा कुठला."

"धुतोय ना, रोजच्या तुव्हा बाप येतो माव्हं ढुंगाण धुवायला." आशोक आसं बोलताच पोरं हमरीतुमरीवरती आली.

"येऽऽ आशा, बापाचं नाव घ्यातलं तं दगडानं टकुरं फोडील बग."

"ये ना म्होरं येऽऽ" असं बोलत हातातली काठी सरसावीत आशोक अंगावर चाल करून गेला अन् पोरं धूम ठोकून पळून गेली. आशोक कधीकधी तीन-चार दिवस आंघोळच करायचा नाही. त्याची आई म्हणायची,

"आशोकऽऽ, आंघोळ कर बाबा."

"ये आई, आज मला आंघुळीचा कटाळा आलाय. उद्याच्याला करीन." आशोक म्हणायचा. दुसऱ्या दिवशी परत त्याची आई म्हणायची,

"आशाऽऽ, आजच्याला तरी तुह्या आंघुळीला मोर्त सापडंल का! का बामणाला इचाराया पायजेल!" तवा घराच्या भिंतीला पाठ लावून विडीचा झुरका घेत असलेल्या आपल्या बापाकडे पाहात आशोक म्हणायचा,

"दादाऽऽ, माह्या आईला सांगा बुवा कायतरी. इथं यावढा कामधंदा पडलाय, हे करू का ते करू आसं झालंय माणसाला. पीकपाणी वाया चाललंय वावरातलं, माणसाचा जीव रंजीस झालाय आन् इला आंघुळीचं पडलंय. नाय आंघुळ केली आठ-पंधरादी तं काय माणूस मरलं व्हय?"

"तर तर! बराबर हाये तुव्ह आशाऽऽ. तू कामाचा वाघ हाये ना. समदं काम तूच करीतो आन् मी गावातल्या ल्वॉकाच्या हाजामती करीत फिरतोय. कालच्याला वढ्यात गुरं चारलीस, वढ्यात पाणी वाहात व्हतं पर चिखलानी भरल्यालं हातपाय पाण्यानी धुवायला तुला येळ मिळाला नाही. असा कामदार पोरगा आमच्या प्वाटाला आलाय. यावढा आळसीऽऽ. भूक लागल्यावं गिळायचं कळातं, आन् ह्ये

कळत नायी. लेका माणूस हायेस का दावणीचं जनावर! आंघुळ करीतो का काठीनं पाठाणं सोलू?"

"ये आयवंऽऽ, बग ना माव्हा बाप, सांग याला काय तरी. याला कवा माह्यातला चांगुलपणा दिसत नायी." आढेवेढे घेत आशोक आंघोळीच्या दगडावर जाऊन बसायचा, आन् नाखुशीनं बादलीभर पाणी अंगावर ओतून घ्यायचा. तसा आशोक साधाभोळा होता. तो सत्यवादी होता. परंतु कुठे काय बोलायचे हे त्याला कळत नव्हते. तो कधीकधी लहान मुलापेक्षाही लहान व्हायचा, तर कधीकधी मोठ्या माणसापेक्षाही शहाणपणाचे चांगले बोलणे बोलायचा. कधी त्याच्या विक्षिप्तपणाची कीव यायची.

शेजारच्या गावातल्या आठवडी बाजारात बाजारहाट करून परत आपल्या वाडीवस्तीवर परतलेल्या माणसांचा जथा ज्ञानबाच्या घराजवळ विसाव्याला थांबायचा. घराच्या अंगणात एका बाजूला गडीमाणसांची बैठक बसायची, तर दुसऱ्या बाजूला बायका-माणसं कोंडाळे करून बसत. पाण्याचे घोट पोटात रिचवत रिचवत गप्पागोष्टींना उधाण येई. आशोक कानाचे रान करून तल्लीन होत गप्पागोष्टीत रमून जाई. पाटील म्हणत,

"माऊलीच्या आशोकवाणी प्वार आपल्या समद्या वाडीत नायी. मावलीच्या परपंच्याचा आख्खा झोल ह्ये प्वार संभाळतंय. सांगा ना सांगा, आऊतकाठी बिगार मावली कंचा कामधंदा करितो. ह्ये प्वार बैलांची सोडबांध, चारापाणी, गुरंढोरं सारं काही आपागंतय राव. उगी आशा भ्वॉळा येडा म्हणून समदीजण हिडीसफिडीस करत्यात. पर तेच्यातला शानपणा कुणाला कवा दिसत न्हायी." पाटलाचं बोलणं ऐकून आशोकच्या अंगात मूठभर बळ संचारलं. आशोक म्हणाला,

"पाटील, उसाच्या वावरावं जरा ध्यान द्या बुवा, त्यो शिवज्या आन सुद्या सांजच्या वढ्यांच्या अंगानी रोजच्याला ऊसात घुसत्यात. ऊस खोडीत्यात, मोडीत्यात का तोडीत्यात त्ये मला ठाव नाही. म्या दोन-तीनदा हाटाकलं तं म्हणालं, ऊसावाणी तुव्हं हातपायी मोडून टाकू का? मी म्हणालो, ऊस पाटलाचा आन् हातपाय माव्हं, नाय जमायचं बुवा. काय त्ये पाटीलंच बघलं आन् बाबुदादा तुह्या खंडीतल्या वावराच्या बांधाचं गवात त्या आनंद्यानं कापून न्यालंय. पार बांध भुंडा क्यॉला. आपलं सोडून माणसं दुसऱ्याच्या वावरात का घुसात्यात तेच मला कळत न्हायी. जनावरं बरी. एकदा हाकाललं का परत तिकडं वळत न्हायी, पर यांचं रोजच्यालाच चाललंय. आमच्या वावरात घुसून बगा बरं, टकुरंच फोडीतो

याकायाकाचं." आशोकचं बोलणं सारे जण 'आ' वासून ऐकत होते. आपण कुणाची कागाळी करतोय, हे मात्र आशोकच्या गावालाही वाटत नव्हते.

"बगा, आशोक आपल्या शिवाराचा राखणदार. येवढा इमानी पोरगा समद्या वाडीत नाही म्हणजी न्हायी. तेला कळातं ते शेहण्या माणसाला कळत नायी." पाटलांनी आशोकवरती कौतुकाची फुले उधळली. आशोक म्हणाला,

"बाबु आण्णाऽऽ, येक गोस्ट मातर लयी वाईट झाली." आता आशोक अजून काय सांगतोय म्हणून अंगणात बसलेल्या सर्व गडी आणि बायका माणसांच्या नजरा आशोककडे वळाल्या.

"काय रं बाळा, काय वाईट गोस्ट झाली?"

"आता ह्ये बी म्याच सांगायचं? आसी माणसं का वागात्यात ते मला कळत नायी, पर लयीच वाईट झालं. तुमची पारूबाई आसी अर्ध्या वयात त्या किसनाबराबर पळून गेली. कायी लाज सरम हाये का नायी? भावाच्या त्वांडाला काळं फासलं. जनामली तवा मेली आसती, तं लयी बरं झालं आसतं. आसं हात्तीवाणी भाऊ, गोगलगायीगत त्वांड दडवून बसात्यात. समदी वाडी आसं बोलतीय बगा. तुमी म्हणालं आशोक कसा कायी नायी बोलला म्हणून बोलतोय बघा. आन पाटील, तुमच्या वत्छाचं बी काय खरं नाय बुवा, साळत जातानी शाळूच्या वावरात याका बाजूनी घुसती आन् लयी केंधाळानी दुसऱ्या बाजूंनी निघती आन् त्याच वावरातून याक प्वार बी त्वांड लपवीत लपत लपत शेंबाड्याच्या पांदीतून निघून जातं. कोण हाये काय म्हायीत, पर तुम्हाला सांगितल्यालं बरं. नाय तर तुमी म्हणाल आशोकला ठाव व्हतं, मग त्यानं कसं सांगितलं न्हायी" आशोकचं बोलणं ऐकून बाबुआण्णा आणि पाटलांनी माना खाली घातल्या. कुणाच्या नजरेला नजर भिडविण्याच धैर्य त्यांच्या अंगात राहिले नाही. अंगणात बैठक मारून बसलेली माणसं आपापली बाजारहाटाची गाठोडी डोक्यावर घेऊन काहीएक न बोलता गुमान आपापल्या घराच्या वाटेने चालू लागली. आशोक ही माणसं अशी गप्पगार होऊन का चालती झाली याचा विचार करत त्यांच्या पाठमोऱ्या आकृतीकडे एकटक पाहात राहिला.

वय जसे वाढत गेले तसा पायजमा चड्डीतला आशोक धोतर नेसू लागला. धोतर नेसलेल्या आशोकभोवती वस्तीवरच्या वाडीतल्या खोडकर पोरांचा कोंढाळा गोळा व्हायचा. काही जण आशोकसोबत पीकपाण्याच्या, शेतशिवाराच्या गप्पागोष्टी करीत आणि आशोकला बोलण्यात गुंतवून वात्रट पोरे त्याच्या धोतराचा कासोटा फेडून धूम ठोकून पळून जात. पोरांसोबत आशोकही फिदीफिदी हसायचा. आशोक

बेसावध असतानाही कित्येकदा खोडकर पोरं त्याचा कासोटा फेडीत. असे प्रकार वारंवार होऊ लागल्यामुळे आशोक पोरांपासून चार हात लांब राहू लागला.

गावातल्या रामनवमीच्या यात्रेला नोकरीनिमित्त शहरात वास्तव्यास असलेला गावातला नोकरदार वर्ग, आपल्या कुटुंबकबिल्यासह दरवर्षी येत असे. गावच्या यात्रेत बैलगाड्यांच्या शर्यतीचे गावकऱ्यांसह पंचक्रोशीलाही मोठे आकर्षण. शिवाआण्णा मिलिटरीतून महिनाभराच्या रजेवर गावी आला होता. माउलीचा आशोक हा शिवाआण्णाच्या जिव्हाळ्याचा विषय. रामनवमीच्या यात्रेचा दिवस. पै-पाहुण्यांनी वाडीवस्ती, गाव, गावठाण गजबजलेले. बैलगाड्यांच्या शर्यती पाहण्यासाठी शर्यतीचा घाट माणसांना तुडुंब भरलेला. घाटाच्या दोन्ही अंगांनी माणसे एकमेकाला बिलगून बसलेली. धावपट्टीवरून वेगाने धावणाऱ्या बैलगाड्यासोबत उधळणारी धूळ आणि जल्लोषाच्या चित्काराने वातावरण भारावून गेले होते. घाटाच्या धावपट्टीवरून माणसे खालून वर व वरून खाली ये-जा करीत होती. त्या धावपट्टीवरून दोघे जण खालून घाटाच्या वरच्या अंगाकडे रुबाबात चालत चालले होते. दोघांनी हातात दोन पुरुष उंचीचे वेळूचे बांबू धावणाऱ्या बैलांपासून संरक्षणार्थ घेतलेले होते. त्यांचा पेहराव पाहून घाटातली उपस्थित ग्रामस्थ व ओळखीपाळखीची माणसे उपहासाचा जल्लोष करत मनमुराद हसत होती. शिवाआण्णाने आशोकच्या अंगातला सदरा घातला होता व धोतर नेसलेले होते. आशोकच्या डोक्यावरची मळकट टोपी शिवाआण्णाच्या डोक्यावर विराजमान झालेली होती व आशोकने शिवाआण्णांचा फौजी गणवेश परिधान केला होता. त्या फौजी गणवेशात आशोक शेतातल्या बुजगावण्यागत दिसत होता. कमरेखाली पट्ट्यातून घसरणारी पॅन्ट आणि हातातला वेळूचा भलाथोरला बांबू सावरताना आशोकची त्रेधातिरपीट उडाली होती. आशोकचे ते वेंधळे रूप पाहून पाहणाऱ्यांची हसून हसून मुरकुंडी उडाली होती. घाटातले ओळखीपाळखीचे लोक आशोकला सॅल्युट मारत होते. लोकांच्या कौतुकाच्या नजरांनी आशोकला कृतार्थ झाल्यासारखे वाटत होते. आशोकसारखा वेंधळा माणूस हे फौजी गणवेश परिधान करण्यास कसा तयार झाला हाच ज्याच्या त्याच्या तोंडी कुतूहलाचा विषय बनला. वास्तवात फौजी म्हणून जगता न आलेला आशोक एक दिवस फौजीचा गणवेश परिधान करून आत्मसुख मिळवू शकतो हेही नसे थोडे!

शेजारच्या गावातून भुईकोट किल्ल्याच्या तटबंदीच्या बुरुजाची ढासळलेली पांढरी माती आपल्या नव्या घरभिंतीच्या बांधकामासाठी आणताना बुरुजांचा ठिसूळ

झालेला भाग कोसळला आणि ज्ञानोबा माऊली आशोकचा बाप बैलगाडीसह त्या ढिगाऱ्यात गाडला गेला. हे दृश्य पाहाणाऱ्या लोकांनी आरडाओरडा केल्यानंतर माणसांचा जमाव गोळा झाला. आणि ज्ञानबाला बुरुजाच्या ढासळलेल्या ढिगाऱ्यातून मुक्त केले. ज्ञानबा कमरेतून पुरता लुळापांगळा झाला. मरता मरता कसाबसा वाचला. दोन-तीन महिने दवाखान्यात उपचार करून ज्ञानबा आपल्या घरी आला. शेती कामधंद्याचे जोखड आता अनायासे आशोकच्या खांद्यावर आले. शेजारच्या गावात आपल्या गोठ्यातल्या गाई-म्हशीच्या दुधाचा रतीब घालण्यासाठी आता आशोकला जावे लागत होते. त्या गावाची गजबजलेली बाजारपेठ तीन कोस दूरवर होती. आशोकला सायकल चालवता येत नसल्यामुळे तो सायकल हातात धरूनच बाजारपेठेत रतीब घालण्यासाठी चालत जायचा. थोडा थोडा सराव करताना काही महिन्यात आशोक सायकल चालवायला शिकला; परंतु त्याला सीटवर टांग मारून बसता येत नसे. त्यामुळे तो रस्त्यातल्या उंच जागेचा व दगडाचा आधार घेऊन सीटवर बसायचा आणि सायकल चालवायचा. एव्हाना आशोकला सायकलवर टांग मारून बसता येत नाही ही बाब वाडीतल्या सर्वांना माहित झाली होती. त्यामुळे रस्त्याने सायकल चालवत आलेला आशोक पाहताच लोक त्याची सायकल जाणीवपूर्वक अडवत आणि त्याला रस्त्याने चालत जाण्यास मजबूर करत. आशोक सायकलचे हॅण्डल हातात धरून रस्त्यावर असणाऱ्या उंच दगडाचा व जागेचा शोध घेत चालत राहायचा. रस्ता गाडीवाटेचा, कच्चा असायचा. नंतर त्यावर खडीचा भर कधीकाळी पडला होता. सायकलवरून खाली उतरून पुन्हा सायकलवर बसण्यासाठी वाटेने चालणारा आशोक मात्र लोक हे सारे जाणूनबुजून करतात, हे जाणत असूनही कधी कुरकुरला नाही की, कुणाशी भांडणतंटा केला नाही. कुणाला शिवीगाळ त्याने त्याबाबत केली नाही. तो हसत हसत हे सारे काही आपणाला न समजल्यागत आनंदाने सहन करायचा. लोक आपल्याला, आपल्या प्रेमापोटी बोलतात. आपण त्यांच्याशी माणुसकीनं बोलावं म्हणून लोक प्रेमाने व हक्काने आपली सायकल अडवतात याचा आनंद उलटपक्षी आशोकच्या चेहऱ्यावर पाहायला मिळायचा. ज्ञानोबा कमरेत लुळा पडल्यामुळे कुटुंबाची जबाबदारी आशोकवर पडली होती. शिक्षण नसल्यामुळे हिसाबकिताबाचा प्रश्नच नव्हता. शेजारच्या गावातल्या बाजारपेठेत ग्राहकांना दुधाचा रतीब घातल्यानंतर दरमहा त्या गिऱ्हाईकांनीच हिसाब करून दिलेले पैसे आशोक गुमान खिशात घालायचा. दुधाचे गिऱ्हाईक आशोकला विचारायचे,

"आशोक, रतीबाचा महिना भरलाय, पैसं किती द्यायचं?" तर आशोक म्हणायचा, "आता ते मी कसं सांगू? कोणाचा बाप इथं साळत ग्याला व्हता हिसाब करायला. तुमीच हिसाब करून देत जा पैसं. तुमी आपली घरची माणसं. तुमी काय कमी पैसं द्याल व्हय? लेकराबाळानं पाजलेल्या दुधाचं पैसं कोण काह्याला कमी देईल वं आन् आपलीच लेकरं हायेत. तेंच्याकरता काह्याला बारीकमोठा इचार करायचा आन हिसाब मांडायचा. तुमाला ज्यावढं द्यायचत तेवढं पैसं देत जावा दुधाचं, पण ते हिसाबाची गोस्ट माह्याकं कवा करीत जावू नका बुवा." आशोकचं असं भोळेपणाचं बोलणं ऐकून दुधाचे गिऱ्हाईक चोख हिसाब करून दुधाचे महिनाभराचे पैसे आशोकच्या हातात देत असे. किराणा मालाच्या दुकानातून सामान खरेदी करताना आशोक एक एक वस्तू आठवून दुकानदाराला सांगत असे. दुकानदाराला पैसे किती द्यायचे हेही त्याला उमगत नसायचे. आशोक खिशातल्या रुपयांच्या सगळ्या नोटा दुकानदाराकडे देत असे व दुकानदारास म्हणे,

"सेठ येच्यातून तुमचं पैसं काढून घ्या आन बाकीचं मला परत द्या. नायतर येवढ्यात भागातंय का बघा."

आशोकच्या अडाणीपणाची दुकानदारालाही कीव यायची. दुकानात अन्य गिऱ्हाईके उपस्थित असल्यामुळे आशोकला फसविण्याचा मोह मनात असूनही दुकानदार हिसाबाप्रमाणे पैसे घेऊन बाकीचे पैसे आशोकला परत करत असे. आशोकही ज्या किराणा मालाच्या दुकानात गिऱ्हाईकांची गर्दी असेल, त्याच दुकानात सामान खरेदी करण्यास जायचा. तो दररोज खिशातल्या नोटा आईकडे द्यायचा. रंगावरून नोटा कशा ओळखायच्या हे आशोकला त्याची आई शिकवायची. काही दिवसांत आशोकला नोटांचीही ओळख झाली. आशोकचे भोळसट वेंधळे रूप पाहून त्याला कुणाची फसवायची हिंमत, मात्र कधीच झाली नाही, हेही तेवढेच खरे!

आशोकचा छोटा भाऊ बाळू हायस्कूलमध्ये आठवीत शिकत होता. बाळ्या शाळेतून घरी आला की, अभ्यास न करता पोरांत खेळत बसायचा. घरातला कामधंदाही करायचा नाही. मला अभ्यास करायचाय, असे म्हणून घरातून पळ काढायचा. आईबाप अडाणी. बाप अंथरूणावं खिळलेला. बाळ्याच्या उनाडक्या वाढलेल्या. सावित्रीला वाटायचं निदान बाळ्या तरी शिकून सवरून शहाणा व्हावा. म्हणून ती बाळ्याचे लाड करायची. पण बाळ्याला काय त्याचं! आशोक तर त्याच्या खिजगणतीसही नव्हता. कधी कधी आशोक बाळ्याला म्हणायचा,

“बाळ्या, आरं आभ्यास कर. शिकून लै मोठा मास्तर व्हं. आभ्यास नाय क्यॉला तर कसा पास व्हशील, आन पास नाय झाला तं मास्तर कसा व्हणार? का तुला बी माह्यागत आवताचा बैल व्हयाचंय?”

त्यावर बाळ्या म्हणायचा, “एऽऽ आशाऽऽ एरंडावानी वाढलाय नुसता. जलम जाईल पर तुला आक्कल न्हायी येयाची. मला नको आक्कल शिकवू. ढुंगणाचं धोतारं संभाळता येईना आन मला लागला ग्यान शिकवायला. तुव्हा तू कामधंदा कर गपगुमान. माह्या आभ्यासाच्या भानगडीत तू नको पडू. सांगून ठेवतोय.”

बाळ्याचा रगीलपणा वाढतच चाललेला. दावं गळ्यातून सुटलेल्या मोकाट जनावरागत तो हुंदडायचा. एक दिवस बाजारपेठेतल्या दुधाच्या गिऱ्हाईकांना रतीब घालून व रित्या झालेल्या किटल्या सायकलच्या हॅन्डलला अडकवून सायकल एका हातानं ढकलत ढकलत आशोक हायस्कूलच्या गेटातून आत आला. आशोकचं वेंधळं रूप पाहून हायस्कूलच्या शिपायानं त्याला अडविलं. शिपाई म्हणाला,

“येऽऽ दूधवाल्या, इकडं कुठं आलास? ही साळा हाये. कुणाला भ्याटायचंय?”

“हेड सराला” आशोक उत्तरला.

“हेड सरांनाऽऽ?” तोंडाचा चंबू करीत शिपाई म्हणाला.

“कशासाठी भेटायचं?” शिपायानं परत विचारलं.

“भ्याटायचं असंच” आशोक आपला गाडा पुढे रेटत म्हणाला.

“आसं म्हंजी कसं? आसं नायी भेटता येत सरांना.” शिपाई काही मागे हटायला तयार नव्हता आणि आशोकही त्याच्या मनाचा थांगपत्ता शिपायाला लागू देत नव्हता.

“नाय बाऽऽ, मला हेडसरांना भ्याटायचंय म्हणजी भ्याटायचंय. आजच्याला माव्हं आरजंट काम हाये.” आशोक म्हणाला.

“काय आरजंट काम हाये ते तर सांग मला?” इरेला पेटल्यागत शिपाई म्हणाला.

“हेडसर, कामात हायेत.” शिपाई बोलला.

“मग मी तुला माव्हं काय काम हाये ते कसं सांगू?”

आशोकचं बोलणं ऐकून शिपाई काहीसा वरमला, पण ह्या बावळ्या ध्यानासमोर माघार घेणं म्हणजे आपल्या अंगातल्या खाकी वर्दीचा अपमान आहे हा अहंपणा शिपायाच्या मनात जागा झाला. तो म्हणाला,

“हा मीच हेड सर हाये, बोलऽऽ सांग काय काम हाये?”

“तू कवा हेड सर झालाऽऽ? मला येडा समाजतोस का काय? आरं बाबा,

सरांच्या घरी माव्हा दुधाचा रतीब हाये. ते मला म्हणाले व्हते की, मी साळंचा हेड सर हाये. जाव दे आता. मी उद्याच्याला त्यानलाच इचारतो इथं नवा हेड सर कवा आला म्हणून, आन मंग येतो तुमाला भ्यॉटायला आन मग सांगतो माझं काय काम व्हतं त्ये."

आशोकचं बोलणं ऐकून शिपाई गांगरून गेला. सपशेल शरणागती आल्यागत तो म्हणाला,

"आरंऽऽ, गवळीबाबा, तूही गंमत केली मी. हेड सर तिथं हायेत बघ हापिसात. जा आन भेट त्यांना. पर म्या तूही गंमत केली, हे त्यांनला सांगू नको बरं का!"

शिपायाने सांगितल्याप्रमाणे आशोक हापिसाच्या दरवाजात जावून उभा राहिला. कुणीतरी खेडवळ माणूस आपल्या ऑफिसच्या दारात उभा असल्याची जाणीव सरांना झाली. सर आपल्या खुर्चीतून उठून दरवाजात आले. आशोकला पाहताच सर म्हणाले,

"आरे आशोक, ये ना आत, येऽऽ."

"नको नकोऽऽ सर, जरा काम व्हतं तवा आलो व्हतो भ्यॉटाया."

"पैसे पायजेत का थोडेफार?"

"नाय नाय. पैसं नको आजिबात. दुसरंच याक ब्वॉलायचं व्हतं."

"बोलणं ना! काय बोलायचं तुला. तुझा बाप बरा आहे ना? हिंडतो फिरतो का आता की अंथरुणावरतीच हाये आजून?"

"काठी हातात धरून फिरतो घराभवताली. पर कामधंद्याचा नाय राह्यला आता त्यो. आता काय समदा कामधंदा रग्गडलं तसा रगडायचा." हताश होऊन आशोक म्हणाला.

"बरं, तुझं काय काम हाये त्ये तर बोल. कशाला शाळेत आलास ते तरी सांग." सर म्हणाले.

"घरी कसं बोलायचं, साळचं काम साळतंच कराया पायजेल. तवा साळत आलोय सर. बाप आजारी झाला तवापासून बाजारहाट, कामधंदा मीच बघतोय ह्ये तुमाला बी ठावं हाये. माव्हा बारका भाऊ बाळ्या आपल्या साळत शिकतोय. आभ्यासच करीत नाय कवा घरी. नुसता खेळत बसतो. माव्हं तर आजिबात ऐकत नायी सर. त्येला चांगला बदाडून काढा साळत. तवा लायनीवं येईल. आभ्यास कर, पास व्हं आन सरांगत, मास्तर व्हं आसं मी त्येला कायीमचा सांगतो पर लई ठिलारं झालाय बगा त्यो. त्याला वाटतं, आपल्याला कोण इचारणारं नायी. आईला

कामधंदा उरकत नायी घरातला आन् वावरातला. बाप लुळापांगळा झालाय आन मी म्वॉठा भाऊ हाये. माव्हं बी आयकत न्हायी. कसं व्हयाचं या प्वाराचं. आसा ठिलारागत वागला तं वाया जाईल वं सर त्यो. तवा तुम्ही त्येला चांगला बदडीत जा. कसातरी वठणीवं आणा. त्यो शिकला सवारला तं आमचा परपंच रेघरूपला लागंल सर. पर म्या ह्ये तुमाला सांगितलं हे आमच्या बाळ्याला कळू नका देवू. कळालं तं म्हणलं तुला कुणी उचापाती कराया सांगितल्या व्हत्या. सरांला भ्यॉटायचा शाणपणा काह्याला क्यॉला आसं म्हणून बाळ्या याखाद्या वक्ताला माव्हचं टकुरं दगड मारून फोडायचा."

आपल्या कुटुंबाबद्दल आस्था, जाणीव, तळमळ असणारा मंदबुद्धीचा आशोक 'बाप्या' झाला तरी कुणाला कळलाच नाही. आपल्या वैगुण्यावर लोकं हसतात, आपली फजिती करतात, टिंगलटवाळी करतात, ही बाब समजून उमजूनसुद्धा आशोक लोकांच्या आनंदासाठी बहुरुप्यागत वेंधळं रूप घेऊन जगणं जगत होता. का ते फक्त त्या आशोकलाच ठाऊक!

।७।

झाकली मूठ

जेमतेम पन्नास-साठ घरांचा उंबरा असणारी साखरवाडी. पाऊलवाटेने येडगावच्या कच्च्या सडकेला जोडलेली. साखरवाडी ते येडगाव अंतर तीन-चार कोसांचं. एवढं अंतर पायपीट करून माणसं बाजारहाटला येडगावला साखरवाडीवरून ये-जा करत असत. साखरवाडीतल्या चार-सहा घरांतली पोरं मॅट्रिक पास होऊन शहरात आता कुठे नोकरीधंदा करू लागली होती. त्यापैकी राजाराम साधू रडतकढत कसाबसा मॅट्रिक पास होऊन शाळामास्तर झालेला, व येडगावच्या शाळेतच मास्तरकी करणारा त्याच्याच वर्गात शिकलेला बबन आवजी बुद्धिमत्तेने हुशार, श्रीमंत बापाचा पोरगा. मॅट्रिकनंतर शहरातल्या कॉलेजात शिक्षण घेऊन बी. कॉम. झाला आणि जिल्हा सहकारी बँकेत कारकून म्हणून येडगावला शाखेत रुजू झाला. सारी साखरवाडी त्याला 'शेंबडा बब्या' म्हणून ओळखायची. बँकेत नोकरी करत असल्याचा बबन आवजीला कोण अभिमान! साखरवाडीच्या पाऊलवाटेने राजाराम मास्तर आणि बबन सायकलवरून येडगावला सकाळी नऊ वाजता नोकरीसाठी दररोज सोबतीनं जात असत आणि संध्याकाळी सहा वाजता परत साखरवाडीस येत असत. हा दोघांचाही नित्यक्रम ठरलेला. सहादू माळ्याच्या हॉटेलात चहा पिऊन मास्तरची सायकल शाळेकडे वळायची आणि बबनराव बँकेकडे जायचा. संध्याकाळी परत सहादू माळ्याचं हॉटेल हेच भेटीचं ठिकाण. वर्गमित्र असल्यामुळे ते एकमेकांना अरे-तुरे करत व एकेरी नावानेच हाक मारीत असत.

एक दिवस संध्याकाळी सहादू माळ्याच्या हॉटेलात चहा पिता पिता बबनराव राजाराम मास्तरला म्हणाला,

"राजा, लेका, नशीब चांगलं समज तुझं. मास्तर झालास, गुरं वळायचीसुद्धा लायकी नव्हती तुझी! पोटावारीसुद्धा तुला कुणी गुरं वळायला ठेवला नसता. लेका कॉपी करून आन् दुसऱ्याचं पेपर बघून दर वरसाला कसाबसा पास व्हतं मॅट्रिकपर्यंत पोचलास. मॅट्रिकला बी दोन वरसं गचांड्या खाल्ल्यास. रडतकढत सुटलास. त्वा साळा शिकतानं किती दिवं लावलं तवा आता साळतं पोरांना शिकावताना कसला उजेड पाडीत असणार तू हे सांगायला नकोच नको. तू शिकवीत असणाऱ्या वर्गातल्या पोरांची काही धडगत नाही. वाटुळंच त्यांचं. लेका पगार घेतोस पोरांना शिकावण्याचा सरकारकडून. खाल्ल्या अन्नाला जागत जा. नुसताच हातावं तंबाखू चोळून शाळंत पिचकाऱ्या मारीत बसू नकोस."

"येऽऽ बब्याऽऽ, तू नको ग्यान शिकवू मला. वर्गात शिकावणं आन् तीस-चाळीस पोरं सांभाळणं यावढं स्वॉपं वाटलं का रंऽऽ तुला? एकच दिवस माव्हा वर्ग संबाळून दाखव. मग म्हणणं तुला हारीचा लाल. लयी हुशारपणाचा तोरा नको दाखवू. कारकून झालाय कारकून तू. मोठी बहादुरी नाय कमावली. खरडपट्टीचं करतोस पेनानी खतावणीमधी. तुह्यागत कारकून सावकाराच्या घरी दिवाणजी म्हणून पाणी भरील्यात किती! कारकूनीपेक्षा मास्तरकी लाख पटीनं बरी. लेका, आजून बी नाकातला शेंबूड कवा तुह्या अंगातल्या सदऱ्यावं गळतो ह्ये तुझं तुलाच कळत नायी. फुका नायी तुला समदी वाडी 'शेंबड्या बब्या' म्हणत." असे बोलून राजाराम मास्तरने बबनरावाला चांगलेच डिवचले.

डाव्या हाताची बोटे आपल्याच नाकावर सवयीप्रमाणे फिरवीत बबनराव म्हणाला,

"आरंऽऽ, राजाऽऽ, कशाला नाकानी वांगी सोलीतो. गुरं वळ्या काय आन् पोरंवळ्या काय सारखाच. तू मास्तर म्हणून नोकरीस लागला. मास्तर म्हणूनच नोकरीतून रिटायर्ड होणार. तू काय मास्तरचा हेडमास्तर होणार नाही म्हणजे नाही. मला खात्री हाये तुझी आन् तुझ्या अक्कलहुशारीची. तू फकस्त आयुष्यभर पाट्याच टाकणार शाळंमंधी. माझं तसं नाही. मी कारकूनाचा कॅशियर होईन, कॅशियरचा शाखाप्रमुख होईन. शाखाप्रमुखाचा विभागप्रमुख होईन. तुझं काय बे एके बे आणि बे दुणे चारसुद्धा नाहीच नाही. दिसेल काही वर्षातच तुला हा शेंबडा बबनराव बँकेच्या मुख्याधिकारीपदाच्या खुर्चीवर बसलेला."

"ह्ये बघ, उद्या काय होईल ते होईल, परंतु तू बी.कॉम. होऊन शेवटी गावाकडंच आला ना शहरातून. इकडे खर्डेघाशी करायला. कोणती बहादुरी मिळविलीस तूऽऽ. ? माझ्यागत वाडीवरून येडगावला सायकल पिदाडीत येतोस दररोज. आन काय रेऽऽ बँकेत नोकरी करतोस म्हणजे असा काय तीर मारतोस रेऽऽ तू? काय फरक हाये आपल्यात. लेका मी खडूनं फळ्यावं लिहितो आन् तू पेनानं वही काळी करतोस रोजच्याला. सालाऽऽ कारखुंड्याऽऽ."

"ये मास्तरड्याऽऽ, गप बस. चल गुमान घरी आन् काय रे राज्या लेकाऽऽ, तुही आई तर पाच-सहा वरसापूर्वीच गमावली. मग तुमच्या भाकरतुकड्याचं काय? येशा, गोद्या, साधू नाना आन तू. चौघंच घरामंधी. समदी गडीमाणसं घरात. लेका घरात एखादं बाईमाणूस नको का? येशाचं लगीन करायचं, नाय तर तुझं करायचं. पर लेका, तुम्हाला कोण पोरी देणारं रंऽऽ? तुमची खानदान आसी तुह्या चुलत्यानं केऱ्यानं एका रट्ट्यात तुह्या चुलतीला खलास केली. तो झाला रंडका, त्याची पोरं पडली उघड्यावं. तुही आई मेली आन् तुहा बाप बी झाला रंडका. कोण देणार तुमच्या घरात पोरी! तुहा बाप गांजा मळीतो आन् केऱ्या हातभट्टीची प्वॉटात ढकलतो. लेका मास्तर झालास तू आता. लोकांच्या पोरांना वळाणं लावतोस, तुह्या घराला आन् घरातल्या माणसांना वळण लाव की!" बबनरावनी राजाराम मास्तरच्या वर्मावर बोट ठेवलं.

"आळा सुटलेल्या पेंढीला परत आळा घालणं जिकिरीचं काम आहे रे बब्याऽऽ, गांजाडू आसला तरी बापानी मला साळा शिकवली. पण दोन्ही भाऊ आडाणीच राहिले. कामधंदा न करता वाडीत मोकाट फिरायचं आन् आयतं ताटावर येऊन बसायचं. मिळेल ते खायचं. भूक लागली की भुकेपोटी कुणाचाही कामधंदा करून तो देईल ते खायचं. वावरं पडीक पडल्यात. येशा अंगापिंडानं रगेल झालाय. मी काही बोललो की, अंगावर कुत्र्यासारखा गुरगुरतो. गोधा जरा मंदबुद्धीचा. त्याला कोणता कामधंदा करावा काहीच सुचत नाही. दोन गाया आन् दोन शेळ्या दिवसभर संभाळायच्या हाच त्याचा उद्योग. घरातल्या तीन लोकांच्या तीन तऱ्हा. खूप सारं सांगून शिकवून पाहिलं, सुधारण्याचं लक्षण नाही. हे मला आणि माझ्या मास्तरकीला मातीत घालतील. माझा बाप तीन-चार दिवसांनी साळत येतो आणि बाजारहाटासाठी इतर शिक्षकांसमोर माझ्याकडे पैसे मागतो. साळत येऊ नको असे सांगूनसुद्धा तो ऐकत नाही. साळत माझी होती नव्हती ती आब्रु घालवली माझ्या बापानी. येडगावच्या येशीत माझा बाप गांजा फुकीत बसलेला साळंच्या

हेडमास्तरांनी किती वेळंला पाहिला. मला घर आन् घरातली माणसं आता नको झाल्यात. मी लवकरच घर सोडणार हाये." राजाराम मास्तर आपली रडकथा सांगत होता.

"म्हंजी काय करणार?"

"एकला राहणार इथं येडगावात खोली भाड्यानं घेऊन."

"वाडीला नाय येणार?"

"नाही. इट आलाय मला घराचा."

"आरं पण तू वाडीला आला नाहीस तर तुझा बाप आन् भाऊ इथं येतील तुझ्या खोलीवर. मग काय करशील?"

"नाही येणार ते. त्यानला तंबी दिलीय तशी मी आन् घरात माझी बायको आसंल."

"म्हणजीऽऽ राज्या, त्वा लगीन क्यॉलं!" बब्याचा तोंडाचा चंबू आश्चर्याने उघडला गेला. नाकातल्या शेंबडाची तार पार ओठावर आली.

"बब्या, लेका त्यो शेंबूड आवर पह्यला. आता मला राजा नको राजाराम मास्तर म्हणत जा. मारली का नाय बाजी. तू पुस्तकातला कीडा आन् आवजी नानाच्या ताटाखालचं मांजर. नानानं उठ म्हटलं की त्वा उठायचं. चाट म्हटलं की त्वा चाटायचं. शेळपट कुठला? नाहीतरी तू शेळपटच व्हता पह्यल्यापासनं."

"येऽऽ राज्या, लेका, लगीन कवा क्यॉलं? आन् कोणालाचं कसं ठावं न्हायी?"

"आता व्हईल ना ठावं. तवा तं तुला सांगितलं! तू ह्ये तुह्या नानाला सांगशील. आन नाना समद्या वाडीत माह्या लग्नाची दवंडी पिटवील. म्हणजी समद्या वाडीला आन माह्या बापाला बी आपसूक समजंल."

"लेका राज्या ऽऽ, त्वां तं माह्यी बोलतीच बंद केलीस. मला काहीच कळाना झालंय. पर लेका त्ये नाय सांगितलं तुही बायकु कोण्या गावाची हाये, कुणाची म्हंजी आपल्या जातीपातीची हाये का नाही? लगीन कवा आन कुठं क्यॉलं? मला आमच्या नानांनी विचारल्यावं म्या काय सांगायचं त्यानला! त्ये माझ्यावं ईश्वास नाय ना ठेवायचं!"

"त्येंच्या ईश्वासाचं मला काय करायचं? त्ये येडगावला येतील तवा बघतीलच ना त्येंच्या डोळ्यांनी आमचा राजाराणीचा संसार! पर तू माझा वर्गमित्र. तुला ह्ये सांगायलाच पायजेल. शिकत आसतानी वर्गात तू मला हिणवायचास, माठ्या म्हणायचास. मी माठ्या आसलो तरी कसाबसा शिकलो. मास्तर झालो, पण तू

मातर शेळपटच राहिला शेंबड्याऽऽ. मी प्रेम केलं प्रेमऽऽ. तुला काय कळायचं प्रेम म्हणजे काय आसतं त्ये? तू आपली खर्डेघासी करीत राहा. तुला बँकचा साहेब व्हायचंय आन आसल्या पिरमाच्या भानगडीत पडू नकोस तू. नायतर आवजी नाना तुला कच्चा खातील.”

“आयला मास्तरड्याऽऽ, चुचकुळ्या त्वांडाच्या, तुह्यावरऽऽ कोण भाळलं? तुह्यावं भाळायला तुह्यात हाये तरी काय? तू आसा खुळाऽऽ. वाळला बोंबील तू. तुही खानदान आसी, घरदार आसं, आन ह्ये आसं आकरीत कसं झालं! उगा काहीतरी बढाया नको मारू. फुकटच्या पुड्या नकु सोडू, नाहीतरी तुमचं घराणं एक नंबरचं थापाडंच हाये ह्ये समद्या वाडीला ठाव हाये. मला बावळट समजतोस का रं राज्याऽऽ”

“तुझ्यासंग खोटं बोलून मला काय मिळणार हाये? आरं प्रेम करायला बी डेरिंग लागातं डेरिंग. नुसतं प्रेमच नाही तर लगीन क्यॉलय लगीन. कोर्टात जाऊन लगीन क्यॉलय, ते बी येडगावातल्या मास्तरणीसंग. आमच्याचं साळत मास्तरीण हाये ती. येडगावचीच. हा हाये रंगानी काळीसावळी. माह्यागत गोरीगोमटी नायी. पण काळी आसली म्हणून काय झालं? पगारदारीण तर हाये ना! लेका बब्या दोन पगार मिळतील महिन्याला. पोरवळ्या तं पोरवळ्या. दोन पगार - घसघशीत. तू बस वहीवरती पेन घासीत. आन नाकातला शेंबूड पुसीत.” राजाराम मास्तरने बबनरावला चांगलेच डिवचले. दोघांच्या सायकली एकामागून एक करीत साखरवाडीच्या दिशेने धावू लागल्या. राजाराम मास्तरच्या लग्नाची बातमी साखरवाडीत वाऱ्यासारखी पसरली.

साखरवाडीत आणि येडगावात राजाराम मास्तरच्या लग्नाच्या चर्चेला काही दिवस उधाण आले. गढूळ पाण्यातला गाळ काही कालावधीनंतर तळाला बसतो व पाणी नितळ, स्वच्छ होते, तशी राजाराम मास्तरच्या लग्नाची चर्चा व बातम्यांमुळे गढूळ झालेले वातावरणसुद्धा काही दिवसातच निवळले. राजाराम मास्तरचा सुखाचा संसार येडगावातल्या भाड्याच्या खोलीत सुरळीत सुरू झाला.

काही वर्षांनी बबनरावाची तालुक्याच्या बँकेत कॅशियर म्हणून बदली झाली. आता बबनरावांच्या बुडाखाली सायकल ऐवजी मोटारसायकल आली. ‘फटऽऽ, फटऽऽ’ आवाज करीत मोटारसायकल साखरवाडीच्या पाऊलवाटेवरून तालुक्याच्या गावातल्या डांबरी रस्त्याने धावू लागली. बढती मिळताच बबनरावाचे लग्न झाले. त्यांच्या संसारवेलीला बहर आला. बँकेचा साहेब म्हणून बबनरावाकडे

सारी साखरवाडी कुतूहलाने पाहायची. बँकेत नोकरी करणं आणि बँकेचा साहेब होणं त्या काळी फार प्रतिष्ठेची बाब होती. आवजी नानांना आपल्या एकुलत्या एक मुलाचा सार्थ अभिमान वाटायचा. आवजी नाना साखरवाडीतलं एक प्रतिष्ठित व नावलौकिक प्राप्त व्यक्तिमत्त्व. नानांना आख्खा तालुका ओळखीत होता. तालुक्यातले आमदार, खासदार साखरवाडीत आले की, प्रथमतः आवजी नानाच्या घराला भेट देत. पुढाऱ्यांचा, नेते मंडळींचा व सरकारी अधिकारी नोकरवर्गाचा आवजी नानांच्या घरीच राबता असायचा. बबनरावाची पत्नी सगुणा जेमतेम सातवी-आठवी इयत्ता शिकलेली. लग्नानंतर घरादाराचा आणि शेतीवाडीचा सारा भार तिच्या शिरावर पडला. आवजी नाना वाडीचे कारभारी. कधीच शेतातल्या कामधंद्याला त्यांनी स्वतःला जुंपून घेतले नाही. एकत्रित कुटुंबाचे ते कारभारी होते. कुटुंब विलग झाल्यानंतरही कधीच त्यांच्या अंगातल्या परीटघडीच्या सदऱ्याची इस्त्री विस्कटली नाही. सगुणा घरादारात आणि शेतात दिवसरात्र राबत होती. घाण्याला जुंपलेल्या बैलासारखी तिची अवस्था झाली होती. घरात रग्गड पैसा यायचा. बबनराव बँकेत अधिकारी. त्याला कसलीच उसंत नसायची. तो फक्त रात्री झोपण्यापुरता घरी यायचा. दिवसामागून दिवस सरले. वर्षामागून वर्षे गेली. बबनरावांची इवली इवली लहान पोरं बजरंग आणि भानुदास हा हा म्हणता मोठे झाले. बबनरावाच्या चपला आता पोरांच्या पायात येऊ लागल्या. बजरंग वकिलीची परीक्षा पास झाला व जिल्ह्याच्या कोर्टात वकिलीची सनद घेऊन वकिली करू लागला. लहानगा भानुदास मात्र वाडीतल्या शेतीवाडीतच रमला. बबनरावांनी वडिलोपार्जित जमिनीव्यतिरिक्त साखरवाडीमध्ये जवळजवळ दहा एकर जमीन खरेदी केली. विहिर खोदून जिरायती शेत बागायती केले. विहिरीवर शेतातल्या पिकाला पाणी पाजण्यासाठी विजेच्या मोटारी बसविल्या. शेतीच्या मशागतीसाठी स्वराज्य कंपनीचा ट्रॅक्टर नव्यानेच विकत घेतला. शेतसरी दहा हातांनी भरभरून पिकत होती. लहानगी सुनीता वयात येताच बबनरावांनी तिचा लग्नाचा बार मोठ्या थाटात उडवून दिला. बबनरावांची तालुक्यातून पुन्हा येडगावातल्या बँकेत बदली झाली. आता बबनराव बँकेत मुख्याधिकारी म्हणून काम करू लागले. बबनरावाकडे सारी साखरवाडी आदराने व अभिमानाने बघायची. 'पुत्र व्हावा ऐसा बंडा, त्याचा त्रिलोकी झेंडा' ही उक्ती बबनरावांना सार्थ शोभत होती. आपण, आपले काम, आपले घरदार, आपले कुटुंब याचा आदर्श बबनरावांनी केवळ साखरवाडीतच नाही, तर अवघ्या पंचक्रोशीत व गणगोतात निर्माण केला

होता. बबनरावाच्या कर्तृत्वाने आवजी नाना कृतार्थ झाले होते. बबनरावाची मुलं आपल्या आजोबांच्या, आईवडिलांच्या संस्काराची कटाक्षाने जपणूक करीत होती. बजरंगाचेही बबनरावांनी तालुक्यातल्या एका वकिलीची परीक्षा पास झालेल्या मुलीसोबत लग्न लावून दिले होते. भानुदासलाही शेतीमातीत राबणारी सहचारिणी लाभली होती. आवजी नाना आता शरीराने थकले होते.

बबनराव तालुक्यातून बदली होऊन येडगावच्या बँकेत पुन्हा रुजू झाले अन् तिकडे राजाराम मास्तरची बदली येडगाववरून तालुक्याच्या शाळेत झाली. राजाराम मास्तरचीही दोन्ही पोरं इंजिनियर होऊन कंपनीत नोकरीधंदा करत होती. मास्तरनेही आपल्या दोन्ही पोरांना उजविले होते. मास्तरांची पत्नी मात्र येडगावच्या शाळेतच नोकरी करीत होती. राजाराम मास्तरांची आणि त्यांची पत्नी विमलाबाईची नोकरीत अशा रीतीने पहिल्यांदाच ताटातूट झाली होती. विमलाबाई नाकीडोळी नीटस असली, तरी रंगाने मात्र काळीकुट्ट होती. वयाची पन्नाशी उलटलेले राजाराम मास्तर आता दररोज येडगाववरून तालुक्याच्या गावाला मोटारसायकलवरून ये-जा करीत असत. आता राजाराम मास्तरांना बढती मिळून ते हेडमास्तर झाले होते. प्राथमिक शाळेतल्या तिसरीच्या वर्गावर शिकवत असताना राजाराम गुरुजींनी एका विद्यार्थ्याला वर्गात उभे केले आणि सोळाचा पाढा म्हणावयास सांगितले. हेडमास्तरांनी अचानक हा प्रश्न विचारल्यामुळे तो मुलगा भांबावला, गोंधळला. तो त त म म करू लागला. तिसरीच्या मुलाला सोळाचा पाढा तोंडपाठ नाही. खरं तर राजाराम गुरुजींना या गोष्टीचा मनोमन खूप राग आला होता. दोष मुलाचा, वर्गशिक्षकाचा की पालकांचा याची शहानिशा करायला हवी, म्हणून त्यांनी वर्गशिक्षकाला विचारले,

"गुरुजी, हा मुलगा अभ्यासात कसा आहे? म्हणजे त्याला सोळाचा पाढा येत नाही म्हणून विचारतोय."

"हा पोरगाऽऽ, अभ्यासात 'ढ' आहे गुरुजी. अजिबात अभ्यास करत नाही. त्याच्या आईनं फारच लाडावून ठेवलाय त्याला. मी त्याच्या आईकडे त्याच्या अभ्यासाबद्दल तक्रार केली, पण आई म्हणतेय शिकंल तसा शिकू द्या माझा पोरगा. अभ्यासाबद्दल त्याला धाकदपटशा दाखवू नका. त्याचा बाप बँकेचा मोठा साहेब हाये. रग्गड पैसा हाये आमच्याकडं."

"रग्गड पैसा हाये आणि अभ्यास करायचा नाही तर पोराला कशाला शाळेत पाठवता म्हणावं. घरी ठेवा की तुमच्या. उगीच शिक्षकांच्या डोक्याला त्रास. ये

पोराऽऽ, उठ रे, उठून उभा राहा. काय नाव तुझं?" राजाराम मास्तरांनी फर्मावताच पोरगं बसल्या जाग्यावरून उठून उभं राहिलं आणि म्हणालं,

"माझं नाव दिलीप बबनराव मोहिते."

"अन् तुझ्या आईचं नाव?" राजाराम गुरुजींनी विचारलं.

"मालन बबनराव मोहिते."

"मोहितेऽऽ माझंही आडनाव मोहिते आहे. तुझं गाव कुठलं?"

"याच गावात राहातो गुरुजी आम्ही."

"पण या गावात कुठं मोहिते आडनावाची माणसं आहेत? आहेत का गुरुजी?" राजाराम मास्तरांनी वर्गशिक्षकाकडे पाहात विचारलं.

"नाही गुरुजीऽऽ हे एक घर मोहित्याचं दिसतंय." राजाराम मास्तर विचारात मग्न झाले. त्याचा बाप बँकेत साहेब आहे अशी त्याची आई म्हणतेय. म्हणजे आपल्या बबनरावाचा तर पोरगा नाही ना! पण बापाचं नाव तर बबनरावच सांगतोय मुलगा. आडनावदेखील तेच. कसं शक्य आहे हे? राजाराम मास्तराचं डोकं विचारांनी सुन्न झालं. ते वर्गाच्या बाहेर आले. त्यांच्या पाठोपाठ वर्गशिक्षकदेखील वर्गाबाहेर आले. राजाराम मास्तर त्या वर्गशिक्षकास म्हणाले,

"गुरुजी, या मुलाचा बाप कधी शाळेत आला होता का? तुम्ही कधी याच्या बापाला तुमच्या डोळ्यांनी पाहिलंय का?"

"गुरुजी, बँकेत ते मोहिते साहेब हायेत ना, त्यांचा हा मुलगा. त्यांची आताच येडगावच्या बँकेत बदली झाली बघा. त्यांची बायकोच येते शाळेत कधीतरी भेटायला."

"आणि हे लोक राहतात कुठे?"

"त्यांचा फ्लॅट आहे ना, एस.टी. स्टँडच्या पलिकडे. त्याचं आडनाव मोहिते, तुमचं बी आडनाव मोहिते. तुमच्या गावचे आहेत का ते?"

"गुरुजी आडनाव एक असलं म्हणजे एका गावातले नाही होत. मोहिते आडनावाची माणसं तालुक्यातल्या किती गावात आहेत म्हणून सांगू तुम्हाला? जावू द्या ना, आपल्याला काय करायचेय? आपलं काम आपणच करत राह्याचं, खाली मान घालून, पोरगं नापास झालं की, गुरुजींनी शिकवलं नाही म्हणून बोंब मारायची. पोराला चांगलं मार्क मिळालं की, आमचं पोरगं हुशार म्हणून पोराची पाठ थोपटायची. गुरुजी आजकाल हे पालक लोक सोयीस्कर वागतात. जाऊ द्या." दीर्घश्वास घेत राजाराम मास्तर म्हणाले. खरं तर पोराचं नाव ऐकून राजाराम

मास्तरचं डोकं गरगरायला लागलं होतं. शाळेतला त्यांचा तो दिवस फारच बेचैन अवस्थेत गेला. संध्याकाळी येडगावला घरी गेल्यावर त्यांचा पडेल चेहरा पाहून त्यांची पत्नी विमलाबाई म्हणाली,

"काहोऽऽ, आजारी आहाच का? चेहरा पडलाय तुमचा आज. अंगात ताप तर नाही ना?"

"नाही." दीर्घ सुस्कारा घेत राजाराम मास्तर बोलले.

"नाही कसं? चेहरा इतका उतरलाय कसा? काहीतरी बिनसलंय तुमचं. काय झालंय, मला सांगण्यासारखं नाही का?"

"नाही गंऽऽ. तुझं आपलं काहीतरीच. दररोज इतक्या लांबचा प्रवास मोटारसायकलवरून करताना अंग नुसतं खिळखिळं होतं. पाठीचा कणा ठसठसं करतो. बरं काय करणारं? रोजचं मरण आहे. अजून पाच-सात वर्षे कशीतरी ढकलली पाहिजेत. आता नोकरीसाठी एकट एकटं राहण्याचं वय राहिलं नाही आपलं. होईल त्रास तो सोसला पाहिजे. तुझीही बदली झाली असती, तर एवढी दगदगीची वेळ आली नसती. जाऊ दे." असं म्हणत राजाराम मास्तरांनी सारवासारव केली.

दुसऱ्या दिवशी राजाराम मास्तर तडक येडगावातल्या सहकारी बँकेत. बबनरावाचं ऑफिस गाठलं. बबनराव गोल भिंगाच्या चष्म्यातून पुढ्यातल्या टेबलावरच्या कागदावर सह्या करण्यात गुंग झाला होता. राजाराम मास्तराचा चेहरा न्याहाळीत बबनराव म्हणाला,

"येऽऽ ये मास्तर, आज कशी काय वाट चुकलास इकडं?"

"आलोय सहज. म्हटलं बरेच दिवस तुझं दर्शन झालं नाही आणि तू आता बँकेचा मोठा साहेब झालास. पोरगा, सून वकिली करत्यात. धाकला पोरगा बागाईतदार झालाय. आता काय तुझी पाच बोटं तुपात हायेत."

"आन लेकाऽऽ, तू कुठं सुपात हाये. दोन पोरगं इंजिनियर. तुम्ही दोघं मास्तर, काय कमी आहे रं तुला? उगाच कण्हून केळं खायची सवय लागलीय तुला. बरं कसं काय येणं केलंस इकडं आज ते तरी सांग."

"सांगतो. पण हा माणूस..." बबनरावच्या केबीनमधील माणसाकडे पाहात राजाराम मास्तर म्हणाला.

"काही महत्त्वाचं आहे का?" बबनराव मास्तरच्या डोळ्यात डोळे घालून बोलले, "हांऽऽ, महत्त्वाचंच आहे. तुझ्याबाबत."

"माझ्याबाबत?" तोंडाचा चंबू करीत बबनराव म्हणाला.

"होय."

बबनरावच्या केबीनमधला माणूस बाहेर जातात बबनरावानी केबिनचा दरवाजा आतून बंद केला. खुर्चीवर बसत व राजारामकडे पाहात बबनराव म्हणाले,

"हांऽऽ, आता बोल! काय महत्त्वाचं सांगणार हायेस ते."

"तू तर छुपा रुस्तुम निघालास. लेका मी लग्नाच्या अगोदर प्रेम केलं आणि नंतर तिच्यासोबत लग्न केलं. पण तू तर लग्न झालेलं असताना दुसरं लग्न केलंय हे काल मला कळालं. रग्गड पैसा आहे मग काय, दहा बायका तू संभाळू शकतोस."

"येऽऽ बाबा मास्तर, उगीच काही बरळू नकोस लेका. कशाला माझी आब्रु येशीवर टांगतोस बाबा. मला आता चांगली नातवंडं झाल्यात. लोक शेण घालतील ना माह्या त्वांडात!"

"आयला ह्ये बरं हाये, शेण खातानी लाज नाय वाटली. कशाला येड घेऊन पेडगावला जातो रंऽऽ, सहा महिनं झाल्यात माझी तालुक्याच्या शाळेत बदली झालीय. तिथं तिसरीच्या वर्गात दिलीप बबनराव मोहिते नावाचा पोरगा शाळा शिकतोय, अन् त्याचा बाप सहकारी बँकेत मोठा साहेब आहे म्हणाला आणि त्याची आता येडगावच्या बँकेत बदली झालीय. आपल्या येडगावच्या बँकेत अजून कुणी मोहिते साहेब आहे का? मला माहीत नाही म्हणून तुला इचारतोय." राजाराम मास्तरचं बोलणं ऐकून बबनरावाना दरदरून घाम फुटला. त्याची छाती धडधड करू लागली. तो खुर्चीवरून उठला आणि त्यानं राजाराम मास्तरचं आपल्या दोन्ही हातांनी पाय धरलं. राजारामच्या पायावर त्यानं चक्क आपलं डोकं टेकवलं. त्याच्या डोळ्यातून अश्रूंच्या धारा वाहू लागल्या. थरथरत्या ओठांनी कापऱ्या आवाजात बबनराव म्हणाला,

"मास्तर, चूक झाली माझी. खाल्लं रं बाबा मी शेण. पण आता ही गोष्ट फक्त तुझ्या पोटातच ठेव. माझ्या इज्जतीचा आन सामाजिक प्रतिष्ठेचा पंचनामा नको करूस. नाहीतर मला फाशी घेऊन जीव द्यावा लागंल. जर ही गोष्ट कुणाला कळाली तर त्याच दिवशी मी मला संपविलेलं असेल. आता माझं जगणं मरणं तुझ्या हातात आहे बघ. आरे वर्गमित्र आपण. एकमेकांच्या सुखदु:खाचे वाटेकरी. कसा फसलो मला काहीच सांगता येत नाही, पण फसलो एवढं खरं."

राजाराम मास्तरने बबनरावच्या खांद्याला हातांनी धरून उठवले. बबनरावची अवस्था मेल्याहून मेल्यासारखी झालेली होती.

"बबनराव, कसं काय झालंय ह्ये? लग्नाची बायको असताना दुसरा घरोबा कसा काय जुळवला? हे बरं नाही. वयाला शोभत नाही."

"बाबा रेऽऽ, नको आता जखमेवर मीठ चोळू. अपघात म्हण की अपराध म्हण. घटना घडून गेलीय. माझ्या डोक्यावर मणामणाचं ओझं आहे. तारेवरची कसरत खेळतोय मी. विस्तव जळतोय पायाखाली माझ्या. मित्रा, तुझी मला साथ हवीय. नाही नको म्हणू. वाईट आहे हे मला कळतंय रे. पण ते एक वाईट माझ्या सर्व चांगुलपणाचा नायनाट करील. निदान बँकेच्या सेवेत आहे तोपर्यंत तरी हे भांडं फुटायला नको. एकदाची ही सर्व्हिस संपली की, मग बघू पुढचं पुढं. तोवर मी माझ्यापरी सर्व काही रगडतोय. फक्त तू तुझं तोंड याबाबत उघडू नको. तुझ्या पाया पडतो, तुझ्या पायावर नाक रगडतो." गयावया करत बबनराव बोलत होता.

आता मनात साचलेलं मळभ रितं झाल्यामुळं राजाराम मास्तरलाही हलकं हलकं वाटू लागलं. राजाराम मास्तर म्हणाला,

"मी काहीही ऐकलं नाही आणि तुझ्याबद्दल काहीही मला माहिती नाही. मी काल ऐकलं, पाहिलं तो एक भास होता. पण बब्या, भ्रमाचा भोपळा कधीतरी फुटतोच रेऽऽ. काळजी घे. झेंगट कोणत्याही वयातलं असू दे, ते माणसाला संपवते तरी, नाहीतर बरबाद तरी करते."

"मी सगळं माझ्यापरीनं निस्तारतोय, नको काळजी करू."

"काय लेका काळजी करू नको म्हणतोस, कालपासून माझं चित्त थाऱ्यावं नाही, पण बब्या, एक सांगतोय, लक्षात ठेव. माणूस बाटलीत बुडाला की, संपतो तसा बाईचा नाददेखील भल्याभल्यांना बरबाद करतो. लेका, त्वा तं तिच्यासंग लगीन केलंय. लगीन करूनच राह्यला नाही, तर तिला तुझ्यापासून पोरगा झालाय. तिला काही कमी पडलं तं ती तुला नक्कीच महागात पडंल ह्ये ध्यानात ठेव."

"नाही रं बाबाऽऽ, तिला काही बी कमी पडून देत नाही मी. खायला, प्यायला आणि ल्यायला असल्यावं बाईला असं लागतं तरी काय रे? बँकेच्या कामानिमित्त आठवड्याला एक-दोन चकरा माझ्या तालुक्याच्या गावात असत्यातच की. एक-दोन मुक्काम होतात तिकडं. इकडं वाडीत घरच्यांना घरात आन शेतातलं काम उरकता उरकत नाही. पोरांना त्यांच्या व्यवसायधंद्यातून सवड मिळत नाही. नानांच्या हातात काठी आलीय. शेतातल्या उत्पन्नाचा पैसा भानुदास माझ्याकडं जमा करतो. बजरंगसुद्धा महिन्याकाठी दहा-वीस हजार माझ्या हातावर ठेवतो. माझा पगार आहे. रग्गड पैसा. बाईच्या जातीला हौसमौज करायला मिळाली की

ती खूष आणि मी काही दुनियाच्या आक्रित केलं नाही. पूर्वीच्या लोकांना दोन-तीन बायका असायच्याच ना! त्याबी लग्नाच्या. आता आपल्या वाडीत जुन्या लोकांना बघ बरं होत्या का नव्हत्या दोन दोन बायका? वरच्या वाडीतला इठुबा, सोपान्या, चिमणाआप्पा, महादूनाना, तुक्या पहिलवान आन खालच्या वाडीतला रामूनाना.''

"बास बासऽऽ, नको सांगू नावं. ठावं हायेत मला. पण लेका तो काळ वेगळा होता, आताचा काळ वेगळा आहे. मग येवढा बहादूर आहेस ना मग का नाही घेऊन येत तिला साखरवाडीत तुझ्या घरी? कायमचं झंझट मिटंल. आन तुला बी ताणतणाव राह्यचा नाही.''

"एऽऽ बाबा, तसा काही इचार डोक्यात आणू नकोस. लेका माझी बायको आन पोरं मला दगडानी ठेचून मारतील. सारी लोकं तोंडावर पचापच थुकतील. आयुष्यातून उठल मी. पोराबाळांना जगात कुणाला त्वांड दाखवता येयाचं नाही. तवा झाकली मूठ सव्वालाखाची. आता तुला कळालंय ना, फक्त तू तुझ्या मनात ठेव. मी जिवंत असेपर्यंत.''

राजाराम मास्तरने बबनरावांचा काळवंडलेला चेहरा एकदा डोळे भरून पाहिला आणि त्याच्या केबिनमधून बाहेर पडला. आता कुठं राजाराम मास्तरला हलकं हलकं वाटत होतं.

काळ, दिवस कुणासाठी थांबत नाही. राजाराम मास्तरची बदली एक-दोन वर्षांनी पुन्हा येडगावला झाली. तीन-चार वर्षात राजाराम मास्तर सेवानिवृत्त झाले. विमलाबाईसुद्धा सेवेतून निवृत्त झाली. बबनराव बँकेतून निवृत्त झाले. आता त्यांना पूर्वीसारखं बाहेरगावी एक-दोन दिवस मुक्काम करून राहता येत नव्हतं. कधी बाहेरगावी जायचं असेल तर कुठं जातोय, कशासाठी जातोय, कधी येणार हा हिसाब घरातल्या बायकोला व मुलाला द्यावा लागत होता. बबनरावांच्या काळजीपोटी म्हणा की, प्रेमापोटी म्हणा, घरातल्या माणसांना आता त्यांची आस लागली होती. नातवंडं 'बाबा' दिसला नाही की, घर डोक्यावर घ्यायची. बबनराव निवृत्त होऊन सात-आठ महिन्यांचा कालावधी लोटला असेल. तिकडे तालुक्यागावी असणारी मालन नावाची बबनरावांनी चोरून लग्न केलेली बायको, तिला बबनराव आता आपल्याकडे दुर्लक्ष करत असल्याची व पहिल्यासारखा वरवर भेटायला येत नसल्याची जाणीव तीव्रतेने होऊ लागली. तिने तालुक्यातल्या सहकारी बँकेत जावून बबनरावाबद्दल चौकशी केली. तेव्हा बबनराव बँकेतून निवृत्त झाल्याचे समजले. ही गोष्ट तिला बबनरावने सांगितली नव्हती. सेवानिवृत्तीनंतर

मिळणारे सारे पैसे, फंड तिला देणार. असे बबनरावांनी तिला आश्वासन दिले होते. आपणास व आपल्या मुलास बबनरावांनी वाऱ्यावर सोडून दिले आहे. हा माणूस गोड बोलून आपली फसगत करत असल्याची चीड तिला आली. ती रागाने फणफणली. तिच्या डोळ्यात अंगार इतका पेटला की, बबनरावांना जिवंत खाऊ की गिळू असे तिला झाले. आपल्याला व आपल्या मुलाला बबनरावांनी त्यांच्या वडिलोपार्जित इस्टेटीचा व नोकरीतून मिळालेल्या मोबदल्याचा अर्धा हिस्सा दिला नाही, तर आपण पोलिसात तक्रात देऊ आणि बबनरावांना कायमचा धडा शिकवू, अशा विचारांचा भडाग्नी डोक्यात घेऊन मालनबाई आपल्या मुलास घेऊन साखरवाडीतल्या बबनरावांच्या घरी अंगणात येऊन उभी राह्यली.

"कुठं हाये त्यो, कुठं ठेवलास लपवून त्याला? मला पाहून घरात बायकुचा पदराआड लपलास काय?" मालनबाई गरजली.

"कोण? आणि तुम्ही कोण? कुणाला लपवलंय? काय बोलताय तुम्ही? मी ओळखत नाही." भानुदास म्हणाला.

"वळखशील, वळखशील, तुझ्या बापाला पहिल्यांदा आन माझ्यासमोर. तो सांगंल तुला मी कोण हाये त्ये."

इतक्यात सगुणा बाहेर आली व म्हणाली,

"ए बाईऽऽ, नीट बोल. तुला नसंल, पण आम्हाला इज्जत, लाज, अब्रू हाये. आमच्या घराला आसं काही वाईट वंगाळ ऐकायची सवय नाही."

"वा गं वाऽऽ! इज्जत, लाज आब्रुवाली. मला लाज, आब्रुच नाही तवा या घरी आलीय का? मी बी या घराची मालकीन हाये हो ठावं नसंल तुला. त्याला आण असा माझ्यासमोर. त्योच सांगंल तुला सगळं तेच्या त्वांडानी. वीस वर्स झालं त्यानं माह्यासंग लगीन करून. आन हा बघ हा त्याचा पोरगा. तेच्यावानीच दिसतो ना दिक्टो. मी माझा वाटा मागायला आलेय. बऱ्या बोलानं माझा वाटा दिला नाही, तर मी पोलिसात जाईन."

मालनचं बोलणं ऐकून सगुणा तर भोवळ आल्यागत अंगणात कोसळली. हे कसलं झेंगट या वयात आपल्यापाठी लागलंय. मालनचा आकांडतांडव ऐकून शेजारीपाजारी अंगणात गोळा झाले.

"ए बाईऽऽ, उगीच खोटानाटा आळ घेवू नकोस. आम्हीच तुला पोलिसात देऊ आमची बदनामी केली म्हणून. आमच्या पार आमदार खासदारापर्यंत ओळखी आहेत आणि आमच्या साहेबाचा पोरगासुद्धा वकील आहे. कुठून तुला ही अवदसा

सुचलीय. खडी फोडायला तुरुंगात जायचंय का?" शेजारी राहणारा वामन म्हणाला.

"तुमच्या सायबाला आणा माझ्यासमोर. माझ्या डोक्यात दगड घातला आन जिती ठार मारली, तरी मी आन माझा पोरगा इथून परत जाणार नाही. माझा हक्क मला हवाय. ह्ये बगा त्यानं त्याच्या हातानं माझ्या गळ्यात मंगळसूत्र बांधलंय." मालन निर्धारपूर्वक गळ्यातलं मंगळसूत्र दाखवित बोलली.

"मंगळसूत्र बांधलंय आन वीस वर्ष म्हणतीस? मग इतक्या दिवस कुठं कलमाडली व्हती? तवा का नाही आली आन आपला साहेब देवमाणूस, तो आसं करीन व्हय? हा कायतरी बनवाबनवीचा प्रकार दिसतोय. बजरंगाला फोन करा आन् बोलवा त्याला इकडं ताबडतोब. जाऊ द्या या बाईला तुरूंगात, नको उगी इज्जतीचा पंचनामा." वामन कळवळून बोलला.

"मी नाय घाबरत. कुणाला बोलवायचं त्याला बोलवा, पण मी नाही मागं हाटायची. त्याला आणा ना माझ्यासमोर. तो सांगंल ना मी कोण हाये ती. मग मला कुठं पोलिसात द्यायाची ती द्या. तुम्ही साहेब, साहेब म्हणताना, त्यो साहेब का आणीत नाही माझ्यापुढं?" मालन म्हणाली.

"आणतो ना, आम्ही काय घाबरतोय व्हय तुला? सगुणा वैनी कुठं गेलाय गं बबन आबा?" वामनाने सगुणा वहिनीकडे पाहात विचारले, पण सगुणा वहिनीला कसलेच भान उरले नव्हते. वामनचं बोलणं ऐकून भानुदास घरासमोरील वावरातल्या विहिरीकडे आपल्या बापाला बोलावायला गेला. विहिरीजवळच एक बुटकंसं कडुलिंबाचं झाड होतं. 'आबाऽऽ, वो आबाऽऽ, कुठं हायेत तुम्ही? घरी एक बाई आलीय, तिनं लयी कालवा केलाय. तुम्हाला बोलवा म्हणतीय सारखं. घराकडं चला.' असा ओरडतच भानुदास विहिरीजवळ आला. इकडे तिकडे पाहात असताना व आपल्या बापाचा शोध घेत असताना त्याची नजर विहिरीलगतच्या लिंबाच्या झाडाकडे गेली. झाडाच्या फांदीला बांधलेल्या कासऱ्याला त्याच्या बापाचा, बबनरावाचा देह लोंबकळत हेलकावे खात होता. 'आबाऽऽ' म्हणून भानुदासने मोठ्याने किंकाळी मारली आणि सारी माणसे विहिरीकडे धावत आली. बबनरावच्या गळ्यातला कासऱ्याचा फास काही केल्या सुटत नव्हता. कासऱ्याचा दोर आणि दोराची गाठही सुटता सुटेना. माणसं भांबावून गेली. इकडेतिकडे सैरावैरा पळू लागली. कुणीतरी सुपारी कातरण्याचा अडकित्ता आणला व लिंबाच्या फांदीला बांधलेला कासरा सुपारी कातरल्यागत कचकन कापला. तवा बबनरावांच्या शरीराचं धूड धपकन जमिनीवर पडलं. बबनराव गतप्राण झाले होते. मालन नसती

आफत आपल्यामुळे ओढावली, म्हणून नखशिखांत घाबरली व आपल्या पोराला दिलीपला घेऊन तिनं तिथून आडवाटेने पोबारा केला. जिवाच्या आकांतानं ती पळत होती. पळता पळता साडीचा पायघोळ पायात अडकून पडत होती. तिच्या पावलांनी येडगाव कधी जवळ केलं हे तिचं तिलाही कळले नाही. तिच्यासोबत पळून पळून दिलीपसुद्धा घायकुतीला आला होता. मिळेल त्या वाहनाने मालनने तालुक्याचं गाव गाठलं व सुटकेचा सुस्कारा सोडला. बबनराव हे जग सोडून गेला, एवढंच साखरवाडीस माहीत आहे. सारे जण म्हणतात, बबनराव हृदयविकाराचा झटका येवून मेला. परंतु बबनरावांचा परिवार, मालन आणि राजाराम मास्तर म्हणतोय, 'झाकली मूठ सव्वा लाखाची.' काही दिवसांनी मालन आपल्या मुलाला घेऊन एक दिवस परत साखरवाडीला आली. बबनरावाच्या वकील मुलाने मालनबाईसोबत तडजोड करून प्रकरण मिटविले.

। ८ ।

राँग नंबर

दुपारचे तीन वाजले. दिवसपाळी संपायला अजून एक तासाचा अवधी होता. सबस्टेशनच्या दरवाजातून विभागप्रमुख पिल्ले साहेब व त्यांच्यासोबत स्थूल देहयष्टीचा, गोबऱ्या गालाचा, काळ्या वर्णाचा, मिचमिचणाऱ्या डोळ्यांचा, ढेरपोट्या माणूसदेखील आत आला. पँटमध्ये शर्ट खोचल्यामुळे त्या इसमाचा गोल गरगरीत फुगलेला पोटाचा नगारा चांगलाच नजरेत भरत होता. कुणीतरी व्हिजिटर नाहीतर सप्लाय पार्टीचा माणूस असेल अशी आमची ड्युटीवर असणाऱ्या कामगारांची धारणा झालेली. पिल्ले साहेबांसोबत अशी माणसे अधूनमधून आमच्या कंपनीच्या विद्युत सबस्टेशनला नेहमीच भेट देत असत. साहेब आले, म्हणून आम्ही आमच्या बसलेल्या जागेवरून उठून उभे राहिलो. साहेबांबद्दलची आदराची भावना वा परंपरा म्हणून तो प्रघात कंपनीतले कामगार पाळत असत. पिल्ले साहेबांनी इंग्रजीतून सोबतच्या इसमाला आमची ओळख करून दिली. आमच्या हातात हात मिळवताना तो माणूस इंग्रजीत त्याचा परिचय आम्हाला करून देत म्हणाला,

"आय ॲम वेंकटरामन श्रीनिवासन फ्रॉम चेन्नई, जॉइनिंग धिस कंपनी फ्रॉम टुडे इलेक्ट्रिकल डिपार्टमेंट. ॲज अ सिनियर इलेक्ट्रिकल इंजिनियर." त्याचा परिचय ऐकून आम्ही प्रश्नार्थक मुद्रेने पिल्ले साहेबांच्या चेहऱ्याकडे पाहू लागलो. आमच्या चेहऱ्यावरचे भाव जाणत पिल्ले साहेब म्हणाले,

"श्रीनिवासन साब को एम.डी. रामरत्नम साब ने डायरेक्ट अपॉईंट किया है, श्रीनिवासन साब को एच. टी. लाईन का बहुत बडा एक्सपिरियन्स है। इसलिए एम. डी. साब ने इनको सबस्टेशन और स्वीचयार्ड की रिस्पॉन्सिबिलिटी देने को कहा है। तुम लोग श्रीनिवासन साब को रिपोर्टिंग करेंगे। बिलकुल गलत काम नही करने का। आप गलती करोगे तो अब तुम्हारा रिपोर्ट डायरेक्ट एम. डी. साब तक जा सकता है। इसके आगे तुम्हारी गलतो हो गयी, तो मैं नही बचा सकता। सबकुछ श्रीनिवासन साब के हाथ में है। श्रीनिवासन साब को यहाँ सबस्टेशन और स्वीचयार्ड की सब जानकारी देना। वैसे तो श्रीनिवासन साब बहुत भले आदमी है। आप सबको वो सांभाल के लेंगे।" पिल्ले साहेबांचं बोलणं ऐकून आमच्या नजरा श्रीनिवासन साहेबाला न्याहाळू लागल्या.

एम. डी. साहेबांचा माणूस म्हणून श्रीनिवासन साहेबाची भीती आमच्या मनाला सतत वाटू लागली. टेबलाजवळच्या खुर्चीत श्रीनिवासन साहेब रुबाबात आपला देह कोंबून बसला आणि टेबलासमोरच्या खुर्चीवर विभागप्रमुख पिल्ले साहेब अवघडल्यागत बसले. विभागप्रमुख पिल्ले साहेब असूनसुद्धा श्रीनिवासन जणू आपणच विभागप्रमुख असल्याच्या तोऱ्यात पिल्ले साहेबांना इंग्रजीतून कंपनीविषयी व इलेक्ट्रिकल डिपार्टमेंटविषयी विविध प्रश्न विचारत होता व पिल्ले साहेब त्याच्या प्रश्नांना उत्तरे देत होते. विभागप्रमुखाला खात्यातले सारे कामगार, अधिकारी घाबरत असत. मानसन्मान देत असत. परंतु आज आमचा विभागप्रमुख कुणालातरी घाबरतो आहे, ही बाब जरी सुखावह वाटत असली तरी आम्हीदेखील त्याच जात्याच्या मुखात भरडले जाणार आहोत, ही जाणीव प्रत्येकाच्या मनात रुतलेल्या काट्यासारखी सलत होती.

सबस्टेशन इनचार्ज म्हणजे हा श्रीनिवासन दररोज आमच्या डोक्यावर थयथया नाचणार या विचारांनी मेंदूचा भुगा झाला होता. दुसऱ्या दिवशी श्रीनिवासन सव्वाआठलाच सबस्टेशनमध्ये हजर झाले. आम्ही सर्व सहकारी कामगार कोण लाकडी बाकावर, तर कोण टेबलासमोर मांडलेल्या खुर्चीवर नेहमीच्या सवयीने बसून श्रीनिवासन बद्दलच बोलत होतो. गाडीला कचकन ब्रेक लागल्यासारखी आमची चर्चा थांबली. बसल्या जागेवरून उठून उभे राहात आम्ही सर्वांनी नमस्कार केला. आमच्या नमस्काराचा स्वीकार करताना साहेबांची छाती वीतभर फुगल्यासारखी वाटली. गोबऱ्या गालात हसताना साहेबांचे जाडजूड फेंदारलेले नाक भुतासारखं भयावह वाटले. हसत श्रीनिवासन म्हणाले,

"ठीक है, बैठो बैठो। सबकुछ ठीक है ना? कुछ प्रॉब्लेम तो नहीं है? कुछ भी प्रॉब्लेम है तो मुझे फोन पे तुरंत खबर देना। वैसे तो हमेशा की तरह पहले पिल्ले साब को ही खबर देने का, बाद में मुझे खबर देने का।"

अगोदर डिपार्टमेंट प्रमुख पिल्ले साहेब यांना संपर्क करायचा. मग सबस्टेशन इनचार्ज श्रीनिवासनला खबर द्यायची. हा तर साहेबांचा 'साहेब' असल्याची आमची सर्वांची आता खात्री झाली. इतक्यात सबस्टेशनमध्ये चहा व नाश्ता घेऊन कंपनी कँटिनचा माणूस आला. सवयीप्रमाणे त्याने डब्यातून दोन दोन समोसे प्रत्येकाच्या पुढ्यात कागदी डिशमध्ये ठेवले. टेबलालगतच्या खुर्चीवर श्रीनिवासन ऐटीत बसलेले होते. कँटिनच्या माणसाने त्यांना भीत भीत विचारले,

"साब आपको नाश्ता?"

"हांऽऽ दे दो ना, ये तो क्या पूछने की बात हुई? हम भी आदमी है, हमे भी भूक लगती है।"

कँटिनच्या माणसाने टेबलवर दोन समोसे कागदी डिशमध्ये ठेवले. चवीने समोसा खाता खाता श्रीनिवास म्हणाले,

"बहोत टेस्टी है समोसा। हमारे चेन्नई में नहीं मिलता ऐसा समोसा। बहोत बढिया, ए लडका और दो एक प्लेट।"

कँटिनच्या माणसाने अजून एक समोसा प्लेट पुढ्यात ठेवली. भुकेलेल्या जनावरासारखा श्रीनिवासन समोशावर तुटून पडला होता. खरे तर चार समोसे अगडबंब पोटात कुठल्या कुठे बसले असतील, एवढं मोठं त्यांचं पोट! अजून चार समोसे खाल्ले तरी त्यांचे समाधान होणार नाही याचीही खात्री पटलेली होतीच. परंतु अधिक कसे आणि किती मागायचे याचाच त्यांना संकोच वाटला असावा. खाल्लेल्या नाश्त्याची कूपन कँटिनच्या माणसाला द्यावी लागत. ड्युटीवरचे लोक नियमाप्रमाणे आपल्या कोट्यातून ती कूपन देत असत. आमच्यापैकी दररोज एक जण आळीपाळीने कूपन देत असायचा. दिवसभर श्रीनिवासन साहेब सबस्टेशनमध्येच ठिय्या मांडून बसायचा. सतत इलेक्ट्रिकल संदर्भातले अनेक प्रश्न विचारायचा. आम्ही दररोज अभ्यास करून अथवा आपल्या वरिष्ठ अधिकाऱ्याला आपणास जे काही ठाऊक नसेल त्याची माहिती विचारून घेऊन प्रश्नांची उत्तरे देत होतो. आम्हाला वाटायचे की, श्रीनिवासन साहेब आमच्या ट्रेड संदर्भातल्या ज्ञानाची पडताळणी करत असेल. त्यामुळे आम्ही काही दिवस या गोष्टीकडे दुर्लक्ष केले. परंतु काही दिवसानंतर असे लक्षात आले की, श्रीनिवासन सबस्टेशनमध्ये

ड्युटीवर असणाऱ्या प्रत्येकाला वेगवेगळे गाठून प्रश्न विचारत असतो. प्रत्येकाला तेच ते प्रश्न का विचारतो असा प्रश्न आम्हाला पडला होता. 'सिनियर इलेक्ट्रिकल इंजिनियर' या पदावर काम करणाऱ्या माणसाला इलेक्ट्रिकल विषयासंदर्भात सखोल ज्ञान नसेल कसे? असा संदेह आमच्या मनात निर्माण तरी कसा व का व्हावा? परंतु श्रीनिवासन इलेक्ट्रिकलचे बेसिक प्रश्न का विचारतो, याचे कुतूहल मात्र आमच्या मनात अनेक शंकाकुशंका निर्माण करू लागले. इंजिनियरची पदवी प्राप्त केलेला माणूस असा बेसिक प्रश्नात अडकून पडणार नाही. श्रीनिवासन इलेक्ट्रिकल इंजिनियरची पदवी परीक्षा पास झाला की नाही? इंजिनियरिंग कॉलेजात शिकला की, फक्त इलेक्ट्रिकल ट्रेडचा जुजबी अभ्यास केला, अशा अनेक शंका आमच्या मनात निर्माण झाल्या होत्या. पण कुणी विचारायचे, कसे विचारायचे? हा तर मॅनेजिंग डायरेक्टर रामरत्नम साहेबांचा माणूस! विभागप्रमुख पिल्ले साहेबांनाही आपल्या खुर्चीची व नोकरीची भीती वाटत होती. तेही या श्रीनिवासनला अधिकारपदाचा बडगा दाखवू शकत नव्हते की, त्याला त्याच्या जबाबदारीची जाणीव करून देऊ शकत नव्हते. सबस्टेशन इनचार्जची सारी कामे व जबाबदाऱ्या पिल्ले साहेब स्वतःच आपल्या खांद्यावर पेलत होते. श्रीनिवासन फक्त दररोज कंपनीत हजर राहून मजेत दिवस भरत होता. सबस्टेशनमधील खुर्चीवर बसून टेबलावर डोके टेकवून दुपारच्या जेवणानंतर छानपैकी झोपेची डुलकी काढत होता. दिवस जसजसे ढळत गेले, तसतसा परिचयाच्या अध्यायातून श्रीनिवासन साहेब आम्हाला कळत गेला.

श्रीनिवासनची बायको बँक ऑफ इंडियाच्या एका शाखेत पुण्यात मॅनेजर होती. ती आमच्या कंपनीचे एम. डी. रामरत्नम साहेब यांची वर्गमैत्रीण. तिची चेन्नईवरून पुण्यात बदली झाली. आपल्या पत्नीसोबत श्रीनिवासन साहेब पुण्यात स्थलांतरित झाले. पत्नीच्या शिफारशीवरूनच श्रीनिवासनला आमच्या स्टील उत्पादन करणाऱ्या कंपनीत नोकरीही लागली. कंपनीच्या मॅनेजिंग डायरेक्टरचा वरदहस्त डोक्यावर असल्यामुळे श्रीनिवासला कंपनीतल्या कामाची व जबाबदारीची कसलीही चिंता नव्हती. आपल्या गलेलठ्ठ शरीरप्रकृतीप्रमाणेत गलेलठ्ठ पगार कंपनीत मिळत होता. त्यामुळे श्रीनिवासन साहेब खूष असायचा. आम्हाला त्याची पूर्वी वाटत असणारी भीतीही हळूहळू दूर झाली होती. मुळात इलेक्ट्रिकल संदर्भात श्रीनिवासनला फारसे ज्ञान नव्हते. त्यामुळे त्याला त्याची नोकरी टिकविण्यासाठी आमच्याकडून सबस्टेशनमधील उपकरणांची व त्यांच्या हाताळणीसंदर्भात योग्य

ती माहिती श्रीनिवासन आमच्याकडून जाणून घेत होता. पुन्हा पुन्हा सांगूनदेखील काही गोष्टींचे श्रीनिवासनला आकलन व्हावयाचे नाही. त्यामुळे ह्या माणसाने संबंधित इलेक्ट्रिकल ट्रेडमधील कोर्स वा पदवी प्राप्त केली आहे की नाही असा प्रश्न आम्हाला सतत सतावत असायचा. आम्ही श्रीनिवासनशी गप्पागोष्टी करताना चाचपणी करायचो. एक दिवस मी श्रीनिवासन साहेबाला विचारले,

"साब, आप पहले कौनसी कंपनी में जॉब करते थे?"

"मैंऽऽ, मैं, तो चेन्नई में एक बहुत बडा सिमेंट का कंपनी था, उसमें काम कर रहा था।" खुषीत श्रीनिवासन साहेब म्हणाला.

"बडा कंपनी था। फिर उधर आपकी पोस्ट भी बडी होगी ना साब?" मी श्रीनिवासनला गोड बोलून घोळात घेण्यासाठी हळूहळू खोलात शिरत होतो.

"अरे वो क्या पूछने की बात हो गयी! मैं उस कंपनी में इलेक्ट्रिकल डिपार्टमेंट मॅनेजर था। पूरा डिपार्टमेंट मेरे अंडर था।" छाती फुगवत श्रीनिवासन म्हणाला.

"आप मॅनेजर थे! बोलेंगे तो उधर एच.ओ.डी. थे इलेक्ट्रिकल के, व्हेरी गुड साब, लेकिन मुझे ये समझ में आता नही की वहाँ की इतनी बडी पोस्ट और एच.ओ.डी. की नोकरी छोड के आप ये कंपनी में सिनिअर इंजिनियर पोस्ट पें काम करने को क्यों आये? आदमी हमेशा नीचे से उपर बढती लेके अपनी तरक्की करता है, और आप तो बडी पोस्ट छोड के नीचे के पोस्ट पर काम करने को यहाँ आये! आप यहाँ खूष है?"

"क्या करेगा गावडे साब, जिंदगी मे उपर नीचे होता ही है, चलता है, हमारी औरत के लिए यहाँ आना पडा। उनकी बढती हुई, वो तो ब्रांच मॅनेजर है बँक ऑफ इंडिया में। मॅडम की चेन्नई से पुना में ट्रान्सफर हुई, उनके लिए मुझे मेरी नोकरी छोडना पडा। आजकल घर में औरत लोगों का ही सुनना पडता है, अगर नहीं सुनेगा तो प्राब्लेम बढता है, आपको तो मालूम है।"

"नहीं नहीं साब, हमें कुछ मालूम नही, तो आपको पुछताछ कर रहा। हमारे यहाँ ऐसा नहीं होता। औरत मर्द दोनों सोच समझकर सही निर्णय लेते है।" माझं बोलणं ऐकून श्रीनिवासन गोंधळला. आपण काहीतरी चुकीचे बोलत असल्याची बहुधा त्याला जाणीव झाली असावी. बाजू सावरता सावरता श्रीनिवासन सत्याला, मात्र बगल देऊ शकत नव्हता. आपलं अवघडलेलं मन अधिकाधिक मोकळं करताना श्रीनिवासन साहेब म्हणाले,

"हमारे घर में तो पहले से ही हमारे मॅडम जो बोलेगी वही होता है। उनको तो

'ना' सुनने की आदतही नहीं। आखिर परिवार है, हमारी मॅडम बोली, तुम्हारे नोकरी की कोई जरूरत नहीं। छोड दो नोकरी। मैंने नोकरी छोड दी। उनके साथ पुना आया। घर बैठे बोअर हो गया। छे महिना घर में बिना काम का बैठा था, अपने कंपनी के बडे साब रामरत्नम साब और हमारी मॅडम कालेज में एकसाथ पढते थे। साब भी पुना में रहते है। हमारी मॅडम हमेशा साब को मिलने के लिए साब के घर जाती थी। साब भी कभी कभी हमारे घर आते थे। हमारे मॅडम के कहनेपर साब ने मुझे ये कंपनी में नोकरी दे दी। मुझे रहने के लिए कंपनी का क्वार्टर दिया। अभी हमारी मॅडम पूना में रहती है और मैं यहाँ। महिने में एक-दो बार पूना जाता हूँ। कभी कभी उनको छुट्टी रहेगा तो मॅडम भी इधर आती है। चलता है, दिन गुजर रहा है।" मनात साचलेलं मळभ मोकळं करताना श्रीनिवासन मोकळेपणाने बोलत होता.

"फिर यहाँ सबकुछ ठीक लगता है ना साब?" मी म्हणालो.

"आरेऽऽ, यहाँ तो बहोत अच्छा है। कुछ टेन्शन ही नहीं, सच बोलू गावडे साब, मुझे यहाँ का खाना बहुत पसंद है। बहुत बढिया, ऑफिसर मेस में सब टाईप का खाना मिलता है। वेज नॉनवेज है। हर टाईप का नाश्ता मिलता है। कंपनी का कँटिन का नाश्ता भी बहुत अच्छा है। सब व्हरायटीज। हमें बहुते अच्छा लगता है और खाने में कोई लिमिटेशन नहीं और कितना खाता है ये देखनेवाला और बोलनेवाला भी कोई नहीं है।" हसता हसता श्रीनिवासन म्हणाला.

"अच्छा, अच्छा, आपके घर में आपकी मॅडम आपको लिमिटेशन में खाना देती है क्या साब?" मी हसत हसत विचारले.

"वेट कंट्रोल करो, इतनाही खाओ, ये बातें तो होती ही है। लेकिन यहाँ तो मैं पुरा आजाद हूँ। पंछी की तरह, जो मंगता है, दिल चाहता है वो पेटभर खाओ, कुछ टेन्शन नहीं।" समाधानाचा आवंढा गिळत श्रीनिवासन बोलला. श्रीनिवासनच्या खादाडपणाचा अख्ख्या कंपनीत बोलबाला झाला होता. कंपनीत ड्युटीवर असताना कंपनी कँटिनचा नाश्ता मनमुराद खाताना तोंडाला चिकटलेले खरकटे रुमालाने वा हाताने पुसण्याचे भान श्रीनिवासनला राहायचे नाही. तो गालावर वा हनुवटीवर चिकटलेले समोशाच्या पापुद्र्याचे बारीक तुकडे वा बटाटेवड्याच्या भाजीतला पिवळसर मसाला तसाच घेऊन कंपनीत इकडेतिकडे भटकायचा. तोंडाला खरकटे चिकटले आहे हे त्याला कुणी सांगेल तेव्हा तो तोंड स्वच्छ करायचा. ऑफिसर्स मेसमध्ये जेवताना श्रीनिवासनला अवतीभवती जेवणाऱ्या इतर लोकांचे भान नसायचे. तो एखाद्या भुकेजल्या जनावरासारखा जेवणावर तुटून पडायचा.

पुढ्यातल्या ताटातला घास तोंडात भरताना पातळ भाजी वा मटनाच्या रश्श्याचा ओघळ श्रीनिवासनच्या अंगात घातलेल्या शर्टावर नेहमी पडे. ही बाब त्याच्या फारशी लक्षात यायची नाही. परंतु मेसमधील कर्मचारी व मेसमध्ये जेवणारे अन्य अधिकारी यांच्या नजरेतून ही बाब सुटायची नाही. श्रीनिवासनचे जेवण करतानाचे ओंघळ रूप पाहून अनेकांना किळस यावयाची. ऑफिसर्स मेसमध्ये श्रीनिवासन जेवण करत असताना त्याच्या अवतीभवती अन्य लोक जेवण करण्यासाठी चुकूनही बसत नसत. कंपनीमध्ये श्रीनिवासन हा चर्चेचा विषय झाला होता. कामगार तसेच अधिकारीवर्ग श्रीनिवासनबद्दल खासगीत बोलत. मोठ्या साहेबांचा माणूस म्हणून सर्व लोक श्रीनिवासनच्या गचाळ वागण्याकडे दुर्लक्ष करत असत व इच्छा नसतानाही आदरयुक्त संभाषण करत असत. एकंदरीत श्रीनिवासन आमच्या इलेक्ट्रिकल डिपार्टमेंटसाठी अवघड जागेचं दुखणं झालेलं होतं. सोसवतही नव्हतं आणि सांगताही येत नव्हतं. श्रीनिवासन मात्र मस्त मजेत जगत होता. कसलीच जबाबदारी नव्हती. दिवसभर काय काम करतोस हे विचारण्याची कुणाची हिंमत नव्हती. दिवसभर केलेल्या कामाचा कुणाला हिशोब द्यायचा नव्हता. काम करणारे काम करत होते. त्याच्याशी श्रीनिवासनला काही देणंघेणं नव्हतं. सबस्टेशन इनचार्ज म्हणून जबाबदारी दिली असली, तरी सर्व भार विभागप्रमुख पिल्ले साहेबच वाहत होते. कुठल्या रिपोर्टवर श्रीनिवासनला सही करून जबाबदारी आपल्या अंगावर घेण्याची काही एक गरज नव्हती. विभागप्रमुख पिल्ले साहेब एम.डी. चा माणूस म्हणून श्रीनिवासनला वचकून असत. त्याच्या वागण्याकडे जाणीवपूर्वक दुर्लक्ष करत. आता श्रीनिवासनची डिपार्टमेंटमधील कामगारांना कसलीच भीती वाटत नव्हती. हा माणूस केवळ मोठ्या साहेबांच्या वशिल्याने कंपनीत नोकरी करणारा वशिल्याचा तट्टू आहे, ही बाब चार-पाच महिन्यांच्या कालावधीत कंपनीत सामान्य कामगारांपासून वरिष्ठ अधिकाऱ्यांना ज्ञात झाली होती. उच्चविद्याविभूषित अधिकाऱ्याने आपल्या योग्यतेप्रमाणे कसे वागावे, बोलावे, काम करावे, संवाद साधावा, कपडे परिधान करावेत याचा कसलाही गंध श्रीनिवासनला नव्हता. चार-चार दिवस त्याच्या अंगात एकच पॅन्ट आणि तो एकच शर्ट असायचा.

श्रीनिवासनच्या राहणीमानामुळे त्याला अधिकारी तरी म्हणावे कसे असा प्रश्न कंपनीतल्या कामगारांना पडायचा. इलेक्ट्रिकल ट्रेड संदर्भात त्याला फारच जुजबी ज्ञान होते. कागदोपत्री कंपनीतील कुठलीही जबाबदारी एम.डी. च्या सांगण्यावरून विभागप्रमुख त्याला देत नव्हते, अन् पक्क्या सबस्टेशन इनचार्ज म्हणून रुबाबात

कंपनीत वावरत होता. दरमहा गलेलठ्ठ पगार कंपनी श्रीनिवासनच्या बँकेतल्या खात्यावर जमा करत होती. मी एक दिवस सहज पुन्हा एकदा श्रीनिवासनला विचारले,

"साब, चेन्नई में आप कौनसे कंपनी में नोकरी करते थे?"

"बहोत बडा कंपनी था वो। इम्पोर्ट-एक्सपोर्ट होता था उसका प्रॉडक्शन।"

"क्या प्रॉडक्शन था साब उस कंपनी का?" उत्सुकतेने मी म्हणालो.

"सिमेंट, इतना क्वॉलिटी सिमेंट पूरा इंडिया में दूसरा नही। "

"अच्छा, अच्छा, आप सिमेंट के कंपनी में काम करते थे।"

"हांऽऽ लेकिन उधर इतना इलेक्ट्रिकल का पॅनल, ब्रेकर, ट्रान्सफॉर्मर नहीं था, इसके लिए यहाँ मेरे को ॲडजेस्ट करने को थोडा तकलीफ हो रहा है। लेकिन आप सब लोग है, इतना दिन से आप यहाँ काम कर रहे है, सब मालुमात है, तो हमें टेन्शन लेने की जरूरत नही। छोटा प्रॉब्लेम रहेगा तो आप लोग निपटते है, बडा प्रॉब्लेम रहेगा तो बडे साब पिल्ले साब तो है ही, करके तो मैं रिलॅक्स हूँ। हो जाएगा कव्हर। नो प्रॉब्लेम, दिन तो गुजर रहा है और हमारे मॅडम की और किधर ट्रान्सफर हुई तो हमें ये नोकरी भी छोडना पडेगा। सब तो उपरवाले के हाथ में।"

श्रीनिवासनच्या बोलण्यावरून एक गोष्ट मला समजली होती की, श्रीनिवासन केवळ गलेलठ्ठ पगार फुकटात कमावत कंपनीत टाईमपास म्हणून नोकरी करत होता. कंपनीबाबत त्याच्या मनात थोडीही आपुलकी नव्हती. दोन-तीन महिने श्रीनिवासन कंपनीतल्या क्वॉर्टरमध्ये एकटाच राहायचा. कधीतरी पुण्याला त्याच्या पत्नीने फोन करून बोलावले, तर भेटीसाठी एक-दोन दिवस जायचा. सहा महिन्यांच्या कालावधीत श्रीनिवासनची गोल गरगरीत ढेर अधिकच फुगली. जवळजवळ सात-आठ किलो वजनदेखील वाढले. रस्त्याने चालताना त्याला धाप लागू लागली. ही बाब श्रीनिवासनच्या पत्नीच्या लक्षात येतात तिने श्रीनिवासनची चांगलीच कानउघडणी केली. वाढलेल्या वजनाची चिंता श्रीनिवासनला भेडसावू लागली. वजन कमी करण्यासाठी त्याने पुण्यावरून परत कंपनीत येताना बरीचशी औषधेही आणली. डॉक्टरांचा सल्ला घेतला, पण वजन काही कमी होत नव्हते. कारण खाण्यावर श्रीनिवासन आवर घालू शकत नव्हता. वजन कमी करण्यासाठी तो पोटाची भूक मात्र मारू शकत नव्हता. 'पडिले वळण, इंद्रिया सकळ' अशी त्याची अवस्था झाली होती. औषधोपचार करून व शक्य तेवढी पोटाची उपासमार करूनही दोन महिन्यांत श्रीनिवासनचे वजन पहिल्यापेक्षा दोन किलो अधिकच

झाले. आता मात्र श्रीनिवासन चांगलाच धास्तावला. त्याचे कामावर वा कशातच लक्ष लागेना. कामात लक्ष लागायला तो काम तरी कुठे काय करत होता? मोकाट वळूसारखा कंपनीत इकडेतिकडे भटकत राहायचा. कंपनीत ड्युटीवर असताना कंपनीच्या कँटिनमध्ये घुसायचा. दही, ताक, दूध, साखर, समोसे, बटाटेवडा, मेदूवडा, शिरा... कँटिनमध्ये मेनूप्रमाणे असेल ते व तिथे दिसेल ते टेबलावर मागवायचा. जिभेची पूर्ण तृप्ती झाल्याशिवाय कँटिनच्या बाहेर श्रीनिवासन पडायचा नाही. ऑफिसर्स मेसमध्येही तीच तऱ्हा. कँटिन व ऑफिसर्स मेसमधील कर्मचारी श्रीनिवासनला पाहताच आपापसात कुजबुजत 'आला बघा रानडुक्कर. आता काय काय हादडतोय आन् किती हादाडतोय राम जाणे.' दुसरा लगेच त्याला म्हणे, 'राम बसलाय हापिसात, त्यानंच आणलंय हे दुखणं. म्हणं राम जाणं!' कर्मचारी लोक हास्यविनोदात रमत. श्रीनिवासन जवळ येताच कँटिनचा कर्मचारी बोलायचा,

"साब, बहोत थके हुए लगते है? क्या जादा काम करना पडा आज? भूख भी लगी होगी?"

"क्या बोलू यार, बहोत काम करना पडा। उधर का तो सब मुझे ही देखना पडता है ना! लोगों के पीछे खडा होकर काम करके लेना पडता है। हायटेन्शन है ना, आपको क्या मालूम हमें क्या टेन्शन है?"

"टेन्शन है तो साब, आप दिनबदिन दुबले होने के बिगर जाडाही होते जा रहे हो। ये कैसा होता है साब?"

"होता है, होता है। टेन्शन से तो जाडा हो रहा हूँ भाई। यहाँ तो सब टेन्शन का ही काम है। जिधर देखो उधर टेन्शन। ये टेन्शन से खाना हाजम नहीं होता। तुम नही समजोंगे दे दो खाना दे दो। बहुत भूख लगी है। "

श्रीनिवासनची पाठ वळताच कंपनीतले लोक त्याची टिंगलटवाळी करत असत. श्रीनिवासन हा कंपनीत चेष्टेचाच विषय झाला होता. लोक आपल्याबाबत कुचेष्टेने बोलतात, हे बाब श्रीनिवासनच्या लक्षात येत नसेल का असा प्रश्न मला नेहमीच पडायचा. पण श्रीनिवासन कोणी काहीही उपहासात्मक बोलले तरी हसतच राहायचा. त्यामुळे लोक श्रीनिवासनची उघड उघड त्याच्यासमोर चेष्टामस्करी करू लागले. श्रीनिवासन फक्त हॅ हॅ हॅऽऽ करत हसतच राहायचा.

दिवसामागून दिवस सरत होते. श्रीनिवासन वर्षभराच्या कालावधीत देहाने भोपळ्यासारखा गोल गरगरीत झाला होता. बँकेची ब्रँच मॅनेजर असणारी श्रीनिवासनची बायको दररोज फोनवरून श्रीनिवासनची तब्येतीबद्दल खरडपट्टी करत

असायची. श्रीनिवासन ड्युटीवर असताना कित्येकदा तिचा फोन श्रीनिवासनला यायचा. फोनवर श्रीनिवासन 'शेरी, शेरी, हाँ, हाँऽऽ, कुछ नहीं खाया। सांबरम सच्च, सच्च बोलता हूँ। बाद में फोन करता हूँ। काम कर रहा हूँ। नोऽऽ नोऽऽ सॉरी सॉरी' असे बोलत राहायचा. मग मी विचारायचो,

"क्या साब, मॅडम का फोन था।"

चेहऱ्यावर सुतकी अवकळा आल्यागत श्रीनिवासन बोलायचा,

"हाँऽऽ, क्या करेगा यार? उसको बहुत घुस्सा आता है। हमेशा परेशान करती है। वजन कम करो, खाना जादा मत खाओ, मेरे को बताओ, गावडे साब, खाना नहीं खायेगा तो जियेगा कैसे? साला ये वेट बढता है, उसका मैं क्या करूं, कुछ तरीका बताओ वेट कम करने का। कुछ इफेक्टिव्ह दवा बताओ यार वेट कम करने का। मैं कितना ट्राय करता हूँ, बिलकुल वेट कम होता नहीं, बढतेही जा रहा है। बस यही एक ही समस्या मुझे परेशान कर रही है। गावडे साब, आपको मैं रिक्वेस्ट करता हूँ, ये वेट कम करने का कुछ दवा आपको मालूम रहेगा, तो मुझे बताओ, प्लीज, प्लीजऽऽ"

खरे तर श्रीनिवासनला सबस्टेशनमध्ये इतर लोकांपेक्षा माझा जास्तच विश्वास वाटत होता. का ते मलाही कळत नव्हते. मनमोकळेपणाने बोलल्याशिवाय माझाही दिवस सरत नव्हता. खादाड श्रीनिवासनचे वजन कमी होणे ही अशक्यप्राय गोष्ट होती. मी म्हणालो,

"साब, आपने इतनी दवाई खायी है, तो भी असर हुआ नही और मैं दवा बतानेवाला डॉक्टर थोडा ही है?"

"ऐसा नही, ऐसा नही साब, हम जानते है आपको, आपको बहुत सारी मालुमात है। बहोत सारे लोग आपकी सलाह लेते है। आप सही है, करके तो लोग आपके पास आते है। मुझे भरोसा है, मेरे वेट कम करने का सही तरीका या दवा आपही मुझे बता सकते हो।"

श्रीनिवासनचे बोलणं ऐकून मी चिंताग्रस्त झालो. या माणसाला कसे समजून सांगावे मलाच काही कळेना झाले. कोणीतरी श्रीनिवासनला माझे नाव सुचविले असणार, त्याशिवाय हा माणूस माझा पिच्छा सोडणार नाही, अशी माझ्या मनाची धारणा झाली.त्या दिवशी मी श्रीनिवासनसमोर मौन बाळगले. दुसऱ्या दिवशी सकाळी चहापानानंतर श्रीनिवासनने सबस्टेशनमध्ये फीडर पॅनेलचे रिडिंग घेत असताना मला एकांतात गाठले व म्हणाला,

"गावडे साबऽऽ, आप मुझे वेट कम करने की दवा के बारे में बताओ ना। कल भी तुम कुछ बोला नहीं। तुम डरो मत, अगर कुछ साईड इफेक्ट होगा तो मैं तुम्हारा नाम किसी को नही बताऊंगा।"

श्रीनिवासनचा हा अज्ञानीपणा म्हणावा की भोळसटपणा म्हणावा की बावळटपणा म्हणावा, मलाच काही कळेनासं झालं. मी त्याला म्हणालो,

"साब, सचमुच मुझे इसके बारे में कुछ मालूम नहीं है। आपका मेरे उपर भरोसा है ना! आपको मेरा नाम किसने बोला कि मेरे को ये वेट कम करने की दवा के बारे में मालुमात है करके?"

"वो बात छोड दो। कौन बोला, क्या बोला, ये इम्पॉर्टन्ट नहीं है। आप मुझे मजबूर मत करो। मैं तुम्हारा साब हूँ और अपने साब के साथ कोई ऐसा बरताव नहीं करता। भाई, हम तो रिक्वेस्ट करता है, आप मुँह खोलते ही नहीं, मैं आपकी एम.डी. साब के पास कम्प्लेंट करू क्या, तुम मेरा काम सुनता नहीं है करके?"

श्रीनिवासनने मला विनाकारणच वेठीला धरले. गेल्या वर्षभराच्या अनुभवांती मला श्रीनिवासनचे कंपनीत किती वजन आहे हे चांगलेच ठाऊक झाले होते. त्याच्या धमकीला घाबरण्याचे मला काही एक कारण नव्हते. गेली पस्तीस वर्षे कंपनीत एकनिष्ठपणे सेवा केलेला माझ्यासारखा माणूस श्रीनिवासनने पूर्णपणे ओळखला नव्हता. हे श्रीनिवासनचे भूत आपल्या डोक्यावरून कसे उतरवले पाहिजे याचाच विचार करत असताना आमच्या डिपार्टमेंटचे इन्स्ट्रूमेंट सेक्शनचे ढगे साहेब सबस्टेशनमध्ये काही मीटर संदर्भात भेट देण्यास आले. ढगे साहेबांची प्रकृती म्हणजे कडक वाळलेला पातळसा बोंबील. नुसता हाडांचा सापळा. जोराचा वारा आला तरी वाऱ्यावर पाचोळ्यासारखा उडून जाईल असा माणूस. आपल्या कामात इतका एकनिष्ठ की, कुणी त्याच्या कामात ढवळाढवळ केलेली त्याला खपायची नाही. अगदी विभागप्रमुखालाही तो जुमानायचा नाही. विभागप्रमुखालाही ढगे वेळप्रसंगी ठणकावून सांगायचा,

"इन्स्ट्रूमेंटेशनमधील तुम्हाला जास्त माहिती असेल तर तुम्ही ते काम करा. मी जातो घरी."

त्यामुळे विभागप्रमुख पिल्लेही सहसा ढगेच्या वाटेला जात नसत. ढगे वरवर पाहता शांत दिसत असला तरी अतिशय तिरसट स्वभावाचा हेकेखोर माणूस होता. आपल्या नादी लागणाऱ्या माणसाला तो झटक्यात वठणीवर आणायचा. चारचौघात त्याचा पाणउतारा असा करायचा की, तो माणूस पुन्हा ढगेपासून चार हात दूर राहिला

पाहिजे. ढगे साहेबाला पाहताच माझा जीव सुखावला. डिपार्टमेंटच्या ऑफिसमध्ये विभागप्रमुखाच्या केबिनलगत डिपार्टमेंटमधील सर्व अधिकारी वर्गाचे टेबल एका पुढे एक असे हारीने मांडलेले होते. आपल्या टेबलावरील फाईलचा टिपटारा हे अधिकारी टेबलालगतच्या खुर्चीवर बसून करत असत. कामातल्या चुकांसंदर्भात विभागप्रमुख एकेक अधिकाऱ्याची आपल्या केबिनमध्ये बोलावून कानउघडणी करत असे. त्यामुळे ऑफिसमधल्या टेबलालगतचे अन्य अधिकारी कधी सुखावत तर कधी दुखावत. कधी आपापसात विभागप्रमुखाबद्दल खासगीत खलबते करत, तर कधी गप्पागोष्टीत, हास्यविनोदातही काम करता करता रमत असत. ढगे साहेब सबस्टेशनमधून ऑफिसात निघून गेले. सबस्टेशनमध्ये मी आणि श्रीनिवासन साहेब दोघेच होतो. मी श्रीनिवासनला म्हणालो,

"साब, ये ढगे साबको देखा है?"

"हाँ देखा है। आदमी है या मच्छर? हवा आयेगा जोर से तो उड जायेगा। लेकिन रुबाब देखो, बहुत अक्कड। किसी के साथ सीधी बात नहीं करता, मच्छर जैसा काटता है साला।" श्रीनिवासन काहीसा त्रासिक होत बोलला.

"आप उसको मच्छर समजते है, लेकिन वो जो जब ये कंपनी में भर्ती हो गया ना, तब उसकी तबीयत आपसे दोगुना थी। कसम से आप भरोसा नहीं करेंगे कि इतना पतला ये आदमी कैसा हुआ?"

"क्या बोलते हो! सचऽऽ, मुझे नहीं लगता यार।"

"नही लगेगा सच आपको। लेकिन सच है, आप भरोसा करो या ना करो।"

"यार ये आदमी फिर इतना पतला कैसा हो गया?"

"वो दवा तो उसको ही मालूम। वो किसी को बताता नहीं लेकिन कौनसी तो गोली वो अभी भी हमेशा खाता है। इतना तबीयत कम कैसा हो गया, ये भी आचरज की बात है। हमारे सामने हमने उसको देखा है कई सालसे। आप जरा मिठी मिठी बात करके ढगे साब को वो गोली का नाम पूछो। आपकी भी वेट की परेशानी दूर हो जायेगी। लेकिन एक बात ध्यान में रखो। मैंने आपको ढगे साब को पूछने की सलाह दे दी ऐसी खबर किसी को भी मालूम होना नहीं मंगता। आपको तो मालूम है ढगे साब कैसे नेचर का आदमी है? वो तुम्हारे साथ मुझे भी फाड डालेगा। वो किसीको डरता नहीं। झगडे का मामला हो जायेगा तो मैं सीधा मेरे कानपर हाथ रखूंगा। मैं ऐसा श्रीनिवासन को बोला ही नहीं करके सबको बोल दूंगाऽ मैं ये बात आपको बतानेवाला नहीं था, लेकिन क्या करे, कितना दिन से आपकी परेशानी

मुझे भी हैराण कर रही है। मैं कभी भी किसीका हमेशा भलाही चाहता हूँ। ये आपही जानते है। लेकिन आप आपके लिए मेरी इमेज खराब नहीं करना साब और कंपनी में सब लोग जानते है कि मैं कभी झूठ नहीं बोलता। ढगे साब को दवा के बारे मैंने पूछने की आपको सलाह दी, ऐसा आप किसीको बोलेंगे तो लोग आपके उपर भरोसा नही करेंगे। लेकिन ढगे जैसा आदमी तुम्हारे साथ साथ मेरे साथ भी झगडा करेगा, तो आप अपनी दिमाग और खुबी से उसके पास से वो दवा की गोली का पता लगावो।"

माझे बोलणे ऐकून श्रीनिवासनचा चेहरा आनंदाने गुलाबाच्या फुलासारखा प्रफुल्लित झाला. सागरमंथनातून जणू आज आपणास अमृतच प्राप्त झाले आहे असे भाव त्याच्या चेहऱ्यावर उमटलेले मला दिसले. ओठावर नसलेल्या मिशीवर हाताचे बोट फिरवत श्रीनिवासन म्हणाला,

"गावडे साब, आपने मेरा बहुत बडा काम किया है। आप बेफिकीर रहे। आप मुझे ये बात बोले ही नहीं, मैं ढगे को बराबर हॅन्डल करता हूँ।"

श्रीनिवासन डिपार्टमेंटच्या ऑफिसमध्ये गेला. ऑफिसमध्ये ढगेच्या पाठीमागेच श्रीनिवासनचा टेबल होता. श्रीनिवासन कधीच ऑफिसमधील आपल्या जागेवर बसायचा नाही व जास्त वेळ ऑफिसला जाणे वा थांबणेही टाळायचा. ऑफिसमधील कटकटींपासून दूर राहण्यात तो नेहमीच धन्यता मानायचा. श्रीनिवासनला आज ऑफिसमध्ये पाहताच ऑफिसमधील अन्य अधिकाऱ्यांच्या भुवया उंचावल्या. एक जण म्हणाला,

"आज सूर्य पश्चिमेला उगवला."

"हा सूर्य नाही, हा धूमकेतू आहे." दुसरा म्हणाला.

"धूमकेतूऽऽ! ह्यॅ, हाल्या आहे हाल्याऽऽ" तिसरा म्हणाला.

तेथे बसलेले सारे जण खोऽऽ खो हसू लागले. फक्त ढगे आपल्या टेबलावरील फाईलमध्ये डोकं खुपसून बसला होता. ऑफिसमधील आपले सहकारी अधिकारी आपणास पाहून हसतात, उपरोधाने बोलतात याचे काही एक भान वा सोयरसुतक श्रीनिवासनला नव्हते. तो सरळ ढगेंच्या टेबलाजवळ जात ढगेंना म्हणाला,

"गुड मॉर्निंग, ढगे साब।"

"गुड मॉर्निंग." फाईलमधून डोकं वर काढीत ढगे बोलला.

"साबऽऽ, आपको चाय लेके आऊ क्या?" श्रीनिवासन ढगेच्या टेबलावर आपले दोन्ही वजनदार हाताचे तळहात टेकवीत म्हणाला.

या श्रीनिवासनला आज काय झाले आहे या भ्रमात ढगे श्रीनिवासनचा चेहरा न्याहाळू लागला. तर श्रीनिवासन ढगेच्या टेबलाजवळ गेलाय हे पाहून अनेकांच्या भुवया उंचावल्या व कान टवकारले गेले.

"नहीऽऽ मैं चाय पिता नही।" ढगे म्हणाला.

"फिर कॉफी लेके आऊ?" श्रीनिवासन हट्टाला पेटल्यागत म्हणाला.

"मुझे कुछ नहीं चाहिए। जाओऽऽ यहाँ से, मुझे मेरा काम करने दो।"

"साब, घुस्सा मत करो। हम तो प्यार से बोलता है। आप हमारे और हम तुम्हारे है साब!"

"श्रीनिवासन, मेरे पास तेरे जैसा फालतू टाईम नहीं है। ड्युटी इज ड्युटी। गेट लॉस्ट!" ढगे चिडताना पाहणे हे रोमांचकारी दृश्य उपस्थित अधिकारी डोळे भरून पाहात होते.

"साब घुस्सा मत करो। आप तो दोस्त है ना! जरा प्यार से बात करो।"

"क्या प्यार प्यार लगा रखा है। तेरे को प्यार समजता है क्या? बईल कुठला!"

"बईलऽऽ"

"हांऽऽ, बईलऽऽ बायकुचा बईलऽऽ" ढगे त्रासून म्हणाला.

"साब येऽऽ बईल क्या होता है?"

"तेरे को नही समजता ना?"

"नहीं समजता साब।"

"नही समजता तो अच्छा ही है।" ढगे किंचित हसत म्हणाला.

"वो जाने दो, साब आपको पानी लाके दू?" श्रीनिवासन तोंड वेंगाडल्यागत म्हणाला.

"ये बाबाऽऽ तू का सतावतोस मला आज! का माझ्यापाठी लागलास. गपगुमान बस ना."

"साबऽऽ, एक काम था आपके पास। करके बोल रहा हूँ।"

"बोल ना! काय काम आहे ते. असा आडवळणाने का जातोस. सांग काय काय आहे ते."

"वो दवा की गोली का नाम चाहिये था। वो जरा बताओ ना।"

"कौनसी गोली?"

"वो बॉडी पतला होनी की।"

"क्या!" तोंड वासून ढगे बोलला. तेवढ्यात विभागप्रमुख पिल्ले साहेब त्यांच्या

केबिनमधून बाहेर आले. पिल्ले साहेबांना पाहताच खुर्चीवर बसलेले सर्व ऑफिसर उभे राहिले. श्रीनिवासनकडे पाहात पिल्ले साहेब म्हणाले,

"श्रीनिवासन, सबस्टेशन छोडकर ऑफिस में आया? सबस्टेशन कोई उठा के लेके जायेगा तो!"

"ऐसा कैसा लेके जायेगा कोई। वहाँ तो और अपने आदमी है ना साब।"

"फिर भी आपका उधर रहना जरूरी है। यहाँ ऑफिस का काम करने के लिए हम लोग है ना।" पिल्ले साहेबांचे उपरोधिक बोलणं श्रीनिवासनच्या ध्यानात आले नाही. तो कोडग्यागत म्हणाला,

"ये हमारा दोस्त है ना ढगे साब। उनको मिलने को आया था।"

"ढगे! और तेरा दोस्त? मुझे मालूम नहीं था तुम्हारी दोस्ती के बारे में। बहुत बढिया, एक जाडा और एक पतला, अजब जोडी है तुम दोनों की।" पिल्ले साहेब असे बोलताच सारे जण मनमुराद हसू लागले. ढगेला तर काय बोलावं हे सुचेनासं झालं. त्याला अधिकच अपमानित व ओशाळल्यागत झाले. ज्या श्रीनिवासनची साऱ्या कंपनीत छी: थू होते, तो श्रीनिवास आज सर्वांसमोर आपल्या दोस्तीची कबुली देतो. त्याच्या निर्लज्जपणाची ढगेला किळस आली. जळजळीत नजरेने श्रीनिवासनकडे ढगे पाहात होता. ढगेच्या अवघडलेल्या अवस्थेचा फायदा घेण्याच्या हेतूने श्रीनिवासन म्हणाला,

"ढगे साब, वो दवा की गोली का नाम बताओ ना!"

"कौनसी दवा की गोली? जरा हमें भी पता चले।" पिल्ले साहेब म्हणाले.

"कोई नही साब, वो तो हमारी पर्सनल बात है।" अधिक हसू होऊ नये म्हणून ढगे सारवासारव करत बोलला.

"ठीक है साब, आपको बाद में मिलता हूँ। नहीं तो शाम को आज बाहर होटल में खाना खाने को जायेंगे, चलेगा?" श्रीनिवासन ढगेकडे पाहात म्हणाला.

आता या श्रीनिवासनचे काय करावे, जिवंत जाळावे की आख्खा गिळावे असे ढगेला झाले होते. डिपार्टमेंटमध्ये कुणासोबतही दोस्ती वा हितसंबंध जुळलेले नसलेल्या ढगेला आज श्रीनिवासनने पेचात पकडून दोस्तीची खुलेआम खोटी कबुली देणे म्हणजे निर्लज्जपणाचा कहरच झाला होता. पिल्ले साहेबांपाठोपाठ श्रीनिवासनही ऑफिसबाहेर पडला.

इतके दिवस आपल्या तोऱ्यात जगणाऱ्या ढगे साहेबांच्या टेबलजवळ ऑफिसातले तेथे उपस्थित असणारे सारे अधिकारी गोळा झाले. छाजेड साहेब

म्हणाले,

"वाहवा ढगे! मराठी असून तुला मराठी माणसांची ॲलर्जी आहे ना! प्रमोशनसाठी श्रीनिवासनबरोबर दोस्ती केलीय का? एम.डी.. चा माणूस आहे ना तो! वा! काय सेटिंग लावलीय आतापासून."

विरकूड म्हणाला, "आपलीच माणसं अशी वागतात म्हणून या साऊथ इंडियन लोकांचं फावतंय. साला बिनकामाचा टोणगा डोक्यावर बसलाय अन् आपली लोकं त्याच्याशी छुपी दोस्ती करून वर सोंग दाखवितात. मी नाय त्यातली आन् कडी लाव आतली."

"कधी नव्हे तो मद्रासी आज तुझ्या गळ्यात कसा पडला!" नलावडेने ढगेकडे कुतूहलाने पाहात विचारले. सर्वांचे बोलणे ऐकून ढगेचं डोकं सुन्न झालं. ढगे साहेब आपल्या टेबलवरून उठले व सरळ ऑफिसमधून बाहेर पडले.

त्या दिवसापासून ढगे साहेब फक्त कामापुरतेच ऑफिसमध्ये येत असत. आता त्यांच्यापाठी श्रीनिवासनचा ससेमिरा लागला होता. ढगे साहेब श्रीनिवासनची गाठभेट टाळत होते आणि श्रीनिवासन सतत ढगेचा पाठलाग करीत होता. ढगे भेटत नाही म्हणून श्रीनिवासन अस्वस्थ झाला होता. श्रीनिवासन समोरून येताना दिसला की, ढगे कंपनीत कुठल्याही मशिनच्या ऑपरेटिंग केबिनमध्ये, कधी बेसमेंटमध्ये लपून बसायचा व श्रीनिवासनला चकवा द्यायचा. जवळजवळ आठ दिवस ढगेने श्रीनिवासनला गाठभेट होण्यापासून टाळलं होतं. पण एक दिवस ढगे साहेबांना विभागप्रमुख पिल्ले साहेबांनी काही कामानिमित्त त्यांच्या केबिनमध्ये भेटण्यासाठी फोन करून बोलावून घेतले. ढगे ऑफिसकडे निघाले तर ऑफिसच्या दारातच श्रीनिवासन ढगेची वाट पाहात उभा. ढगेच्या मोबाईलची रिंग सतत वाजत होती. पिल्ले साहेब त्यांची वाट पाहात होते आणि श्रीनिवासन वाट अडवून बसला होता. शेवटी मनाचा हिय्या करून ढगे साहेब ऑफिसात घुसला. ढगेला पाहाताच श्रीनिवासनची कळी खुलली. त्याने चक्क ढगे साहेबांचा इवलासा हात आपल्या मजबूत मुठीत पकडला आणि म्हणाला,

"क्या साब, आठ दिन हो गये, आप मिलते ही नही!" तेवढ्यात ढगे सतत फोन करूनही आपल्या केबिनमध्ये का येत नाही याची ऑफिसमधील इतर सहकारी लोकांकडे चौकशी करण्यासाठी पिल्ले साहेब आपल्या केबिनच्या बाहेर आले, तर त्यांच्या केबिनबाहेर श्रीनिवासनने ढगेचा हात पकडून ठेवलेला. ढगेला पाहताच पिल्ले साहेब रागावून म्हणाले,

"फोन की रिंग बजती है, तेरे को सुनने को आती नही क्या? फोन क्यों उठाता नही?"

"कैसा उठायेगा साब, इसने मेरा हाथ पकड के रखा है।" ढगे पिल्ले साहेबांकडे पाहात म्हणाला, तसा विजेचा शॉक लागल्यागत श्रीनिवासनने ढगेचा हात सोडून दिला.

"ड्युटी के टाईम ड्युटी करो, अगर ड्युटी की जरूरत नहीं तो रिझाईन दे के कंपनी के बाहर जाओ। क्या नाटक लगा रखा है? तुम लोग बच्चे जैसा बरताव करते हो, शरम आनी चाहिए।" ऑफिसमधले सारे लोक कान टवकारून पिल्ले साहेबांचं बोलणं ऐकत होते.

"साब येऽऽ, मुझे सताता है, हमेशा मेरा पिछा करता है।" ढगे म्हणाले.

"येऽऽ क्युँ सताता है तुमको? तुम तो दोस्त है ना. तुम क्या लडकी या औरत है, तब वो तुम्हारे पिछे पडा है, क्या मामला क्या है?" जरा रागाचा पारा खाली आल्यागत पिल्ले साहेब नरमाईच्या शब्दात बोलले. ढगे काही स्पष्टीकरण करण्याच्या अगोदर श्रीनिवासनने आपली बाजू मांडली. तो म्हणाला,

"वो क्या है साब, ढगे साब हमको दवा का नाम बताता नहीं।"

"कौनसी दवा! ढगे क्या डॉक्टर है क्या?" पिल्ले साहेब श्रीनिवासनकडे पाहात म्हणाले. आवंढा गिळीत श्रीनिवास म्हणाला,

"साबऽऽ, तबीयत कम करने की दवा ढगे साब को मालूम है और वो दवा नाम ढगे साब मुझे बताता नही।"

"अरेऽऽ तुम उसकी तबीयत तुम्हारे जैसा हेल्दी होने का तरीका बताओ, हवा के झोके से ये आदमी उडके चला जायेगा। ये क्या तुमको दवा देगा! तुम ही उसको जाडा दवा दे दो।" पिल्ले साहेब हसत म्हणाले.

"कंपनी में लोग बोलते है कि ढगे साब मुझसे भी कही गुना जाडे थे। उन्होंने दवा खा के अपनी तबीयत ऐसी बनाई है, मुझे भी उनके जैसा पतला होना है। साब आप बोलेंगे तो ढगे साब वो दवा का नाम मुझे बतायेगा। जरा आप उनको मेरे लिए रिक्वेस्ट करो ना!" श्रीनिवासन गयावया करत म्हणाला. त्याचं बोलणं ऐकून पिल्ले साहेबांसह ऑफिसमध्ये उपस्थितांनी आपले हसू आतल्या आत दाबून धरलं होतं. पिल्ले साहेबांनी ढगेचा पडेल केविलवाणा चेहरा पाहात त्याला विचारले,

"ढगेऽऽ, ये श्रीनिवासन बोलता है, वो सच है?"

"नही साब। सबकुछ झूठ हैऽ ये पिशाच्च जैसा मेरा पिछा करता है साब आठ दिनसे। जब मिलेगा तब दवा का नाम बताओ ऐसा बोलता है। मैं परेशान हो गया

साब।" ढगे साहेब बोलले.

"ये श्रीनिवासन पागल हो गया क्या तू? अभी मैं एम.डी. के पास तेरा कम्प्लेंट करेगा, एक तो खुद काम करता नही और जो काम करता है, उसको उसका काम करने को देता नही। कौन बोला तुझे ये दवा ढगे को मालूम है?" पिल्ले साहेबांनी श्रीनिवासनला चांगलेच फैलावर घेतले. श्रीनिवासन खाली मान घालून ऐकत सुंभासारखा उभा होता.

"कौन बोला तेरे को ढगे का नाम? बता नहीं तो मैं आज...!"

पिल्ले साहेब निर्वाणीच्या शब्दात बोलले, तेव्हा खाली मान घालून श्रीनिवासन म्हणाला,

"साब, वो सबस्टेशन आपरेटर गावडे साब बोला. गावडे साब कभी झूठ बोलते नही है। ये तो आपको ही मालूम है ना साब!"

"गावडे बोला, नहीं गावडे ऐसा नहीं बोल सकता। हमारा भरोसा है।" पिल्ले साहेब म्हणाले.

"नही साब! वो ही बोले, सच्च है।" श्रीनिवासनने आपलीच री ओढली.

"क्या बोलू श्रीनिवासन, सचमुच तू बईल है, बईल।" पिल्ले साहेब हसत हसत म्हणाले आणि ऑफिसमध्ये हास्याची कारंजी उडाली. जो तो ढगेकडे पाहात म्हणू लागला,

"ये ढगे आम्हाला बी औषधाची एक एक बाटली दे. सगळ्याच त्या श्रीनिवासनला देऊ नको."

काही वेळात सबस्टेशनमधील टेबलावरचा फोन खणखणला. मी फोन उचलताच तिकडून आवाज आला,

"मी ढगे बोलतोय, गावडेंना फोन देता का?"

"रॉंग नंबर. हा लॅबोरेटरीचा फोन आहे. सबस्टेशनला फोन करा. गावडेंची ड्युटी सबस्टेशनला असते. कंपनीच्या इंटरकॉमचा प्रॉब्लेम आहे. सबस्टेशनचे फोन भलत्याच डिपार्टमेंटला कनेक्ट होतो." असे बोलून मी रिसिव्हर ठेवून दिला.

। ९ ।

वाटेवरची माणसं

गावागावांना जोडणारी पूर्वीची खाचखळग्याची, दगडमातीची कच्ची सडक आता तोंडाला डांबर फासून बसलीय. पूर्वी धुळीचे लोट हवेत उधळीत चार-दोन दिवसाअंती त्या सडकेवरून धावणाऱ्या एखाद्या मोटारगाडीचं किती कुतूहल वाटायचं. माळरानातून परत शेतातून गावाला भिडणाऱ्या पायवाटेने बाराही महिने माणसांची वहिवाट. शिवारातल्या ओढ्यानाल्यात अन् बांधावरील बोरी, बाभळी, चिंच, आंबा, पिंपळ, वड अशा उंच आणि डेरेदार झाडांच्या गर्द राईत शिवारातली पिके झाकून जात. शेतातील बांधावरून पुढे पुढे सरकणारी पायवाट बांधावरच्या झाडाझुडपांना अलगद बगल देत थेट गावाला भिडायची. गावदेखील तसे छोटेच. दहा-बारा किराणा मालाची दुकाने, चार-पाच चहा भेळीची हॉटेल, सकाळ संध्याकाळ माणसांच्या वर्दळीनं हॉटेलं फुललेली, पेट्रोमॅक्सच्या बत्तीसारखी. गावाच्या मध्यभागी एक भुईकोट किल्ला. पांढऱ्या मातीच्या विटांनी बांधलेली त्याची उंचच उंच भव्य तटबंदी. किल्ल्याच्या चारीही बाजू तटबंदीत बंदिस्त. पूर्वेला किल्ल्याच्या प्रवेशद्वारावर भलामोठा लाकडी दरवाजा. त्यावर जागोजाग अणुकुचीदार पितळी बोडं. दरवाजा इतका भक्कम आणि विशाल की जागोजाग अणुकुचीदार पितळी बोडांमुळे त्याला धडका देणारे जिवंत हत्तीच्यासुद्धा चिपा होतील. किल्ल्याच्या आत एक उंच उंच माडीची इमारत. तिच्याशेजारी चिंचेचे विशाल झाड उजव्या हाताला, तर डाव्या हाताला पिंपळ थेट उत्तरेच्या तटबंदीला

भिडलेला. त्याला मस्तानीचा महाल म्हणत. इमारतीच्या चारही अंगाची विस्तीर्ण मोकळी जागा तटबंदीने सीमित केलेली. मराठी शाळेचे पाचवी, सहावी व सातवीचे वर्ग त्या इमारतीत भरत. सातवी फायनल परीक्षा पास होऊन शाळा मास्तर नेमणुकीवर आता सरकारने बंदी आणली होती. मस्तानी महालात भरणारी शाळा केव्हांच बंद होऊन शाळेच्या नव्या इमारतीत दाखल झाली होती. गावात हायस्कूल सुरू होऊनसुद्धा आता आठ-दहा वर्षे तरी लोटली होती. मस्तानी महालाची इमारत आता पूर्णतः मोडकळीस आलेली.

सातवी फायनल परीक्षेच्या अस्तित्वामुळे सहावी व सातवीच्या वर्गाच्या रात्रीचे शिकवणी वर्ग शिक्षक शाळेच्या खोलीतच घेत असल्यामुळे बाहेरगावी व वाड्यावस्त्यावरची मुलं रात्री शाळेतच झोपत असत. हायस्कूलची मुलं ही चार-पाच जणांच्या समूहानं भाड्याची खोली घेऊन गावातच राहात. त्यामुळे गावात शैक्षणिक वातावरण सदोदित जाणवत राहायचं. तसं पावसाळ्यात गावाचं ओलेपण नकोसं वाटायचं. गल्लीबोळात, रस्त्यात सगळीकडे चिखलाची पातळ चिकचिक आणि घाणीचे साम्राज्य, डास, माश्यांचा उपद्रव. उलट्या, जुलाब, थंडीतापासारख्या आजाराच्या साथी. गावात दोनच डॉक्टर. एक वामन मास्तर म्हणजे वामन निपुणगे आणि दुसरे डॉक्टर चक्रपाणी. दोन्ही डॉक्टरांच्या दवाखान्याच्या खोलीत आजारी माणसांची सारखीच वर्दळ. खरं तर दीनदुबळ्या माणसांची चक्रपाणी डॉक्टरांच्या दवाखान्यात जास्तच रीघ. दोन खोल्यांचं भाडोत्री घर. पुढच्या खोलीत एक लाकडी टेबल, खुर्ची, औषधाचं लाकडी कपाट आणि छोटीशी लोखंडी खाट. अंगणात आणि दवाखान्याच्या खोलीत आजारी माणसं दाटीवाटीने बसलेली. आतल्या खोलीत स्वयंपाकासाठी लागणारी चार भांडी, पाण्याचा पिंप, चार दोन चौकोनी पत्र्याचे डबे व इतर सटरफटर सामान. संसार तरी म्हणावं कसा त्याला ? कारण पत्नी नावाचं संसाररथाचं एक चाक तिथं कधी दिसलंच नाही. गोरगरीब आजारी माणसांची डॉक्टरांनी पैशांसाठी कधीच अडवणूक केली नाही आणि कोणाच्या उधारीचा हिशोब कधी लिहून ठेवला नाही. तसेच उधारीचं बिल स्वतःहून कुणाकडे मागितलंच नाही. रात्री अपरात्री आजारी माणसासाठी त्यांच्या दवाखान्याचे दार सताड उघडे असायचे. आजारी माणसासाठी दिवसरात्र, ऊनवारा, पाऊस कशाचीही तमा न बाळगता जिकडे बोलावणे येईल तिकडे रानावनात वाडी वस्त्यावर, गावी परगावी सोबतीविनाच चक्रपाणी डॉक्टर सायकलने प्रवास करत जात असत. जनसेवेचे अखंड व्रत त्यांनी

घेतले होते. शाळेतील गरीब व हुशार विद्यार्थ्यांचा ते नेहमी शोध घेत असत व त्यांना ते नेहमी आर्थिक मदत करत.

तीन-चार गरीब आणि हुशार विद्यार्थी तर नेहमी डॉक्टरांकडेच वास्तव्यास असत. त्यांच्या शिक्षणाचा सगळा खर्च अर्थात डॉक्टरच करत असत. वह्या, पुस्तकं, जेवणखाणं, कपडालत्ता सारं काही डॉक्टरांच्या पैशातून होई. स्वतः रांधताना डॉक्टरांच्या बरोबरीने अशा विद्यार्थ्यांना पाककलेचेही शिक्षण मिळे. डॉक्टरांनी अशा कितीतरी विद्यार्थ्यांना स्वखर्चाने शिक्षण दिले. तर कित्येकांना आपले वैद्यकीय ज्ञान देऊन आपल्यासारखे आर. एम. पी. डॉक्टरसुद्धा बनविले. त्यापैकी कित्येकांनी शिक्षणक्रम पूर्ण होताच परगावी आपापले स्वतंत्र दवाखानेदेखील सुरू करून चांगली कमाई करण्यास सुरुवात केली होती. हीच डॉक्टरांची शिष्यमंडळी स्वत:च्या मोटरसायकलींवर बसून डॉक्टरांची भेट घेण्यास अधूनमधून पाबळला येत असत. परंतु उभ्या हयातीत डॉक्टरांनी साधी नवीन सायकलसुद्धा विकत घेतली नाही.

चक्रपाणी डॉक्टरांचा चेहरा सदा हसतमुख. कोणत्याही चिंतेची छटा कधीच त्या चेहऱ्यावर उमटलेली कोणाला दिसली नाही. गव्हाळ रंग, पाणीदार टपोरे डोळे, तरतरीत सरळ नाक अन् सडपातळ शरीरबांधा, पाच फूट उंची. साधी पॅन्ट आणि बुशशर्ट असा साधा पेहराव. स्वभाव मात्र विनोदी. बोलताना ते गालात हसत अन् मिश्कीलीने डोळे मिचकावत. डॉक्टर म्हटलं की, त्या वयात आम्हाला भीती वाटायची. आजोबांबरोबर चक्रपाणी डॉक्टरांकडे जाण्याचा मला पहिल्यांदाच योग आला. मी आजोबांना बिलगून दवाखान्यातल्या बाकावर बसलो होतो. डॉक्टरांनी हसत हसत विचारले,

"हं, काय झालंय रंऽऽ तुला बळीबा?" डॉक्टर हेल काढून बोलताना ऐकणाऱ्याला त्यांच्या बोलण्याचं कुतूहल वाटायचं.

"डागदर, जुलाब व्हत्यात बगा रातधरनं. सारखा झाड्याला पळतोय. झाड्याला आल्यावं आवरना व्हतंय पार प्वॉटाचा आठाईठा झाला बगा. लवकर दवा द्या ना तं इथं..." आजोबा असं म्हणल्यावर डॉक्टर डोळे मिचकावत मिश्कील हसले.

"व्हवू दे की मेल्या, इथं तर इथं. आता कसा गोगलगायी झालास रे ऽऽ बळी. चांगला असल्यावं पोपटागत बोलतंय ना तू. त्या दिवशी मी वस्तीवर आलो, तर तू काय बोलला रेऽऽ बळी मला, काय दागक्तर कुणीकडे आलायंस धोकटी घेऊन शेंत्या न्हाव्यागत. माझ्या बॅगला शेंत्या न्हाव्याची धोकटी म्हणतंयस तूऽऽ,

च्यामारी बळे ऽऽ ह्या धोकटीतलीच दोन इंजेक्शन देतोय तुला दोन्ही दंडामधी आन् तिसरे इंजेक्शन ह्या तुझ्या पोट्ट्याच्या पोटात खुपसतच बघ." माझ्याकडे पाहात हसून डॉक्टरांनी सवयीप्रमाणे डोळे मिचकावले. मी आजोबांना घट्ट बिलगलो. माझ्या पोटात भीतीचा गोळा गरगर फिरू लागला. माझी तशी अवस्था पाहून डॉक्टर खो खो हसत म्हणाले,

"तुला इंजेक्शन देणारच बघ पोट्ट्या. तू इंजेक्शन नाय घेतला तर चड्डी काढून घेईल अन् नागडाच पाठवीन घरी तुला, काय समजले ना?"

तेव्हा डॉक्टरांबद्दल माझ्या मनात भीती अन् वेगळीच दहशत निर्माण झाली. डॉक्टर म्हणजे माणसांना छळणारा माणूस अशी त्या क्षणी माझ्या बालमनाची धारणा झाली. डॉक्टर या व्यक्तिरेखेची संकल्पना समजण्याचं माझं ते वयही नव्हतं.

"का रेऽऽ बळीबा ऽ जनावराला जुलाब लागले त्याला तू काय म्हणते?" डॉक्टरांनी बाटलीतील औषध इंजेक्शनच्या नळीत भरता भरता विचारले.

"त्याला बुळकांडी म्हणत्यात दागतर, तुम्हाला हे बी ठाव नाय."

"ठाव आसता तो कशाला इचारते मी. मग तू जुलाब लागते कशाला म्हणते. तुबी म्हण की रेऽऽ बळीबा तुले बुळकांडी लागली म्हणून."

डॉक्टरांनी असं बोलताच मला खुदकन हसू आलं. तसे डॉक्टरही मनसोक्त हसले. आजोबांचा त्रासिक चेहरा मात्र अपराध्यासारखा झाला.

मी सातव्या इयत्तेत असताना पुनःश्च एकदा डॉक्टरांकडे जाण्याचा योग आला. आमच्या गावातले दोन विद्यार्थी डॉक्टरांकडेच राहून शिक्षण घेत होते. मी आणि माझा मित्र तात्याबा त्या दोघांना भेटण्यासाठी दुपारी शाळेच्या जेवणाच्या सुट्टीत डॉक्टरच्या दवाखान्यात गेलो. आम्ही भीत भीत दबक्या पावलांनी अदबीने दवाखान्यात प्रवेश केला. तात्याबाची अन् डॉक्टरांची तशी बऱ्यापैकी ओळख झाली होती. आम्ही अवघडल्यागत बाकावर बसलो. खुर्चीवर रेलून डॉक्टर तोंडातून सिगारेटचा धूर बाहेर सोडत होते. आमच्याकडे पाहात डोळे मिचकावून हसत ते म्हणाले,

"काय रेऽऽ तात्या आबाऽऽ तुझे नाव तात्याऽऽ आबाऽऽ आणि साले शिंचे सगळी पोट्टये तुले बाळे का म्हणते?" तात्याबाने काही एक उत्तर न देता शरमेने खाली मान घातली अन् तो जमिनीकडे बघू लागला. तसे डॉक्टर स्वतःशीच खदखदून हसले व म्हणाले,

"साले, तू तो कोकणातल्या चेडवागत लाजतेय रेऽऽ येऽऽ तात्याऽऽ आबाऽऽ साले सांग ना शिंच्ये तुले बाळे का म्हणत्ये?" डॉक्टर पुन्हा एकवार आमच्याकडे पाहात खदखदून हसले. त्यांचा स्वभाव भलताच विनोदी. काही दिवस त्यांनी कोकणात वास्तव्य केले असल्यामुळे तेथील प्रांतिक भाषेचा प्रभाव त्यांच्या रोजमितीच्या बोलीभाषेवर पडल्याचे जाणवत होते. चक्रपाणी डॉक्टर मूळचे दक्षिणात्य. लग्न होऊनसुद्धा त्यांची पत्नी डॉक्टरसोबत राहात नव्हती. घरदार, बायको, मुलं धनदौलत सारं काही का कोण जाणे, डॉक्टरांना निरर्थक वाटत होतं. दीनदुबळ्यांची सेवा करताना आर्थिकदृष्ट्या मागासलेल्यांना दिशा देण्याचं व्रत त्यांनी अंगीकारलं होतं. शिक्षणासाठी जवळ बाळगलेल्या विद्यार्थ्यांपैकी काही विद्यार्थी डॉक्टरसारखे आर. एम. पी. डॉक्टर झाले होते. काही विद्यार्थ्यांनी शिक्षणक्रम पुरा होताच शिक्षकाच्या नोकऱ्या पत्करल्या होत्या व ते आजही ज्ञानदानाचे पवित्र कार्य करण्यात मग्न झाले आहेत.

दिवसामागून दिवस लोटले. शिक्षणाचा प्रसार आणि प्रचार अगदी खेड्यापाड्यातसुद्धा जोमाने होऊ लागला. ज्या खेडेगावात आजारी माणसाला वैद्य, हकीम वा देवदेवस्कीचा आधार घेऊन आजारपणावर उपचार करावे लागत, त्या खेडेगावात डॉ. चक्रपाणी व निपुणगे यांच्यासारख्या आर. एम. पी. डॉक्टरांनी गेली पंधरावीस वर्षे तळमळीने रुग्णसेवा केली. त्याच खेडेगावात आता एकदोन एम.बी.बी.एस. पदवीधारक डॉक्टरांनी आपले सुसज्ज दवाखाने सुरू केले. त्यामुळे डॉक्टर चक्रपाणी यांच्या दवाखान्यातली आजारी माणसांची गर्दी दिवसागणिक घटू लागली. डॉक्टर सायकलला औषधांची बॅग अडकवून दररोज पंचक्रोशीतल्या गावोगाव व वाड्यावस्त्यावर भटकंती करू लागले. परंतु डॉ. चक्रपाणीकडून उपचार करून घेण्यास लोक आता पहिल्यासारखे धजावतच नसत. डॉक्टरांनी कधीच गोरगरीब, जनतेकडून सेवामूल्यांचा हव्यास धरला नाही. मूल्याधिष्ठ सेवा हीच आजारी माणसास लवकर गुण देणारी सेवा अशी नवविचार धारणा खेड्यातल्या आम जनतेची झाल्यामुळे डॉ. चक्रपाणी यांची गावोगाव, वाड्यावस्त्यावर फिरूनसुद्धा प्रॅक्टिस चालेनाशी झाली अन् डॉक्टरांना स्वतःचे पोट भरणेदेखील अशक्य होऊन त्यांच्यावर उपासमारीची वेळ येऊन ठेपली. शेवटी सिगरेटसाठी हतबल होऊन डॉक्टर रस्त्याने येणाऱ्या जाणाऱ्या सर्वसामान्य लोकांपुढे हात पसरू लागले. केवळ दयेपोटी शेजारीपाजारी लोकांनी दिलेले शिळेपाके अन्न पोटात ढकलू लागले.

ज्याने दिवस रात्रीची तमा न बाळगता अवघ्या पंचक्रोशीतल्या आजारी लोकांची तळमळीने सेवा केली. कित्येकांचे त्यायोगे प्राण वाचविले. कित्येक मुलांचा शिक्षणाचा सर्व भार आपल्या शिरावर पेलून त्यांना स्वतःच्या पायावर उभे करण्यासाठी खस्ता खाल्ल्या. त्यांच्या आयुष्याला नवी दिशा दिली. त्यासाठी आयुष्य खर्ची घालणाऱ्या डॉक्टर चक्रपाणींची पंचक्रोशीतल्या कुणालाही आस्था वाटली नाही. जो तो आपल्याच व्यापात, आपल्याच कामात मग्न. शेवटी डॉक्टरांनी अंथरूण धरलं. स्वतःच्या उपचारासाठी त्यांच्याकडे दवाही नव्हता आणि दव्यासाठी पैसाही नव्हता. चारपाच दिवस डॉक्टर खोलीतल्या अंथरुणावर उसासे देत, कण्हत पडून राहिले आणि एक दिवस तशा आजारी अवस्थेत दवाखान्याच्या खोलीला कुलूप लावून कुठेतरी निघून गेले, ते पुन्हा परतलेच नाहीत. तद्नंतर तीन-चार महिन्यांनी डॉक्टरांच्या खर्चाने डॉक्टरांकडे राहून शिक्षण घेतलेल्या व आता शाळामास्तरची नोकरी करणाऱ्या डॉक्टरच्या एका शिष्याने डॉक्टरच्या दवाखान्याचे कुलूप एक दिवस तोडले. त्या उद्‌ध्वस्त दवाखान्यातल्या सगळ्या चीजवस्तू व खुर्च्या, टेबल, कपाट, कॉट, चारदोन भांडी एका खटारगाडीत भरली व स्वतःच्या घरी तो ती अनोखी गुरुभेट घेऊन गेला.

सातवी पास होऊन आम्ही आठव्या इयत्तेच्या वर्गासाठी गावात नव्याने बांधलेल्या हायस्कूलच्या इमारतीत प्रवेश केला. डॉक्टर चक्रपाणी यांनी गावातल्या चार-दोन पुढाऱ्यांना हाताशी धरून पंधरा वर्षांपूर्वीच गावात हायस्कूलची स्थापना केली होती. पंचक्रोशीतले भैरवनाथ विद्यामंदिर हेच एकमेव हायस्कूल. या हायस्कूलची संकल्पना डॉ. चक्रपाणी यांनी पुढाकार घेऊन राबविली व प्रत्यक्षात आणली. गरीब व हुशार विद्यार्थ्यांचा शिक्षणाचा खर्च स्वतः केला. सुरुवातीची तीन-चार वर्षे डॉ. चक्रपाणी शाळेचे सेक्रेटरी म्हणून कामकाज पाहात होते. तद्नंतर शाळेचा कारभार ग्रामस्थ मंडळींनी आपल्या हातात घेतला, तरी डॉक्टरांचे शाळेवरील व विद्यार्थ्यांवरील प्रेम आणि आस्था कधीच तसूभरदेखील कमी झाली नाही.

आठव्या इयत्तेत इंग्रजी विषयाची पहिल्यांदाच ओळख होत होती. काहीसे स्थूल अंगयष्टीचे, साधारण उंचीचे व गोऱ्या रंगाचे श्रीयुत ताम्हणकर सर आम्हाला इंग्रजी शिकवीत. सैलसर पॅन्ट व बुशशर्ट आणि डोळ्यावर जाड भिंगाचा चष्मा त्यांच्या व्यक्तिमत्त्वात भर घालत असे. ए, बी, सी, डी पासून इंग्रजी शब्दांचे शब्दार्थ वर्गात घोकून सर आमच्याकडून पाठांतर करून घेत असत. आय ॲम

वॉकिंग, आय ॲम टॉकिंग, आय ॲम जंपिंग, आय ॲम रनिंग इ. क्रियांचे सर स्वतः प्रात्यक्षिक करून दाखवीत. प्रात्यक्षिक करून दाखवता दाखवता सर देहभान हरपून शिकवत. परंतु इंग्रजी हा विषय नव्याने असल्यामुळे ते सारे शब्दार्थ व क्रिया, वाक्यरचना आम्हाला डोईजड वाटे. साधारण पन्नास पंचावन्न विद्यार्थ्यांचा एक वर्ग प्रात्यक्षिकासह क्रिया शिकविताना सरांच्या एकेक कृतीकडे पाहताना वर्गात हास्यांची लाट उमटे. आय ॲम जंपिंग म्हणताना स्थूलयष्टीचे ताम्हणकर सर उडी मारण्याचा प्रयत्न करत असताना डोळ्यांवरचा चष्मा एका हाताने घट्ट दाबून धरत, त्यावेळी हे विलोभनीय चित्र पाहून मुलं खो खो हसत. मुलं हसली की सरांच्या अंगाचा तिळपापड होई. दातओठ खात सरसकट मुलांना झोडपून काढत. वर्गात तेवढ्यापुरती नीरव शांतता पसरे. पाठमोरे होऊन सर वर्गातल्या फळ्यावर खडूने लिहीत असताना मागील बाजूच्या बाकावर बसलेला कुणीतरी व्रात्य मुलगा सरांच्या आवाजाची आणि प्रात्यक्षिकाची हुबेहूब नक्कल करत असे. त्यामुळे वर्गात पुन्हा हास्याची कारंजी उसळे. मागे वळून पाहत सरांची नजर वर्गातल्या विद्यार्थ्यांवर फिरे. हास्यामुळे सर्वच विद्यार्थ्यांचे चेहरे व्रात्य दिसत. त्यामुळे खरा गुन्हेगार शोधणं सरांच्या लेखी जिकीरीचं होई. मग सर शिक्षा म्हणून कुणा अन्य विद्यार्थ्याला हातावर छडीचा मार देत व बेंचवर उभे करत. खोडी करणारा मुलगा नेहमीच शिक्षेपासून सहीसलामत सुटत असे. निरपराध विद्यार्थ्यांनाच सरांच्या तासाला शिक्षा भोगाव्या लागत. मुलांनी कितीही व्यत्यय आणावयाचा प्रयत्न केला, तरी इंग्रजीच्या तासाचा एक क्षणदेखील ते व्यर्थ दवडत नसत. एकसारखे बोलून बोलून सरांच्या तोंडाला फेस येई. पुस्तकात तोंड खुपसून ते पुस्तकातले उतारे मोठ्या चढ्या आवाजात बोलत. फळ्यावर शब्द लिहीत. कसला आळस नाही की, थकवा नाही. मुलं खोड्या करत. नकला करत. सर पाठमोरे होताच वेगवेगळे हावभाव करत, फिदीफिदी हसत, सर चिडत, रागाने कधीकधी छडीने मारत, पण शिकविणे कधीही थांबविले नाही. त्यांच्या शिकविण्याच्या पद्धतीने चोर सोडून संन्याशाला शिक्षा देण्याच्या कृतीमुळे सर सर्व विद्यार्थ्यांना चेष्टेचा विषय वाटत असले, तरी त्यांची देहभान विसरून शिकविण्याची पद्धत, आंतरिक तळमळ आणि कर्तव्यावरील अढळ निष्ठा या गोष्टींचा आज हेवा वाटतो.

आठव्या इयत्तेतून आम्ही नववीच्या वर्गात प्रवेश केला आणि एका पायाने अपंग असलेले व नव्यानेच शाळेच्या नोकरीत रुजू झालेले गाडीलकर सर वर्गशिक्षक म्हणून आमच्या वर्गाला लाभले. इंग्रजी आणि मराठी हे दोन विषय ते

शिकवित. ते अतिशय कडक शिस्तीचे भोक्ते. रुबाबदार व्यक्तिमत्त्वाच्या सरांनी आमच्या वर्गातल्या उनाड आणि वांड विद्यार्थ्यांना वठणीवर तर आणलेच; परंतु संपूर्ण वर्गाला कडक शिस्तीचा पायंडा घालून दिला. सरांची जरबच मोठी. त्याहून त्यांची शिकविण्याची खुमासदार प्रभावी शैली. इंग्रजी शब्दांचे उच्चार सरांनीच शिकवावेत. इंग्रजी या परकीय भाषेवर आपल्या मराठी भाषेइतपत प्रेम आणि आवड आमच्या मनात निर्माण झाली ती केवळ गाडीलकर सरांमुळेच! त्यांच्या शिकविण्याच्या पद्धतीमुळेच. सर वर्गात शिकवत असताना टाचणी जमिनीवर पडली, तरी आवाज येईल इतकी नीरव शांतता वर्गात नांदे. इंग्रजी हाच सरांचा अध्यापनाचा मूळ विषय. परंतु सर मराठी विषयदेखील इंग्रजीइतपत किंबहुना त्यापेक्षाही जास्त तन्मयतेने शिकवत. सरांचा व्यासंगच अतिशय दांडगा, नववीच्या वर्गात शिकत असताना 'कल्पने'ची संकल्पना सरांनी माझ्या मनात रुजविली. त्या बालवयात कल्पनेच्या साजानी सजविलेले विश्व पाहाण्याची नवी दृष्टी देताना ज्ञानामृताचे दालनच सरांनी आम्हा सर्वांसाठी खुले करून दिले. सरांनी जे काही शिकविलं ते कॉलेजमध्ये पीएच.डी. पदवी धारण केलेल्या प्राध्यापकाकडूनसुद्धा उर्वरित शिक्षणप्रवासात मिळालं नाही. मराठी विषयाच्या अभ्यासाची भूक सरांनीच माझ्यासारख्या असंख्य विद्यार्थ्यांच्या मनात जागृत केली. त्या भुकेपोटी आजतागायत माझ्यासारखे असंख्य विद्यार्थी मराठी व इंग्रजी विषयाच्या अभ्यासात मग्न आहेत, या गोष्टीचा नितांत अभिमान वाटतो. सहामाही परीक्षेत नववीच्या वर्गात असताना गणित या विषयात नापास झालो, म्हणून सरांनी माझी यथेच्छ धुलाई केल्याची घटना आठवताच आजही माझ्या पोटात भीतीचा गोळा गरगर फिरू लागतो. वास्तविक गणित हा विषय सरांचा नसतानाही सरांनी मला शिक्षा केली, याचा अर्थ आज मला उमगतो आहे. तो त्या बालवयात उमगला असता, तर माझ्या आयुष्याला वेगळेच वळण लागले असते. ही खंत मनाला सतत बोचत राहाते. परंतु आयुष्याच्या वाटचालीत जे काही मी मिळविलं त्यासाठी सरांच्या अखंड परिश्रम, प्रेम, आंतरिक तळमळ आणि निःस्वार्थ, निष्कलंक शिकवणूक या गोष्टींचा सिंहाचा वाटा आहे. आमच्या मनाच्या जडणघडणीत दातृत्वाचा ध्यास घेऊन सरांनी आम्हाला घडविले हे निर्विवाद सत्य आम्ही कधीच नाकारू शकणार नाही. त्याच सेवाभावी वृत्तीने सर आजही नव्या पिढ्यांची वैचारिक जडणघडणीत ज्ञानदानाचे पवित्र कार्य समर्थपणे पार पाडत सेवानिवृत झाले आहेत. केवळ पेशा म्हणून शिक्षकी बाण्याने न वागता एखाद्या कठोर व्रताचा वसा घेतलेली ही

वाटेवरची माणसं. केवळ 'देणे' हा त्यांचा धर्म. स्वतः काटेरी कुंपणावर उभे राहून ही वाटेवरची माणसं इतरांना रस्ता दाखवितात. आयुष्याला दिशा देतात. पाखरांना आकाश भरारी मारण्यासाठी त्यांच्या पंखात बळ निर्माण करतात.

गावात ज्या वेळेस हायस्कूल नव्याने सुरू झाले अगदी तेव्हापासून शिक्षक म्हणून शाळेच्या सेवेत रुजू झालेले श्री. हरिभाऊ थिगळे काही वर्षातच शाळेच्या मुख्याध्यापक पदावर रुजू झाले. हायस्कूलच्या जडणघडणीत त्यांचाही सिंहाचा वाटा. खरं तर थिगळे सरांनी शाळेसाठी खूप खस्ता खाल्ल्या, त्रास सोसला. जीवाचे रान करून अहोरात्र कामाचे ढीग उपसले. सातत्याने हायस्कूलमधील शिक्षकांच्या कामावर बारकाईने ठेवले. शिक्षकांना व विद्यार्थ्यांना वेळोवेळी प्रेरणा आणि प्रोत्साहन दिले. वर्गात शिक्षक शिकवत असताना थिगळे सर गुपचूप वर्गा बाहेरील बाजूच्या खिडकीच्या आडोशाला येऊन उभे राहात व शिक्षक कसे शिकवतात याची स्वतः खातरजमा करून घेत. थिगळे सर वर्गात तासिका सुरू असताना थेट वर्गांत घुसत आणि वर्गातल्या मागच्या बाकावर जाऊन विद्यार्थ्यांसमवेत बसत. शिक्षक वर्गात काय आणि कसे शिकवतात याचे परिक्षण सर वर्गात स्वतः तासिकेला अचानक बसून करत. त्यामुळे वर्गात शिकविणाऱ्या शिक्षकाला आपल्या अध्यापनाच्या कामात कधीही आणि कसलीही कुचराई करण्यास वावच मिळत नसे. दहावी व अकरावीच्या वर्गाच्या रात्रीच्या अभ्यासिका सरांनी शाळेत सुरू केल्या. रात्री दहा वाजता अभ्यासिकेत फेरफटका मारून विद्यार्थी अभ्यास करतात की नाही ते जातीने पाहात. सकाळी सहा वाजता गळ्याला मफलर गुंडाळून भर थंडीच्या दिवसात शाळेत येऊन अकरावीच्या वर्गाचा इंग्रजीचा जादा तास वर्षभर नियमितपणे घेत असत. त्यावेळी अकरावी म्हणजे एस.एस.सी.चा वर्ग होता. सरांचा मृदू, आवाज, बोलण्याची विशिष्ट शैली, भाषेवरील प्रभावी प्रभुत्व, समर्पक स्पष्टीकरण त्यामुळे सरांनी एकदा शिकविलेलं कायमचं स्मरणात राहायचं. सर जसे उत्कृष्ट अध्यापक होते तसे ते उत्कृष्ट प्रशासकदेखील होते. सर म्हणायचे,

"सरस्वती आणि लक्ष्मी एकत्र नांदत नाहीत. परंतु लक्ष्मीच्या प्राप्तीसाठी सरस्वतीची आराधना करायला हवी. ज्ञान नसेल तर ते धन काय कामाचे? धनसंपदा कधी ना कधी संपते, पण ज्ञानसंपदा कधीच संपत नाही. विद्याधन हे न संपणारे धन आहे. विनयशील व्हाल, तर विद्याधनाची प्राप्ती होईल."

सरांचे बोल आजही कानातून मनात पिंगा घालतात. सर स्वतः विनयशील होते. आमची शाळा म्हणजे भैरवनाथ विद्यामंदिर हायस्कूल अवघ्या पंचक्रोशीचे

भूषण होते. जिल्ह्यातील ग्रामीण भागातील गुणवत्तापूर्ण अग्रगण्य शाळा म्हणून आमच्या शाळेला लौकिक प्राप्त झाला होता. हा लौकिक थिगळे सरांच्या अथक परिश्रमाचे फळ होय. या शाळेतून शिक्षण घेतलेले कित्येक विद्यार्थी आज राजपत्रित अधिकारी आहेत. कुणी डॉक्टर तर कुणी इंजिनिअर, तर कुणी सरकार दरबारी मोठ्या हुद्द्यावर अधिकारी, कुणी कामगार, कुणी शिक्षक, कुणी लेखक तर कुणी कवी. या शाळेचे हजारो विद्यार्थी विविध क्षेत्रात कार्यरत होऊन नावलौकिकास पात्र ठरले आहेत. थिगळे सर म्हणजे एक महान ज्ञानवटवृक्ष, आदर्श शिक्षक. त्यांच्या कार्याची दखल सरकार दरबारी घेतली नाही. त्यांचा गौरव करण्यासाठी सरकारी फायली आमच्या गावापर्यंत पोहोचल्या का नाहीत? हे शल्य मनाला फार फार बोचते. सर, आज सेवानिवृत्त झाले, परंतु त्यांनी पेटविलेल्या हजारो मशाली दिमाखात स्वतेजाने प्रकाशत आहेत. हाच खरा थिगळे सरांचा सन्मान, हाच खरा गौरव व हाच त्यांचा पुरस्कार! त्या हजारो मशाली अभिमानाने थिगळे सरांनी दिलेला गुरुमंत्र प्राणपणाने जपतील आणि पुढच्या पिढ्यांना तो वारसा सुपूर्द करतील यात संदेह नाही. दुसऱ्याला प्रकाश देताना हीच स्वतः जळणारी आणि झिजणारी ही वाटेवरची माणसं!

परवा काही कार्यक्रमानिमित्त शाळेत जाण्याचा योग आला. कार्यक्रम संपताच आम्ही चहापाण्यासाठी मुख्याध्यापकांच्या ऑफिसमध्ये बसलो होतो. थिगळे सर, गाडीलकर सर आणि शाळेचे सेक्रेटरी प्रवीण शहा व शाळेच्या कार्यकारी मंडळाचे पदाधिकारीदेखील उपस्थित होते. मला जरा अवघडल्यासारखेच वाटत होते. शाळेचे सेक्रेटरी प्रवीण शहा म्हणाले,

"बरं का थिगळे सर, पंधरा दिवसापूर्वी मी रेल्वेने मुंबईहून पुण्यास आलो. पुणे स्टेशनला उतरलो. जरा घाईतच होतो, म्हणजे चार दिवस बाहेरगावी राहिल्यामुळे घराच्या ओढीने घाईघाईने हातातली बॅग सावरत स्टेशनमधून बाहेर पडलो. स्टेशनबाहेर माणसांच्या गर्दीतून वाट काढत मी चाललो होतो. जागोजाग असलेल्या भिकाऱ्यांची गर्दी त्रस्त करत होती. स्टेशनबाहेरचा परिसर बसस्टॉपपर्यंत माणसांच्या गर्दीने फुलून गेला होता. मी माझ्याच विचारांच्या तंद्रीत होतो- इतक्यात 'ए प्रवीणऽऽ, ए प्रवीण ऽऽ' असा आवाज आला. मी भांबावून जाग्यावर उभा राहून पाठीमागून येणाऱ्या माणसांचे चेहरे न्याहाळत होतो. कुणीही ओळखीचं नाही, मग मला हाक कोण मारतंय असा प्रश्न माझ्या मनास पडला. क्षण दोन क्षण हा भास असावा, असे मला वाटले अन् पुन्हा एक दोन पावलं अंतर चालत नाही तोच परत

आवाज आला. 'अरे प्रवीण ऽऽ' मी नीट आवाजाच्या दिशेन पाहिलं. भिकाऱ्याच्या गर्दीत एका गोणपाटी पोत्यात अंग कोंबून फक्त मुंडकं बाहेर काढून डोकावत ठेवलेले आपले डॉ. चक्रपाणी. बाप रे! माझ्या काळजाचा थरकाप झाला. लाज राखायलासुद्धा अंगावर कपडा नाही आणि मरणदेखील येत नाही अशा अवस्थेत डॉ. चक्रपाणींना बघून माझं मन गलबलून गेलं. मी न राहवून म्हणालो,

"डॉक्टर तुम्ही, अन् इथे?"

डॉ. चक्रपाणी म्हणाले,

"डॉक्टर म्हणू नकोस मला. माझ्यातला डॉक्टर केव्हाच मेलाय. उरलाय तो माणूस, तोही आता मरणाची वाट पाहातोय."

मी म्हणालो, "नाही डॉक्टर, काहीतरी ऋणानुबंध आहेत आपले. मी घरी जाऊन तुमच्यासाठी कपडे घेऊन परत येतो."

तेव्हा त्राग्याने डॉक्टर म्हणाले,

"मला राहवलं नाही म्हणून ओळख दिली. जा ना बाबा तुझ्या घरी. माणसातून उठलेल्याला पुन्हा माणसात बसविणं तू समजतोस तेवढं सोपं नाही. आता परतीच्या मार्गावरचा मी प्रवासी. मी भेटलो होतो हे कधी कोणाला सांगू नकोस. जा आता उभा राहू नकोस. हे येणारे जाणारे सारे प्रवासी तुझ्याकडे बघून हसताहेत."

रस्त्याने येणारे जाणारे लोक माझ्याकडे कुतूहलाने बघत होते. जडावलेल्या पावलांनी मी घर गाठलं. त्यानंतर दररोज स्टेशनवर नित्यनेमाने फेरफटका मारला, पण डॉ. चक्रपाणी मला पुन्हा कधीच दिसले नाहीत. गेल्या पंधरा दिवस मनाची अस्वस्थ अवस्था. हे सारं काही कधी एकदाचे तुम्हाला सांगेन असं झालं होतं मला."

प्रवीण शहांनी डॉक्टर चक्रपाणींबद्दलची वार्ता सांगताच तेथे उपस्थित असणाऱ्या सर्वांनाच गहिवरून आलं.

"भैरवनाथ विद्यामंदीर या शाळेतून एस.एस.सी. पास होऊन पाबळ पंचक्रोशीतले विद्यार्थी पुढील शिक्षणासाठी पुण्यासारख्या शहरात जात असत. त्या विद्यार्थ्यांचे जेवणांचे डबे ऊन वाऱ्यात, पाऊसधारात एस.टी.मध्ये ठेवण्याचे व रिते डबे संध्याकाळच्या परतीच्या एस.टी.तून उतरवून घेण्याचे काम स्टँन्डवरील हनुहमाल बारोमास विनामोबदला विना तक्रार करायचा. कोणाही पालकांचा वा विद्यार्थ्यांचा एक कप चहासुद्धा हनु हमाल पिल्याचे ऐकीवात नाही. महाविद्यालयीन शिक्षण

घेऊन पंचक्रोशीतल्या गावातले विद्यार्थी शासकीय सेवेत मोठ्या अधिकारपदी रुजी झाले. कोणी प्राध्यापक, डॉक्टर झाले. पण त्यांच्या शैक्षणिक कालखंडात त्यांच्या आईवडिलांइतकीच अन्नदाता म्हणून निस्वार्थ वृत्तीने हनु हमालाने पार पाडलेली भूमिका विसरणे कृतघ्नपणाचे ठरेल. एस.टी.च्या टपावर प्रवाशांचे, ग्रामस्थांचे अवजड सामान, धनधान्याची पोती वा अन्य काही साहित्य चढ-उतार करणारा हनुहमाल हमालीच्या पैशासाठी कधीच कुरकुरला नाही. हमालीच्या बदल्यात कुणी हातावर ठेवलेल्या चार पैशात दिलदारपणे हनु हमाल ओळखीच्या लोकांना कपभर चहा स्टँन्डवरच्या हॉटेलात पाजायचा. स्टँन्डमधील एका कोपऱ्यात बसून तोंडाने शिलगावालेल्या विडीचा धूर फुंकता फुंकता कोणती एस.टी. किती वाजता येणार, याची माहिति प्रवाशांना आपलेपणाने सांगायचा. कोण कुठला हनु हमाल. त्याच्या मूळ गावाचा कोणालाच ठाव ठिकाणा माहीत नव्हता. कितीतरी वर्षे तो पाबळच्या स्टँन्डमध्ये हमालीचं काम करत जनसामान्यांची अडल्या जडलेल्यांची, शिक्षण घेणाऱ्या विद्यार्थ्यांची सेवा करत राहिला. पाबळ गावातल्या माणसांशी, पंचक्रोशीतल्या लोकांशी हनु हमालाची माणुसधर्माची नाळ जुळली होती. वाट दाखविणारा वाटेवरचा प्रवाशी म्हणून हनु हमाल कित्येकांच्या स्मरणात असेल की, नाही याबाबत संभ्रम आहे. कारण सामान्य माणसाचं कर्तृत्व, माणुसपण, आपलेपण माणसं सहजपणे विसरून जातात. परंतु अठराविश्व दारिद्र्य जगलेला हनु हमाल खऱ्या अर्थाने लाखांचा पोशिंदा होता हे सत्य नाकारता येत नाही. काळाच्या पडद्यात विरून गेलेल्या हनु हमालाच्या आपलेपणाचा स्पर्श पाबळ गावातल्या एस.टी. स्टॅन्डची माती कधीच विसरणार नाही. अशी ही वाटेवरची माणसं, साधी सरळ स्वाभावाची, माणसातल्या माणुसपणासाठी इमाने इतबारे जगताना माणसासाठी स्वत:चे आयुष्य पेरणारी."

"गाव तोच आहे. गावात आता दिवसागणिक घरांची गर्दी वाढलेली आहे. गावाबाहेर शाळेची भव्य इमारत दिमाखात उभी आहे. गावातल्या जुनाट पेठेच्या जागी भली थोरली बाजारपेठ आता आकारास आली आहे. सिमेंटच्या पक्क्या घरांची दाट वीण बाजारपेठेभोवती गुंफली गेलीय. बँका, ऑफिसेस, दवाखाने, दुकाने, हॉटेल्स माणसांनी, गर्दीने गजबजलेली आहेत. मस्तानीचा भुईकोट किल्ला व त्याचे अवशेष आता पुराव्यासाठीसुद्धा गावात उरलेले नाहीत. त्या मोकळ्या जागेत भुईकोट किल्ला अस्तित्वात होता हे सत्य आज केवळ भास म्हणून

मनाला बोचत राहते. गावाला जवळ करणारी पायवाट तीच आहे. शिवारातली आंबा, वड, पिंपळाची, बोरी-बाभळीची झाडे अभावानेच दिसतात. पिकं भरला शिवार कसा उघडाबोडका वाटतो आहे. शिवारातले पिकांचे हिरवेपण आता पहिल्यासारखे मनाला मोहिनी घालत नाही. वाटेवर असणारी आमराई आता थकल्यासारखी वाटते. आमराईतल्या विहिरीवरून कारभाऱ्यांचं मोटेचं गाणं आता ऐकू येत नाही. शेतातल्या पाटातून वाहणारे व विजेच्या पंपाने विहिरीतून उपसलेले पाणीसुद्धा निस्तेज वाटतं. त्याला नाद नाही, लय नाही. वाटेवरल्या बोरीचं अन् चिंचेचं झाडसुद्धा पानगळ झाल्यासारखं ओकंबोकं. गाभुळलेल्या चिंचा, बोरांची नामोनिशाणीदेखील दिसत नाही. माळावर हारीने चरणारी गुरेही दिसत नाहीत. पावा वाजविणारे व विटीदांडू, लगोरीचा खेळ खेळणारे गुराखी नाहीत. माळावरचं हिरवेपण हरपलेलं गवतसुद्धा सापानं कात टाकल्यासारखं निस्तेज वाटतं. वाऱ्याच्या हळुवार लाटेवर ते सळसळत नाही. शेतात पिकांची खुरपणी चालू आहे. कष्टकऱ्यांचे वेगवेगळे गट शेताशेतात विखुरलेले दिसतात. कुठे हसण्या-खिदळण्याचा आवाज नाही. सारा पिकं भरला शिवार हिरवागार दिसतो, पण तो हिरवा रंग मनाला आकृष्ट करत नाही. काहीतरी हरवल्यासारखं, ते शिवाराचं हिरवेपणसुद्धा मनाला जड वाटतं. सारं काळजात रुतल्यागत उगाचच बोचतं. पुढे पुढे सरकणारी वाटसुद्धा उदास, उजाड, एकाकी, श्वास गुदमरल्यासारखी, पावलांच्या ओझ्याने जणू व्याकूळ झालेली.

मागे वळून पाहावं, तर वाटेवरची माणसं मनाला भुरळ घालणारी, माणूस म्हणून माणसांसाठी जगणारी, माणसांवर भरभरून प्रेम करणारी आणि केवळ माणसांसाठी आपली उभी हयात खर्ची घालणारी! न विसरता येणारी अन् हृदयाच्या कोंदणात साठविलेली माझ्या जीवन वाटेवरची माणसं... काळीज कोंदणात साठवलेली वाटेवरची माणसं...!

। १० ।

नाती तोडणारा कायदा

"भाऊ, फ्लॅट बुक केलाय माझ्या नवऱ्यानं पिंपरीत, सहा लाखाला. निदान पन्नास हजार तरी तू मला दे. तुला तुझं पैसे सवडीनं परत करीन मी. पण या टायमाला नाही म्हणून नको." संजीने आपल्या आईसमोर थोरल्या भावाला- बाळासाहेबाला साकडं घातलं.

"इथं पन्नास रुपड्या नाहीत खिशात ईख खायला आन तू पन्नास हजाराची गोष्ट बोलती. संजे, लहान धाकली तू. तुव्हं लगीन व्हवून पाच-सहा वरस झाली. शहरातलं स्थळं म्हणून रीन पाणी काढून तुव्ह लगीन म्या क्येलं. पाच तोळं सोनं हुंडा म्हणून दिला. तुही जमीन नगरपालिकेत गेली. रग्गड पैसा आला म्हणून तुझ्या नवऱ्यानं नोकरी सोडली. पैसा व्हता तवा मौजमज्जा केली. जुनं राहतं घरदार विकलं. आता प्लॅट घेण्यासाठी भावाला साकडं घालतीस. भावाच्या घरात कुठं सोन्याच्या धूर निघतोय? ठिगळं जोडून जोडून आमचा जीव आम्हाला जड झालाय. कुठून पैसा आणायचा तू तरी मला सांग!" बाळासाहेब त्राग्यानेच बोलला.

"कुठून आणायचा म्हंजी, कुठून बी आन, मला काह्याला इचारतो, घे कुणाकडून उसनंपासनं." संजी फणकाऱ्याने म्हणाली.

"एवढी पन्नास हजार रुपयाची रक्कम उसनवारी मला द्याला, तेवढी पत नाही माही गावात कुणाकडं. मी साधा शेतकरी माणूस. कवा वावरात पिकतं, तर कवा पिकत नायी. माव्हं हाल माव्हं मला माहीत." बाळासाहेबनं स्पष्टीकरण केलं.

"मग उसनवारीनं मिळत नाही, कुणी सावकार बी तुला जवळ उभा करीत नाही, तर मग एखादं बावर का नाही इकीत?" सहज बोलून संजीने बाळासाहेबांच्या काळजालाच हात घातला. तिच्या बोलण्याने बाळासाहेबांचा क्रोध अनावर झाला. धाकली बहिण असल्यामुळे तिच्या कानफाटीत मारण्यासाठी उगारलेला हात मागे घेतला व संतापाने तो म्हणाला,

"संजेऽऽ कानफाट फोडीन पुन्हा आसं बोललीस तर! स्वतःचा जमीनजुमला विकून गोसावी झाली. आता भावांना गोसावी कराय निघालीस व्हय. तुझ्या फ्लॅटसाठी भावांनी जमीन इकायची कुणी शाणपणा शिकवला तुला? आनपाणी खातीस ह्याची थोडीफार आक्कल तरी हाये की नाही?"

"एवढं जिवाला लागलं तुह्या! गुलाबाबाईनं गावात रस्त्याच्या कडंला तुमच्या एका गुंठ्याचं घर बांधलं. त्या एका गुंठ्याचं दाजीनं तुला पैसं दिलं का? ती थोरली. गावात राहतेय फटकाळ त्वांडाची, दाजी बी दिलं घ्यातलं काढीतो तवा तिथं कुत्र्यावाणी शेपूट घालतो ढुंगणात. ती बी बहीण आन् मी बी बहीण. तिला योक न्याय आन मला योक न्याय. तूच सांग मला. कायी चुकत आसलं माव्हं तं हाण ख्याटार माह्या डोक्यात!" संजी तावातावाने बोलली तसा बाळासाहेबांचा चेहरा काळाठिक्कर पडला व तो काहीसा नरमाईच्या शब्दात म्हणाला,

"आसं समद्यांनी आमचं लचकं घेयाचं ठरवल्यावं आमी जगायचं तरी कसं? आई तूच सांग हिला समजून काय त्ये." असं बोलून बाळासाहेब उठून बैलांच्या गोठ्याकडे तरातरा निघून गेला. म्हाताऱ्या बायजाबाईनं आपल्याच कपाळाला हात लावला. निराश होऊन जणू ती तिच्या कपाळाला हात लावून अजून किती भोग शिल्लक आहेत याचीच चाचपणी करत होती. ओठात आवळून धरलेल्या मिशरीची पिचकारी तिने बसल्या जागीच अंगणाच्या कोपऱ्यात पचकन मारली व म्हणाली,

"संजेऽऽ त्यो तरी काय करील गं. थोरला निपाजला म्हणून काय त्याचा गुन्हा झाला व्हय. समद्यांनीच त्याच्याव थोपाट्या घालायच्या. उपाजल्या पिंडापासून बापाबरूबर राबतोय तो शेतामंधी. त्यानं गोठ्यातल्या बैलागत कष्ट केलं, तवा तुमची समद्यांची शाळा, शिक्षाणं, लग्नं झाली. तुमी सहा बहिणी, सहा वाटंनं तुमच्या घरी गेल्या. ह्ये तिघं भाऊ, मधल्यानं गावातल्या घरात येगळी चूल मांडली. त्यो कंपनीत बिगारी कामाला जातो. आन् त्याची बायकु घरातलं दाणादुणं हातानी उपसून नेती. धाकला दोन म्हसाडं वळून रतिबाचं दूध घालीतो आन् हा धोरला

समधा परपंच्याचं याकलाच वझं वाहातो. कुणी बी याव आन् त्यालाच बदडावं. तुमी समधी मोठी झाल्यात आता. समद्यांना मतलब कळायला लागलाय."

"आता याच्यात काय मतलबाचं आलं? आमी पोरी म्हणून जनमाला आलो हा आमचा गुन्हा झाला व्हयं. पोरीपरीस पोरगं म्हणून जनामलो असतो तं भाऊ म्हणून आमची वाटणी आमला देयाला लागली नसती का?" संजी तावातावाने म्हातारीला बोलली.

"आता कसं समजावू बया तुला. उलटी गंगा वाहायला लागलीय. तू झालीय माही आई न मी झालेय तुही पोरं. तूच मला ज्ञान शिकवायला लागली. अगं, जलम दिलाय तुला मी. लयी उन्हाळं-पावसाळं पाहिल्यात. बहिणी बाळांचा परपंच जलमभर निस्तारायचा आन् भावांनी त्यांची प्वारंबाळं वाऱ्यावर सोडायची. तुमाला समद्यांना चांगल्या खात्यापित्या घरात दिल्यात, तरी समद्या जणी माहेरचं कचाकच लचकं तोडीता. जनाची नाय पर मनाची तरी लाज धरा थोडी तरी! इंदीला तीन प्वारं झाली आन् नवऱ्यानं घरात दुसरी बायी आनली, तवापासून तिच्या प्वारासकाट आपांगतो बाळू. ती बिचारी ढोरागत यांच्या शेतामधी रातदिन राबतीय. बहिणीच्या वाईट वक्ताला तिला दिला ना भावानीच आसरा. पेरणीच्या वक्ताला चऱ्होली वालीचा बैल मेला. दावणीची तरणीबांड बैलजोडी दिली बाळ्यानं पाव्हण्याला, शेताच्या पेरणीला. पेरणीला नेली आन् बैलंच पाव्हण्याची झाली. परत बैलजोडी बी नायी, आन त्यांची किंमत बी नायी. दरबस बरसाला मोईवाली येती आन् बी भराण घेऊन जाती. बापाच्या घरी बी भराणाची ठेव ठेवीलय व्हय! भुईमूग शेंगाची दोन-दोन, चार -चार पोती नेती आन् बाळ्या घराच्या वावरात बी भराणं इकत आणितो. अगं भावांचा परपचं किती वरबडता. सणावाराची तुमची चोळी-बांगडी कधी चुकावली का माह्या पोरांनी? गावदेवाची जत्रा आली का समद्या बहिणीसकाट त्येच्या पोराबाळांना कापडचोपड घेतो. राखी पुनवला तुम्हा समद्यांना पाहिजेल तशी लुगडी आणितो. दिवाळी आली की पुन्हा तुमचचं समद्याचं नव-जुनं करायचं. आन् माह्या बाळाची बायकू दोन-दोन जुन्या लुगड्याचं जोड करून त्ये नेसती. कवा भावजयीच्या अंगावं चांगलं लुगडं तुमी पाह्यलं गं! यावढं समदं तुमचं करुन बी तुमीच बोंबा मारायच्या. कसं जगावं माणसानी!" बायजाबाई लेकीला वैतागून म्हणाली.

"ए आईऽऽ उगी चऱ्हाटं नको वळू. मला पैसं तुमी नायी दिलं त मला नवरा म्हणाला पुन्हा माहेराचं त्वांडसुद्धा बगायचं नायी. पैश्यापायी त्यो पार नाती-गोती

तोडायला निघालाय! मी काय करू तूच सांग? हिरीत जीव देऊ का?" संजीनं आपल्या नवऱ्याचं घोडं पुढं केलं.

"ए बया, आसं काहीबाही बोलू नकोस. माह्या डोळ्याम्होरं आसं वाईट वंगाळ नको बया. तुमच्या समद्यांच्या अगोदर माव्हं डोळं झाकलं पाह्यजेत परमेश्वरा! कोणाचं दुःख पाह्या नको आन् कोना सुखही पाह्या नको. दूध कमी पडलं रतीबाला तं मध्यानी चाकणावून उधारीवं म्हैस इकात आणली. त्याचा समदा दुधाचा पगार म्हशीच्या रतीबात आन् व्यापाऱ्याची उधारी देण्यात जातोय. आनं बँकेत चौथा हिस्सा भरून बाळूनी नदीवरून वावरात पाईपलाईन आणली आन् लाईटीची मोटार नदीवं बसावली. बँकेत चौथा हिस्सा भराया इकडून तिकडून पैसे गोळा केलं. कमी पडतं दावणीची बैलजोडी इकली. घरातलं दाणंदुणं, शेंगाची पोती समदं इकलं आन् त्ये दोन लाख भरलं तवा नदीचं पाणी वावरात आलंय. आता वावरात पाणी आलंय, पर बी भरणाला पैसा राहिला नाही. वावरं कशी गुंतवायची याचाच त्याच्या डोक्यात इचार. बँकेचा कर्जाचा डोंगर उरावं उभा राह्यलाय. काय आन् कसं करील गं बाळू संजे, तूच सांग मला!" बायजाबाईनं लेकीला समजावणीच्या सुरानं सांगितलं.

"हे बग आई, पुन्ह्यांदा मी काय ह्या घरात पाऊल ठेवायची नाही. भाऊला म्हणावं पैसे घेऊन माह्या घरी येयाचं, तवाच मी परत माहेराला येईन. इंदुबाई गत मला नायी इथं राहता येयाचं! दोन लेकरांसाठी नवऱ्याच्या तालाव नाचायला लागतं. मी तरी काय करू?" अगतिकपणे हतबल होऊन संजू बोलली.

जगात सगळी सोंगं आणता येतील, परंतु पैशाचं सोंग आणता येत नाही. चार वर्षांचा कालखंड उलटला, परंतु संजूला आपल्या माहेराचा उंबरठा ओलांडून घरात आईवडिलांना व भावांना भेटता आले नाही. पैसे न मिळाल्यामुळे तिच्यावर माहेरी जाण्याची बंदी तिच्या नवऱ्याने तिला घातली होती. बाप मेला तेव्हा संजू बापाचे तोंड पाहण्यासाठी नदीवर आली आणि आल्यापावली परत तिच्या घरी गेली होती. बाळासाहेबही दिवसेंदिवस कर्जाच्या खाईत अधिकाधिक रुतत चालला होता. शेती बागाईत झाली, परंतु शेतीमालाला भाव न मिळाल्यामुळे बँकेचे कर्जाचे हप्ते थकले होते.

मधुचं दुधाच्या धंद्याचं बस्तान अजूनही सुरळीत बसलं नव्हतं. त्याच्याही जमा आणि खर्चाचा मेळच बसत नव्हता. दूध धंद्यातली खोट त्याला उमगत नव्हती. मनामध्ये खूप मोठी स्वप्ने बाळगून मधुकर दुधाचा धंदा करत होता. स्वतःची

डेअरी सुरू करण्याचा त्याचा मानस होता. म्हशीच्या व्यापाऱ्याकडून दिवसाला 20 लिटर दूध देईल अशा खात्रीच्या गाभणी म्हशी तो बाजारातून विकत आणत होता. परंतु म्हैस व्याल्यानंतर ती सुरुवातीलाच आठ-दहा लिटर लिटर दूध देई व काही दिवसातच पाच-सहा लिटरवर येई. त्यामुळे म्हैस, व्यापारी, मधुकर आणि म्हशींचं दूध हे समीकरण दिवसेंदिवस अधिकाधिक गुंतागुंतीचं झालं होतं आणि व्यसनाधीन माणसासारखा मधुकर दुधाच्या धंद्याच्या पूर्णतः आहारी गेला होता. तरीही बाळासाहेब मधुकरची पाठराखण करून आज नाही, उद्या तरी दुधाच्या धंद्यात बरकत येईल अशी भोळीभाबडी आशा बाळगून होता.

बाळासाहेबांचे एकत्रित कुटुंब म्हणजेच 'मोठं घर पोकळ वासा.' मधला भाऊ दत्तात्रेय. गावातल्या घरात वेगळी चूल मांडून बसलेला. कंपनीत कंत्राटी कामावर नोकरी करून पोराबाळांच्या शिक्षणाचा खर्च तो पगारातून भागवत होता. आपण आणि आपली बायको पोरं बरी. बाकी शेतीवाडीपासून तो जाणीवपूर्वक अंतर राखून होता. मोलमजुरीच्या मजुरागत त्याची बायको शेतातला कामधंदा करायची आणि खाण्यासाठी लागणारे धान्य घरातल्या पोत्यातून आपल्या हातांनी उपसून गावातल्या घरी न्यायची. झाकली मूठ सव्वालाखाची अशा हिशोबाने बाळासाहेब कुटुंबातल्या सर्वांची मनमानी वागणूक सहन करून संसाराचा गाडा नेटाने ओढीत होता. हल्ली हल्ली सणावाराला आलेल्या माहेरवाशीण बहिणींना चोळी-बांगडी घेणंसुद्धा बाळासाहेबाला अशक्य होऊ लागलं. त्यामुळे सगळ्या बहिणी अंतःकरणातून धुसमुसू लागल्या. सणासुदीला वा गावदेवाच्या यात्रेला माहेराला येण्यास टाळाटाळ करू लागल्या. माणसाची जगण्या वागण्याची तऱ्हा विचित्र असते. जोपर्यंत दुसऱ्याकडून काहीतरी लाभ व फायदा होत असतो, तोपर्यंत दुसऱ्याबद्दल मनात गोडी असते. परंतु तेच काही मिळेनासं झालं की, लगेच दुसऱ्याबद्दल मनात अढी निर्माण होते.

बायजाबाई गेली तेव्हा बाळासाहेबाच्या सगळ्या बहिणी - बायजाबाईच्या लेकी आपल्या आईच्या अंत्यदर्शनाला घरी आल्या. एकमेकींच्या गळा पडून मनसोक्त रडल्या. एकमेकींचे अश्रू पुसले, परंतु हुंदके देऊन मातृशोकाने उसासणारा बाळासाहेब त्यांना दिसलाच नाही. दुःखातही त्यांनी सख्ख्या भावाला ओळख दाखवली नाही. सहानुभूतीची तरी गोष्ट वेगळी. परिस्थितीच्या दुष्टचक्रात बाळासाहेब अधिकाधिक रुतत चालला होता. गळफासाचा विळखा सैल होण्याऐवजी, त्याची पकड इतकी घट्ट होत चालली की, आता गुदमरून जीव

जातो की काय इतकी भयानक परिस्थिती विक्राळ रूप घेऊ लागली होती.

बाळासाहेबांचं गाव औद्योगिक वसाहत म्हणून सरकारने जाहीर केले आणि बाळासाहेबांच्या अंगात होतं नव्हतं ते सारं बळ एका झटक्यात नष्ट झालं.

दोन लाख रुपये चौथाई भरून आठ लाखांचे बँकेचे कर्ज घेऊन नदीवरून शेतापर्यंत केलेली पाण्याची योजना आणि ती पाच एकर बागायती शेती, औद्योगिक वसाहतीने काबीज केली. बाळासाहेबांची जमीन एमआयडीसीत गेली हे कळताच संजूच्या नवऱ्याने संजूला घेऊन तलाठी कार्यालयात सदर जमीनीचे आम्हीही म्हणजे बहिणीही वारसदार आहोत, म्हणून जमिनीचे सरकारी मोबदला म्हणून मिळणाऱ्या पैशांबद्दल हरकत नोंदविली. ही गोष्ट बाळासाहेबांना माहीत नव्हती. ते तलाठी कार्यालयात आपल्या पाच एकर बागायती जमिनीचा किती मोबदला मिळेल याची चौकशी करण्यास गेले व तलाठी भाऊसाहेबांना म्हणाले,

"राम राम साहेब."

"राम राम, काय काम काढलं आमच्याकं?" तलाठी भाऊसाहेबांनी विचारलं. काम करायला तुमी आमाला काय शिल्लक ठेवलंय वो. आमच्या जमीनीवं कंपन्या उभ्या राहतील. उद्याच्याला पर आमी आन् आमच्या पोराबाळांनी उद्या कसं जगायचं अन काय खायचं? रीन काढून जिरायताचं बागाईत केलं पर त्या बागायताचं वरीस दीड-वरीस बी सुख नाय भोगू दिलं सरकारनं. नशीब आमचं! जगाला दोष देऊन काय उपेग म्हणा. पर आम्हाला पैसं किती आन् कवा मिळतील ते तरी सांगा." बाळासाहेब तलाठी भाऊसाहेबांना आपली व्यथा सांगताना म्हणाले.

बाळासाहेबांचं बोलणं ऐकून तलाठी भाऊसाहेबांच्या चेहऱ्यावरील बदललेले हावभाव बाळासाहेबांच्या नजरेतून सुटले नाहीत. वादळा अगोदरची शांतता भाऊसाहेबांच्या चेहऱ्यावर उमटली होती. जणू काही ऐकलेच नाही अशा आविर्भावात भाऊसाहेब पुढ्यातल्या दप्तरात तोंड खुपसून बसले. भाऊसाहेबांचे एकूण वर्तन पाहून नक्कीच काहीतरी गडबड झाली आहे, अशी बाळासाहेबांची खात्री झाली. दीर्घ श्वास घेऊन व पूर्णत: श्वासाचा उसासा बाहेर सोडून बाळासाहेब म्हणाले,

"भाऊसाहेब, काय भानगड झालीय सांगा. सांगितल्याबिगार कळणार कशी मला? काय बी वाईट वंगाळ आसलं त्ये! ऐकायची तयारी आहे माझी."

भाऊसाहेबांनी आपला डावा हात मस्तकाला लावला व बाळासाहेबांच्या चेहऱ्याकडे बघत म्हणाले,

"तुमच्या बहिणीनं हरकत अर्ज दाखल केलाय. आमच्या सगळ्या बहिणींच्या वारसाची नोंद व्हावी व वारसाहक्काप्रमाणे जमिनीच्या पैशाची वाटणी मिळावी म्हणून. तसाच अर्ज तहसीलदारांनाही तिने पाठविला आहे. सगळ्या बहिणींचे वारसाहक्क सोडपत्र आणा. त्यांनी तहसिलदारासमोर जबाब देऊन वारसा म्हणून नोंद केली तर तुम्हाला बहिणींनासुद्धा समान नागरी कायद्यानुसार वाटणी द्यावी लागेल. बहिणींच्या सह्यांशिवाय तुमच्या कागदपत्रांचे एक पानही पुढे सरकणार नाही. आम्ही कायद्याचे बांधीलदार आहोत. तुमचा भावाबहिणींचा वारसांचा प्रश्न निकालात काढा, नाहीतर एकदा पैसे सरकारकडे अडकले की, मग ते मिळवताना तुमच्या नाकात दम येईल. तुमच्या भल्याचं सांगतोय, वाईट वाटून घेऊ नका." भाऊसाहेब पोटतिकडीने म्हणाले.

चहुअंगांनी वणवा पेटल्याचा भास बाळासाहेबांना झाला. ते तसेच तिरीमिरीने उठले व तडक संजनाच्या फ्लॅटवर पिंपरीला गेले. दरवाजाची कडी वाजवली. संजनाच्या नवऱ्याने दरवाजा उघडला. दारात बाळासाहेबांना पाहात अचंबित होऊन संजनाचा नवरा म्हणाला,

"अरे ये पोरांनो, राजू, बघ कोण आलंय? अरे आपले घर बघायला तुमचा मोठा मामा आलाय. आजच्याला सवड मिळाली त्याला. या या बसा. बघा आमचं गरीबाचं घर कसं आहे ते आतून बाहेरून."

बाळासाहेब काही एक न बोलता सोफ्यासमोरच्या खुर्चीवर बसला. संजनाने पाण्याचा ग्लास बाळासाहेबासमोर धरला तेव्हा बाळासाहेब म्हणाले,

"पाणी काह्याला पाजीती? त्यापरीस विष पाजलं तं बरं व्हईनं मला. निदान तुमी तरी सुखासमाधानानं जगालं."

"आसं कोड्यात कशाला बोलता बाळासाहेब. लयी तुमचा जीव वरती आला आसल तं, तुमच्या हातानी तुमी विष घ्या. आमाला काह्याला दोष देताय. जो तो आपल्या कर्माची फळे भोगतो. आता तुमचं कर्मच तसं आसलं तं त्याला आमी काय करणार सोयरी माणसं? आमी पन्नास हजार मागितलं व्हतं उसणं त्या वक्ताला! तुमाला नाय देता आलं. आता आमच्या हक्काचं पाच लाख मिळतील. तुमच्या म्होर आता आमी कवाच हात पसराचो नायी." संजूचा नवरा उपरोधिक आणि काहीसा गुर्मीतच बोलला. त्याचे बोलणे ऐकून बाळासाहेब घराच्या कोपऱ्यात नजर टाकून विचारांच्या खोल गर्तेत बुडाले. काय आणि कसं बोलावं हेच त्याला कळेनासं झालं. बहिणींसाठी आपल्या परीने खूप काही केलं, परंतु

बहिणींना त्याची अजिबात जाणीव राहिली नाही. या गोष्टीचा त्याला चांगलाच अनुभव आला होता. त्यामुळे त्याचं काळीज तिळतिळ तुटत होतं. सरकारने बहिणींना वडिलोपार्जित हिस्सा देण्याचा कायदा लागू केल्यामुळेच बाळासाहेबांची त्याच्या बहिणींनी नाकेबंदी केली होती. एकमेव इंदुबाईचं भावाच्या आसऱ्याला राहून आपल्या पोराबाळांचा सांभाळ करत असल्यामुळे तिने आपल्या भावाच्या परपंच्यातला सुतळीचा तोडासुदीक नको म्हणून स्पष्टपणे तसे बाळासाहेबांना व त्यांच्या कुटुंबीयांना सांगितले होते. परंतु उर्वरित पाचही बहिणींना नात्यापेक्षा स्वतःचा स्वार्थ मोठा वाटत होता आणि बाळासाहेब आपल्या परीने सगळ्या बहिणींची मनधरणी करण्याचा मनसुबा घेऊनच संजूच्या दारात आज आला होता.

"संजे, उगीच चहा नको ठेवूस. आपल्या घरातलं पाणी ग्वाड नाय लागलं तर चहा कसा ग्वाड लागल तुह्या भावाला?" संजूचा नवरा कडवटपणाच्या शब्दात म्हणाला.

"गोडी आणि नाती राहिल्यात कुठं दाजी? समदाच इस्कोट करायचा ठरावलाय तुमी आमच्या परपंच्याचा. आमच्या जमिनीच्या पैशाला हरकत अर्ज आन् वारसा नोंदणी अर्ज केलाय संजीनं तलाठ्याकं आन् मामलेदाराकं. तवा आलोय चवकशी कराया." बाळासाहेब बोलले.

"चवकशी काय करायची? तिचा हाक्कं तिला नको का मिळाया? तिच्या वाटणीचं पैसं तुमी तिनं तक्रार मागं घेतली तर आणून द्याल का तिला? आज व्हय म्हणालं आन् उद्या आंगठा दाखवाल. तुमचा काय भरोसा. तुमच्यावं कसा विश्वास ठेवायचा? पैसा हा वाईट असतो राव. भल्याभल्यांची नियत बिघाडती. संजी तिचा हिस्सा घेईन आन् ती काही तिचा तक्रार अर्ज मागं घेयाची नायी. तुमच्या बाकीच्या बहिणींचं काय त्ये बगा. आमाला त्येंच्या हिसाबात धरू नका. संजी तिच्या वाटणीचा एक रुपयासुदीक कमी घेणार नाय, हे मी तुमाला ठाम सांगतोय. ध्यानात ठेवा." संजीच्या नवऱ्याचं बोलणं ऐकलं आणि बाळासाहेब काहीही प्रत्युत्तर न देताच उठला आणि आपल्या घरी निघून आला.

संजूच्या तक्रार अर्जाची दाखल घेऊन तहसिलदाराच्या आदेशानुसार बाळासाहेबांना व त्याच्या सगळ्या भावाबहिणींना वारस नोंदीच्या नोटीसा आल्या. नाइलाजास्तव बहिणींनी हक्कसोड प्रमाणपत्र न दिल्याने वारस म्हणून त्यांच्या नोंदी सातबारा उताऱ्यावर झाल्या. प्रत्येकाला वारसाहक्काप्रमाणे जमिनीच्या संपादनाचे पैसे समसमान मिळाले. लिफ्ट योजनेची कर्जाची रक्कम बँकेने बाळासाहेबांच्या

खात्यातून वळती करून घेतली. बागाईत जमीन सरकारने औद्योगिक वसाहतीसाठी संपादन केली. परंतु जमीन विकली जाऊनही बाळासाहेबांचा खिसा रिताच राहिला.

त्या दिवसापासून बहिणभावांची नाती कायमची तुटली. आता रक्षाबंधन नाही. दिवाळी सण नाही, गावदेवाची यात्रा नाही. कर्मधर्मसंयोगाने भावाबहिणींच्या भेटी झाल्या, तरी कोणी कोणाला साधी ओळखदेखील दाखवत नाही. कोणी कोणाची ख्यालीखुशालीही विचारीत नाही वा कोणाकडे चौकशीही करीत नाहीत. कुणाच्या घरातल्या म्हाताऱ्याकोताऱ्याची मयत झाली तर कोणी कोणाला सांगावा धाडीत नाही. एकमेकांच्या वेदनांनी उसासणारी भावाबहिणींची रक्ताची नाती आणि आपलेपणा कायद्याने हक्क मिळाल्यामुळे तुटला. हे जळजळीत वास्तव आहे.

तुटलेली नाती आणि दुरावलेली रक्ताच्या नात्याची माणसं कायद्याने पुन्हा जोडता येण्यासाठी सरकारला नवा कायदा करावा लागेल. नात्याचे अस्तित्व संपलं तर माणसाचं जनावर होण्यास वेळ लागणार नाही, हे सूर्यप्रकाशाइतके प्रखर सत्य डोळे असून दिसत नसेल तर आमच्यासारखे आम्हीच...!

। ११ ।

पंढरीनाथ

१९७२ सालच्या अगोदरही खूप मोठा दुष्काळ पडला होता. पुणे जिल्ह्याचा पूर्व भाग म्हणजे खेड शिरूर तालुक्यातल्या नदी पात्रालगतचा भाग सोडला, तर बहुतांश भूभाग हा कोरडवाहू व पावसाच्या पाण्यावरच अवलंबून राहणारा. विहिरीवर थोडीफार बागाईती शेती प्रत्येक गावात असायचीच. एखादा हंगाम पिकला तरी वर्षाची बेगमी व्हायची. गरजा कमी होत्या. स्वस्ताईचा काळ. सुधारणांचे वारे गावखेड्यात भिडले नव्हते. आहे त्यात माणसं सुखासमाधानानं जगत होती. फारशी हाव हाव नव्हती की, आकांडतांडव करणारी धावाधावही नव्हती. मुळातच पैशाचा हव्यास धरायला पैसाही खेडेगावात नव्हता व साधनेही फारशी नव्हती. एकंदरीत व्यापारीपणाचे वारे आणि वागणे खेड्यात रुजले नव्हते. दारात आलेल्या भिक्षुकाला माणसं पैशाने दान नाही, तर पायलीच्या मापट्याने धान्य घालायची. आपलेपणा, उदारता, दातृत्व, चांगुलपणा, निष्कलंक स्नेहभाव असणारा तो पैसा-आण्याच्या हिशोबातला काळ १९६० नंतरचा.

१९७२च्या अगोदर पडलेल्या भीषण दुष्काळात पंढरीनाथ म्हणे पुरता हतबल झाला होता. दुष्काळात ज्याला त्याला आपलीच भ्रांत. कोण कुणाला किती उसनवार देणार! उसनवारीचे सारे मार्ग बंद झाले. कसं जगायचं, हाच यक्ष प्रश्न. चाऱ्याअभावी दावणीची जनावरे मेली. तीन पोरं अन् दोनं पोरींचा पोरवडा पदरी. पंढरीनाथाची पत्नी नवसाबाई वाडीवस्तीवर घराघरात उसनवारीसाठी

पदर पसरून हैराण होई. 'घरोघरी म्हैस खाटी, कोण कुणाची भरणार ओटी!' पिण्याच्या पाण्यासाठी दहा विहिरी पालथ्या घालायच्या. साऱ्या राज्यात भीषण दुष्काळ. सरकारी योजनाही कुठे फारशा खेड्यापर्यंत पोहोचल्या नव्हत्या. सरकारी नालाबंडींगची कामे दूर चार-सहा कोसावरती चालू असायची. आणा-दोन आणा मजुरीसाठी तरण्याताठ्या माणसांच्या झुंडी तिकडे वळत. पंढरीनाथ आणि नवसाबाई आपला चौथी पास मुलगा छगनला घेऊन नालाबंडिगच्या कामाला जात. ते कामही आठ-दहा दिवसात संपे. मग महिन्याभराने कधीतरी त्या कामाचा पगार मिळे. असे विदारक आणि पोटाला पीळ पाडणारे चित्र. जनावरं मेली, आता पोरंबाळं कशीतरी जगविली पाहिजेत. एक आण्यात एक किलो शेगंदाण्याची पेंड जनावरांना खाण्यासाठी दुकानात मिळे. पंढरीनाथ मजुरीच्या पैशातून चार-पाच किलो पेंड विकत आणायचा. जनावरांसाठी खाद्य म्हणून वापरली जाणारी शेंगदाणा पेडं पंढरीनाथाची बायको अन् पोरं खात असत. जनावराची पेडं खाऊन पोरं पोट दुखतं म्हणून तक्रारी करू लागली. पेडं खाऊन किती दिवस ढकलायचे? असा प्रश्न पंढरीनाथाला पडला होता. या दुष्काळाने आपण जनावरे गमावली. आता पोरंबाळं गमवावी लागू नये म्हणून पोट भरण्यासाठी विस्थापित होण्याचा निर्णय पंढरीनाथ व नवसाबाईने घेतला. वाडीतली व गावातली बरीचशी कुटुंबे पुण्यालगतच्या मुंढवा, मांजरी या गावाच्या ऊस पिकविणाऱ्या पट्ट्यात गेली होती. पंढरीनाथही आपल्या केंबळाच्या घरट्याला कुलूप लावून परिवारासह मुंढवा मांजरी गावाकडे निघाला. पुणे-नगर रोडवर वाळू वाहतूक करणाऱ्या ट्रकमध्ये बसून पंढरीनाथ आपल्या परिवारासह बसत असताना, ट्रकचा ड्रायव्हर त्याला म्हणाला,

"पाहुणं कुठं चाल्लाय बायको, पोरांना घेऊन?"

"कुठं जाणार बाबा, पोटाला लागलीय आग आमच्या. तवा निघालोय तिला निर्दाळायला कुठंतरी!" त्राग्याने पंढरीनाथ म्हणाला.

"प्वाटं भरायला निघालात म्हणा की!"

"आता प्वाट भरलं काय आन् निर्दाळंय काय याकचं ना?"

"कुठं जाणार?"

"तिकडं मुंढवा मांजरीला, ऊसाच्या गुऱ्हाळावं."

"आमच्या मालकाच्या शेतावं याता का काम कराया?"

"कुठं?"

"ऊरुळीला."

"पर आम्हा समद्याला काम मिळंल ना? नायतर म्हणालं पोरांना काम नाय."

"आता ही बारकी रुखीटुखी काय काम करणार बाबा! पर आमचा मालक लै भला माणूस हाये. तुमी चला तर खरं उरूळीला आमच्या मालकाकडे."

ट्रकच्या ड्रायव्हरने गळ घातली अन् पंढरीनाथ उरुळीस येण्यास तयार झाला. उरुळी गावात खोपड्याचा शेती फार्म नावाजलेला होता. शंभर एकर शेतजमिनीचा खोपडे नावाचा माणूस मालक होता. ऊसाचे भलेमोठे फड, केळीच्या लांबलचक बागा, भाजीपाल्याची लांबलचक शेतं, सात-आठ विहिरी, धो धो पाणी उपसणारी फटफट आवाजात बकाबका धूर ओकणारी डिझेलची इंजनं, शंभरावर माणसांच्या कळपाच्या झुंडी, शेतातच शेतमजूरांना राहण्यासाठी चाळी बांधलेल्या होत्या. हे सारं वैभव पाहून पंढरीनाथ अवाक् झाला. मालक खोपड्यांनी पंढरीनाथला चाळीतली एक खोली राहण्यासाठी दिली. पंढरीनाथ, नवसाबाई आणि मुलगी सगुणाला शेतात रोजंदारीवर कामधंदा दिला, तर छगन चौथी पास असल्यामुळे मजुरांची हजेरी घेण्याचे व मुकादमासोबत लिखापडी करण्याचे काम त्याला दिले. कामापोटी खर्च करण्यासाठी काही रक्कम उचल म्हणूनही दिली, तेव्हा कुठे पंढरीनाथाच्या परिवाराची शेंगदाणा पेंडीच्या जाचातून मुक्तता झाली. अठराविश्व दारिद्र्यातला पंढरीनाथाचा जीव सुखावला. छगन हरहुन्नरी होता. अल्पावधीत तो मुकादमाची फटफटीही भन्नाट वेगाने पळवू लागला. छगनचे इमानदारीपणाने काम करण्याचा गुण मालक खोपड्यांच्याही लक्षात आला होता. त्यामुळे ज्येष्ठ महिन्यात पाऊस पडताच पंढरीनाथ आपल्या परिवारासह आपल्या गावी, पेरणीसाठी परतला, पण छगनला मात्र खोपड्याने त्यांच्याकडेच कामधंदा करण्यासाठी ठेवून घेतले. खोपड्यांच्या शंभर एक ट्रक होत्या व त्या ट्रक पैठण येथील धरणावर भरावाचे काम करीत होत्या. खोपड्यांनी छगनला पैठणला धरणावर गाड्यांचा हिशोब लिहिण्यासाठी पाठवले. छगनला आता दरमहा पगार मिळू लागला अन् अठराविश्व दारिद्र्यात आरपार फाटलेला पंढरीनाथ सुखाच्या वैभवात दररोज न्हाऊ लागला.

वरकंस जिराईत जमीन, सतरा थिगळे लावलेला सदरा अंगातल्या घामाने विटला व विरला तरीही माणसे वापरत. लुगड्याला दंड वा जोड तर सर्रास दिला जात असे. लाज झाकण्यापुरता कपडा अंगावर असावा एवढीच माफक अपेक्षा. चहा पिणे म्हणजे श्रीमंतीचं लक्षण मानलं जायचं असा तो काळ. पंढरीनाथाला उरुळीला आल्यानंतर चहा पिण्याची सवय लागली होती.

छगनचा आपल्या आईवडिलांवर भलताच जीव. तो आता बाहेरच्या जगात वावरत होता. आईवडिलांनी आजतागायत सोसलेल्या हालअपेष्टांची त्याला जाणीव होती. दुष्काळात जनावरांची शेंगदाणा पेंड खाऊन काढलेले दिवस तो विसरू शकत नव्हता. पंढरीनाथला वाडीवर 'पंढरूतात्या' या नावाने संबोधित. सहा फूट उंचीचा पंढरूतात्या, डोक्याला सफेद फेटा गुंडाळीत असे. छगन खोपड्यांकडे नोकरीस लागल्यापासून तात्याच्या अंगात आता सफेद हारक कपड्याचा नेहरू सदरा दिसू लागला होता. करवतकाठी मांजरपाट धोतर कमरेला नेसायचा. पंढरूतात्याच्या एका डोळ्यात फूल पडलेलं होतं. उरुळीवरून आल्यापासून पंढरूतात्याचा भलताच रुबाब वाढला होता. वाडीच्या रस्त्याला खटारगाडीच्या चाकांचाच आजवर खडखडाट ऐकू आला होता. परंतु त्या दिवशी आकरीतच घडले. टुरटुर आवाज करीत एका ट्रकचं धूड पार वाडीतून वस्तीच्या गाडीवाटेने फुफाटा उधळीत पंढरूतात्याच्या घरापाठीमागे येऊन थांबले. वाडीत मला वाटते ट्रकचे टायर पहिल्यांदाच गाडीवाटेला लागले असावेत.

"आरेऽऽ ट्रक आला, ट्रक आलाऽऽ" अशा आवाजाचा गलका करीत लहानमोठ्या पोरांचा जथा पार वाडीपासून पंढरूतात्याच्या घरापर्यंत ट्रकपाठी ट्रकने उथळलेली धूळ अंगावर झेलत पळत आला. वाडी वस्तीवर त्या ट्रकच्या रूपाने जणू कोणी नवाच प्राणी अवतरला होता व त्याला पाहण्यासाठी पन्नास-साठ पोरं ट्रकभोवती जमली होती. काहींनी आपला कामधंदा सोडून पंढरूतात्याच्या घराकडे ट्रक पाहण्यासाठी धूम ठोकली होती. ट्रकभोवती जमा झालेल्या पोरांचा गोतावळा ट्रकभोवती गोलाकार फिरून 'ट्रक' नावाच्या अवाढव्य वाहनाला नजरेत साठवण्याचा प्रयत्न करीत होता.

"छगनदादाचा ट्रक, छगनदादाचा ट्रक..." म्हणून पोरं कुतूहलाने केकाटत होती. पोरांचा गलका ऐकून आपल्या केंबळाच्या घरातून पंढरूतात्या हातात काठी घेऊन बाहेर धावत आला आणि ट्रकभोवती गोळा झालेल्या पोरांकडे पाहात ओरडून म्हणाला,

"ये शिपताऱ्यांनो बाजूला व्हा, गाडीजवळ जायचं काम नायी, सांगून ठेवतोय. गाडीला हात लावला तं याकायाकाचं तंगडं मोडील. गाडी हाये ती, तुमच्या घरातली खटारगाडी नाय बरं का सुद्या. काय त्ये लांबून बगायचं. सांगून ठेवतोय!"

"पंढरूतात्या, ही गाडी कशी बिंगती रं?" चाहाटाळ गणप्या म्हणाला.

"तुझ्या आयचं बेणं तुझे, आयघाल्या, त्ये डायव्हरला माहीत का मला? हो

कोंड्यांचं ब्याणं कंच्या वक्ताला जनामलं कोणाला माहीत!" पंढरूतात्या वैतागून बोलला.

"पर तात्या, ही चाकं कशाची आसात्यातं रं?" असे म्हणत गणप्याने ट्रकच्या चाकाला हात लावून पाहिलाच, तोच पंढरूतात्या काठी उगारीत गणप्याच्या अंगावर धावून आला अन् ओरडला,

"आयघाल्या, देऊ का थोतरीत ठेवून? गाडी बिघाडल्यावं तुव्हा त्यो कोड्यां चालू करून द्यायला येईल का भडव्या!" रागानं पंढरूतात्या निवडुंगाच्या लाल बोंडागत लालीताल झाला.

गणप्या वरमून अपराध्यागत चेहरा पाडून दोन पावलं मागं सरला. गणप्यावरती पंढरूतात्या ओरडल्याने सगळी पोरं मनातल्या मनात थोडीशी घाबरली व गाडीपासून दोन दोन पावले मागे सरली. पोरांची आपापसात कुजबुज चालूच होती. गाडीच्या पुढील तोंडांच्या अंगाने सद्याने चकचकीत पत्र्याला न राहवून कुतूहलाने हात लावलाच. तोच पुन्हा पंढरूतात्या सद्याच्या अंगावर धावून गेला व त्याच्या अंगावर हातातली काठी उगारीत म्हणाला,

"टकुरं फोडीन आं सद्या, सांगितलं ना हात नाय लावायचा गाडीला म्हणून. भुतांनो, कवा आसली गाडी बघितली व्हती का?" पंढरूतात्या म्हणाला.

"नाय बघितली ना तात्या, तवा तर आलोय गाडी बघायला." पाटलाचा आशा म्हणाला. आशाचे बोलणं ऐकून पंढरूतात्याची छाती बेडकागत टराटरा फुगली. तो छाती फुगवीत गर्वानं म्हणाला,

"हा मग लांबून बगा, जवळ जायच काम नायी गाडीच्या, सांगून ठिवतोय."

"हा पंढरूतात्या याक इचारायचं व्हतं." काहीतरी आठवल्यागत गणप्या म्हणाला.

"आता काय, सांग आटप लवकर." सर्वज्ञ असल्यागत पंढरूतात्या म्हणाला.

"तमाशा बघायचं कसं पैसं घेत्यात, तसं गाडी बघायचं पैसं घेतलं आसतं तर किती पैसे जमा झालं आसतं नायी!" शंका उत्पन्न झाल्यागत गणप्या म्हणाला.

गणप्यांचं बोलणं ऐकून पंढरूतात्या अधिकच चडफडला व म्हणाला,

"बेण्या, फुकटात गाडी बगाया मिळालीय तुला, नशीब समज आन् आता लयी झालं बघून गाडीला. आयघाल्यांनो व्हा आता तुमच्या घराकडं, नायतर एका एकाची तंगडी मोडील." असं बोलून पंढरूतात्या गाडीभोवती जमा झालेल्या पोरांच्या मागे काठी घेऊन धावू लागला. पोरं सुसाट धावत आपापल्या घरी निघून

गेली. छगनदादाबद्दल वाडीवस्तीतल्या पोरांच्या मनात आता आदराची भावना निर्माण झाली. छगनदादा कुठंतरी मोठ्या हुद्द्यावरती नोकरी करत असणार याची वाडीतल्या आबालवृद्धांना आता खात्री झाली होती.

त्यानंतर एक महिन्याने छगनदादा ट्रक घेऊन पुन्हा वाडीत आला. त्याने वाडीत गाडी थांबविली. वाडीतल्या सगळ्या पोरांना ट्रकच्या मागील बॉडीत भरले. वाडीतून वस्तीवरच्या गाडीवाटेने येताना वाटेवर दिसणारी सगळी पोरं ट्रकच्या बॉडीत भरून सर्वांना घेऊन ट्रकमध्ये तो आपल्या घरापर्यंत आला. पहिल्यांदाच गाडीमध्ये बसल्यामुळे वाडीतल्या पोरांचा आनंद गगनाला भिडला होता. आनंदाने बेभान होऊन पोरं उड्या मारत होती, गिरक्या घेत होती. एकमेकांना मिठ्या मारत होती. मुलांच्या दृष्टीने ती त्यांच्यासाठी मोठी आनंदपर्वणी होती. गाडीत बसून फिरायला मिळाले म्हणून पोरांच्या चिमुकल्या छात्या अभिमानाने भरून आल्या होत्या. त्यांना छगनदादाचा अभिमान व गर्व वाटत होता. पोरे गाडीच्या बॉडीत बसलेली पाहताच पंढरूतात्याच्या अंगाचा रागाने नुसता तिळपापड झाला. ट्रक आपल्या पडाळीच्या मागे थांबताच तो काठी हातात घेऊन गाडीजवळ आलाच व म्हणाला,

"छग्या, आर ही बेणी काह्याला बशीवली गाडीत? आरं ही बारा घरची बारा तुह्या गाडीचं बारा वाजावतील तवा कळलं तुला. ये आयघाल्यांनो उतरा गाडीतून खाली. तुमच्या बापाची गाडी हाये व्हय रं भडव्यांनो."

"तुह्या तरी बापाची कुठं हाये? गणप्या पचाकलाच.

"कोण रं त्यो आयघाल्या, कोण हावे त्यो, टकुरं फोडीतो." पंढरूतात्या गरजला. पोरं फिदीफिदी हासली. त्यामुळे पंढरूतात्या अधिकच चवताळला. पोरांनी पटापटा गाडीतून उड्या वाटेवरच्या फुफाट्यात टाकल्या. तेवढ्यात घरात गेलेला छगनदादा परत गाडीजवळ आला आणि पोरांना म्हणाला,

"ये पोरांनो, गाडीच्या टप्पावरती लोखंडी खाट आणलीय मी तात्यासाठी, तेवढी खाली उतरवून घ्या." छगनदादाची थुंकी झेलायला तयार असणारी पोरं भराभर माकडासारखी ट्रकच्या टपावर चढली. दोन मिनिटांत खाट गाडीच्या टपावरून जमिनीवरती आली. पंढरूतात्या तोंडात साखरेची गुळणी धरल्यागत म्हणाला,

"पोरांनो, सावकाश घ्या ती खाट खाली. आजाद टेकवा खाली. खरचाटायला नको कुठं. गाडीला बी खरचाटायला नाय पायजेल." कॉट गाडीतून खाली आली.

कॉटकडे डोळे भरून पाहताना पंढरूतात्या म्हणाला,

"छग्या लेका, खाटं आणलीस, गादी आणायचा कसा इसारलास? गादी काय तुम्हा बाप आणणार!"

"बापाला त्यावढं सुदीक जमत नायी. नुसता चहा ढोसायचा आन् गादीवं लोळायला तू कोण मोठी बादशहाची आवलाद लागून गेला?" गणप्या पचकाला तशी पंढरूतात्याने त्याच्या हातातली काठी रागानं गणप्याला फेकून मारली. गणप्या सावध होता. त्यानं पंढरूतात्याचा नेम चुकवत बसकन मारली, तशी काठी पाटलाच्या आशाच्या पेकाटात बसली. काठीच्या फटक्यासारसी आशा गाडीवाटेवरच पालथा झाला अन् 'मेलो मेलोऽऽ' म्हणुन कोकालला. आशाचा आवाज ऐकून पाटलीण बाई कमरेला पदर खोचून घराबाहेर आली व तावातावाने अंगणातूनच वाघिणीगत डरकाळी फोडल्यागत ओरडली,

"कोण रं त्यो भडवा, त्याचा मुडदा बसावला, माह्या पोराला मारलं. त्याच कानफाट फोडीत्ये, कोणी मारलं माह्या पोराला?" असे बोलत पाटलीण बाई धावत त्या ट्रकजवळ आली व रणरागिणीच्या तोऱ्यात म्हणाली,

"कुणी मारलं सांगा, माह्या पोराला?"

"सांगतो ना? मी काय भेतोय का?" गणप्या म्हणाला.

"सांग ना गाभड्या, सांग, त्याचा मुडदा बसवत्ये." चवताळल्यागत पाटलीण बाई म्हणाली.

"पंढरूतात्यानी..." असं बोलून गणप्याने पळ काढला अन् पाटलीण बाईनं पंढरूतात्याकडे आपला मोर्चा वळवला.

"काय वोऽऽ दाजीबा, एवढी पोरं सोडून माव्हं पोर सापाडलं का तुमाला.?"

"तसं नाही काकू, तात्यानी काठी गणप्याला मारली होती. गणप्यानं काठी चुकवली आन् त्याच्यामागं उभा असलेल्या आशाच्या पाठीत चुकून काठीचा फटका बसला. जाणूनबुजून आशाला मारलं नाही तात्यांनी." छगनदादानी पुरवणी जोडली.

"पण मी म्हणते, काह्याला ही कार्टी गोळा झाल्यात इथं? ह्यो टराक कवा बगितलं नाय का? काय टरकाला सॉनं लागलंय का तुह्या, तवा समद्या वाडीची चिनपाटं गोळा झाल्यातं इथं! पुन्यांदा तुही टराक वाडीत आणू नको. तिकडंच पेटवं तिला नदीच्या पल्याड." पाटलीण बाईनं आशाचा राग ट्रकवर काढला अन् पंढरूतात्याचा नवीन कॉट घरी आलेला आनंद हिरावून घेतला. पंढरूतात्या

गणप्याच्या नावाने दातओठ खात रागाने काठी आपटीत घराकडे गेला.

चहा हे कोणते पेय आहे व त्याची चव कशी आहे याबद्दल बहुतांश वाडीवस्तीतले लोक अनभिज्ञ होते. परंतु नवसा काकू दररोज सकाळ-संध्याकाळ मोजून दोन कप चहा करायची. एक कप ती पंढरूतात्यांना देई व दुसरा कप गुपचीप आपल्या पोराबाळा नकळत चुलीपुढे बसून बशीतून फुरऽऽ फुरऽऽ आवाज करत पीत असे. संध्याकाळी आम्ही पंढरूतात्याच्या घरासमोरील अंगणात गप्पागोष्टी करीत बसत असू. तात्या अंगणात त्या लोखंडी खाटेवर एखाद्या महाराजासारखे पाय खाली सोडून बसलेले असत. तोंडातल्या तंबाखूची गुळणी पचकण बाहेर थुंकताना खाटेभोवती बसलेल्या आम्हां साऱ्या पोरांच्या अंगावर त्या गुळणीचे तुषार उडत. पण पोरचं ती, निर्ढावल्यागत तशीच बसून राहात. मग पंढरूतात्या नवसा काकूला हातातल्या छगनने दिलेल्या हॅन्ड्रीसॅन्डो घड्याळाकडे पाहात साद घालीत,

"नवसे सहा वाजलेत. चहा कोण देणार, तुझा का माझा बाप."

"बापाचं नाव काह्याला घ्याताय, चहा पायजेल त्ये सांगा ना!" नवसा काकू चुलीतला जाळ फुकता फुकता बोलायची.

"सांगलं तवाच मिळलं का! आयला हातपाय मोडून चुलीत घालीन तवा कळंल का तुलां." नवरेपणाचा आव आणीत पंढरूतात्या म्हणायचा.

"जन्मभर ह्येच आईकात आलेय मी. लेका-सुनांच्या राज्यात यावढा रुबाब दाखवा म्हणजी झालं."नवसा काकू म्हणाली. काही वेळाने नवसा काकू चहाची कपबशी घेऊन बाहेर येई. पंढरूतात्या कपातला चहा बशीत ओतून एक एक चहाचा घोट हळुवार फुरका मारीत पीत असत. ते पीत असताना होणारा प्रत्येक फुरक्याचा आवाज तेथे बसलेल्या प्रत्येक पोराच्या काळजात कालवाकालव करत असे. प्रत्येकाच्या तोंडाला चळचळ पाणी सुटायचं. प्रत्येकाला वाटायचं की एक दिवस तरी पंढरूतात्या एक घोटभर चहा पिण्याचा आपणास आग्रह करील, परंतु पंढरूतात्याने तसा कुणाला चहा घेण्याचा कधीच आग्रह केला नाही. परंतु आग्रहाची वाट पाहण्याचे पोरांनी कधीही थांबविले नाही.

काही दिवसांनी छगनदादाने पंढरूतात्यासाठी एक फिलिप्स कंपनीचा रेडिओ गाणी व बातम्या ऐकण्यासाठी आणला. वस्तीवर पहिल्यांदाच रेडिओचा आवाज घुमला. सकाळ-संध्याकाळ पंढरूतात्याच्या घरी रिकामटेकड्या माणसांची रेडिओवरील बातम्या आणि कार्यक्रम ऐकण्यासाठी गर्दी होऊ लागली. पंढरूतात्या,

त्याची लोखंडी कॉट आणि रेडिओ असे समीकरण तयार झाले. जेवण झाले की, जवळपासच्या शेतात इच्छा झाली तर पाय मोकळे करण्यासाठी फेरफटका मारणे, दुपारी रेडिओवरची गाणी ऐकता ऐकता वामकुक्षी घेणे, संध्याकाळी बातम्या ऐकणे, रात्रीच्या जेवणानंतर झोपेपर्यंत गाणी व कार्यक्रम ऐकत राहणे. तसेच शुक्रवारी आठवडा बाजारातून तेल, मीठ व थोडाफार किराणामाल घेऊन येणे या व्यतिरिक्त पंढरूतात्या कसलेही काम करत नसत. शेतीचे काम त्यांनी आपला मधला मुलगा व नवसा काकूवर सोपविले होते. छगनने पंढरूतात्याला सांगितले होते, 'अजिबात तगतग करायची नाही. आरामशीर खायचं, प्यायचं. मस्त मजेत राहायचं, जे पायजेल ते मला सांगायचं. मी देत जाईन, पण कॉट सोडायची नायी.' त्याचंच अनुकरण पंढरूतात्या करत होता.

संध्याकाळी आमचा पोरांचा जथा पंढरूतात्याच्या घरी संध्याकाळच्या रेडिओच्या बातम्या व इतर कार्यक्रम ऐकण्यासाठी गोळा व्हायचा. पंढरूतात्या व त्यांचा रेडिओ लोखंडी कॉटवरती विसावलेला असे. तात्या कधी आडवे झालेले असत, तर कधी कॉटच्या लोखंडी अँगलला टेकून बसलेले असत. सातच्या बातम्या ऐकण्यासाठी आमचे कान आतुर झालेले असत. त्याच वेळी कधीकधी नवसा काकू चहाची कपबशी तात्यांच्या पुढ्यात ठेवीत असे. चहा पिण्याच्या वेळेत तात्या रेडिओचा आवाज बारीक करीत. कॉटभोवती बसलेले आम्ही आमचे कान रेडिओकडे वळवत. काहीच ऐकू आले नाही तर बसलेल्यापैकी एखादं पोरगं म्हणे,

"तात्या, जरा आवाज वाढवा ना!"

"चहा पितोय. कळत नाही का?" तात्या म्हणायचा.

"पण बातमी निघून गेलीय ना तात्या"

"आसं व्हय।.." असे म्हणत तात्या रेडिओचा आवाज अजून कमी करी. पोरं एकाच आवाजात ओरडत,

"तात्या, आवाज वाढला नाही, कमी झाला."

"आसं व्हयं...!" असे पुन्हा म्हणत तात्या रेडिओचा आवाज अजून कमीच करीत. त्याच वेळी गणप्यासारखं एखादं तोंडाळ पोरगं पटकन म्हणे,

"या ***** याच्या कानात मुता रं कुणी तरी!"

हे शब्द ऐकताच पंढरूतात्याला चहा पिताना ठसका लागे. चहाची कपबशी खाली ठेवत ते कॉटवरती अंगणातल्या कोंबड्या हुसकावण्यासाठी ठेवलेल्या चाबकाला हात घालत. तोपर्यंत ते पोरगं धूम ठोकून पळून गेलेले असे. हे असे

नेहमीच काहीतरी घडायचे. आम्हाला पंढरूतात्याची आणि पंढरूतात्याला आमची सवय जडली होती. आम्ही बीनाका गीतमाला, चित्रपटगीते, भावगीते, बातम्या ऐकण्यासाठी रोजच पंढरूतात्याच्या घरी जायचो. पंढरूतात्या एक अडाणी निरक्षर माणूस. कानाला गोड लागतंय म्हणून तो गाणी ऐकायचा. गाण्यातलं, बातम्यातलं, जगातल्या घडामोडीचं त्याला काय कळत होतं हे आम्हांलाही कधीच कळले नाही. सारी सुखे आपल्या पायाशी लोळण घेतात, या जाणिवेने तो जगत होता आणि जगण्याचा आनंद स्वत: घेत होता. त्याची धुंदी व जगण्याची नशा वेगळीच होती. तो कुणा चारचौघात जाऊन सुख दुःखाच्या खपल्या उचकटीत नव्हता. शेतात काही पिकलं नाही म्हणून हळहळत नव्हता आणि पिकले म्हणून आनंदाने उसळतही नव्हता. कुणाला घोटभर चहा कधी त्याने पाजला नाही आणि त्याला कुणी पाजला तर तोही कधी त्याने नाकारला नाही. कधी कुणाला चिमूटभर तंबाखूचा विडा दिला नाही आणि विड्यासाठी कुणापुढे त्यानेही हात पसरला नाही. तात्याचं बोलणं नेहमीच तिरसट, तास सोडून आडवळणाने चालणारे आडतासी.

एक दिवस दुपारची उन्हं उतरल्यावर ज्ञानू पंढरूतात्याकडे आला. उन्हाळ्याचे दिवस, शेतात नांगरणी चालू होती. तात्या बाभळीच्या झाडाखालच्या गार सावलीत लाकडी बाजेवर रेडिओ ऐकत पहुडले होते. तात्यांजवळ जात ज्ञानू म्हणाला,

"तात्या, याक काम व्हतं."

"काय?"

"शिवळाटी पायजे व्हती."

"तुही काय झाली?"

"आजच मोडली ना नांगरीत आसताना."

"तुही मोडली मग माही मोडायला न्यायची का?"

"कशी मोडलं?"

"तुही कशी मोडली?"

"रुताड लागलं नांगराच्या फाळाला."

"आता वावरातली रुताडं संपली का सगळी!"

"तसं नाही."

"मग आसं बी नायी." अंगठ्याचा ठेंगा दाखविणारे तात्याचं बोलणं ऐकून ज्ञानू हताश होऊन रित्या हाताने परत घरी गेला. तात्या तंबाखू खात, कधीकधी विडी पित, कुठे गांजा पिणारांची मैफील बसली असेल तर बैठकीतही 'बम्ब बंबम

बोले' म्हणून कधीकधी नाकातोंडातून धूर काढीत. दोन कोसावरच्या आठवडी बाजारात दर शुक्रवारी नेमाने जात. त्यांचा उजवा पाय घोट्यात दुखत असल्यामुळे ते एका हातात धरलेली काठी जमिनीवरती टेकवीत टेकवीत चालत. बाजार म्हणजे काय तर तेल, मीठ, तंबाखू, साबण, गूळ, साखर, चहाची पूड, घासलेट अशा वस्तूंची खरेदी. बाजाराला जाताना वाडीतल्या आठ-दहा जणांचा घोळका गप्पा मारीत पायी चालत जात असे. बाजारहाट झाला की सगळे एका ठिकाणी जमत व परतीची वाट धरीत. पंढरूतात्या दर बाजारी हजेरी नित्यनेमाने लावायचाच. सर्वांचा बाजारहाट झाला की, एका ठिकाणी सगळी वाडीवस्तीतले कर्तीसवर्ती माणसं थांबायची. त्या ठिकाणी येऊन तात्या त्यांना म्हणायचा,

"ए पोरांनो, कोणाकोणाला यायचंय वरलाखल्या आळीला?" बाजारहाट केल्यानंतर सहसा कुणाच्या खिशात पैसा उरत नसे. ज्याच्याकडे शिल्लक असेल व इच्छा असेल तरच तो तात्याबरोबर वरच्या आळीला जायचा. कुणीच सोबत येत नाही असे दिसताच तात्या त्यांना उद्देशून म्हणे,

"शाणातल्या किड्यागत मरा ल्याकांनो, कवा करणार जिवाची ममई तुम्ही?" असे बोलून तात्या काठी टेकवीत वरच्या आळीला जात असे. देशी दारूच्या दुकानात एखाद्या रूपयाची दारू पोटात ढकलून परतीची वाट धरत असे. सोबत असणाऱ्या माणसाला तात्याने कधी आपल्या पैशाने दारू पाजली नाही. असा हा तात्या आपल्याच मस्तीत जगत होता.

वस्तीवरचा शिवाजी पोस्टमन गावातच टपाल वाटण्याचे काम करायचा. तो पोस्टात सकाळी नऊ वाजता दररोज जायचा. एखाद्या दिवशी गाडीवाटे वाटेवर उभे राहून सकाळी सकाळी पंढरूतात्या शिवाजी पोस्टमनच्या घराजवळ हातातली काठी रस्तावर टेकवीत मोठ्या आवाजात हाक मारी. त्यांच्या आवाजाने अनायासे आपापल्या कामात गर्क असलेल्या वस्तीचे तिकडे लक्ष वेधले जायचे.

"आरंऽऽ येऽऽ शिवज्याऽऽ रे शिवज्या झोपलास काय लेका आजून हाथरूणात, आरं ये शिवज्याऽऽ" पंढरूतात्याचा आवाज सगळ्या वस्तीवर आणि शिवारात घुमे. तात्याचा आवाज ऐकून शिवाजी पोस्टमन त्याच्या घराच्या बाहेरील अंगणात येऊन उभा राही. शिवाजी पोस्टमनला पाहताच तात्या त्याला ओरडून सांगत,

"आरं ये शिवज्या, गावात ग्याला का ब्यान्कतं जाऊन ये!"

"काह्याला रं तात्या!"

"भडवीच्या ब्यान्कत काह्याला जात्यात?"

"आता मला काय माहीत?"

"भडवीच्या शिकला त्यावढा हुकला लेका! त्या सायबाला इचारून ये."

"आरं पण काय इचारायचं?"

"त्यावढं बी कळत नायी का भडव्या?"

"आरं तात्या, काय इचारायचं ते तर सांगशील ना, बँकेत पैसं हायेत का नाय त्ये इचारू का?" शिवाजी पोस्टमन पंढरूतात्याला काय म्हणायचंय ते पूर्णत: जाणीत होता. कारण एक-दोन महिन्यांनी पंढरूतात्या त्याला ही कामगिरी करण्यासाठी सांगायचाच. जास्त गाजावाजा केला आणि वस्तीवरच्या लोकांना आपले बँकेत पैसे आहेत हे कळले तर पैसे उसनवार मागण्यासाठी वस्तीवरची माणसे आपल्यापाठी एकसारखा लकडा लावतील याची भीती पंढरूतात्याला वाटायची. म्हणून तात्या शिवाजी पोस्टमनला 'उद्या बँक उघडी आहे का याचा तपास कर' हे हाताची खूण करून सांगत. पण तात्याची हातवारे करून सांगणारी खूण न कळाल्याचा आव आणून शिवाजी तात्यांना बोलते करण्याचा प्रयत्न करी.

"पैसे काढायचंत का तात्या ब्यांकेतून?" मोठ्या आवाजात शिवाजी पोस्टमन ओरडे. ते ऐकून तात्या म्हणत,

"लेका हाळू बोल, ल्वॉक आईकतील ना!"

"ल्वॉकांनी आईकलं तर काय बिघडलं? कुणी दरोडा घालील का तुह्या घरावर?" शिवाजी पोस्टमन बोलायचा.

"च्यायला, लयी कुबेराची आवलाद, जणू बॅन्क येच्या बापाचीच. मोठा टाटा बिरला लागून ग्याला." मध्येच घुसखोरी केल्यागत गणप्या बोलायचा. विळ्या भोपळ्यागत गणप्याचं अन् पंढरूतात्यांच नातं. पंढरूतात्याचे अठराविश्व दारिद्र्य गणप्याने 'याची देही याची डोळा' पाहिलेले नसले तरी थोरामोठ्यांच्या तोंडून ऐकले होते. जनावरांची पेंड खाऊन जगलेली माणसं दिवस पालटताच आपल्या ऐश्वर्याचा कसा तोरा मिरवतात याचेच मूर्तिमंत उदाहरण म्हणून वस्ती व वाडीतले आबालवृद्ध पंढरूतात्याकडे पाहात असत. काळ असा होता की राग, लोभ, अपमान, अवहेलना, छोटा मोठा भांडणतंटा विसरून पुन्हा सारी माणसे नेहमीसारखी गप्पागोष्टी करत असत. डिझेल इंजिनाने विहिरीतले पाणी पाईपलाईनद्वारे पाटलांनी वस्तीजवळच्या शेतात आणले होते. घरात पिण्यासाठी व स्वयंपाकासाठी लागणारे पाणी भरण्यासाठी वस्तीवरची बायकामाणसे, पोरे पाईपलाईनच्या बेंडाजवळ नेहमीच गर्दी करीत. पाटलीणबाई कधीकधी सर्वांच्या अठरा पिढ्यांचा शिव्याशाप

देऊन उद्धार करी. पण तेथे पाणी भरणे कधी कुणी थांबविले नाही व शिव्याशाप दिला, म्हणून कधीच कुणी पाटलीण बाईंशी अबोला धरला नाही. पंढरूतात्या स्वतःला सुखी व धनवान समजत होता. पण वाडीवस्तीतल्या लोकांची पंढरूतात्याच्या ऐश्वर्याला मान्यता देण्याची मानसिकता नव्हती. पंढरूतात्याच्या शेताशेजारी गणप्याचे शेत. गणप्याच्या शेता शेजारी ओढा. पंढरूतात्या आपल्या धोतराचा सोगा आवरीत प्रातर्विधीसाठी हळूच आपल्या शेतातून गणप्याच्या शेतात उतरत व तेथून ओढा गाठीत. परत येताना कधीतरी पंढरूतात्या गणप्याच्या शेतातून येताना गणप्यास दिसत असे. गणप्या लगेच दूरवरून हाळी घालीत असे.

"कोण रं त्यो भडवा, माह्या वावरात उतारलाय, तिकडं वढ्यात का नाही मरत. दुसऱ्याची वावरं तुडावण्यापरीस घरातच झक मारायची ना?" गणप्याच्या आवाज ऐकताच पंढरूतात्या चोरासारखा पटकन आपल्या वावरात निघून जायचा.

छगनदादा पुण्यावरून घरी आला की, संध्याकाळी रेडिओवरच्या बातम्या, गाणी व कार्यक्रम ऐकायला वस्तीवरच्या पोरांचा गोतावळा त्याच्या घरी अंगणात पंढरूतात्याच्या कॉटभोवती नेहमीच्या सरावाने गोळा व्हायचा. तेव्हा बापाच्या अधिकारावाणीने पंढरूतात्या छगनदादाला म्हणायचा,

"छग्या, आरं किती महागाई झालीय. पैसं पुरत न्हायीत बाजारहाटाला!"

"आयला, दर बाजारी दारू लावतो ना व्हटाला, तवा दारू काय फुकाट येतीय? तिला पैसा नायी लागत का?" गणप्या चाबकाचा फटका टाकावा तसा बोललाच.

"ये, तू गप्पय मुंगळ्या, तुव्हा बाप नाय देत आणून मला पैसं." पंढरूतात्या रागावून म्हणाला.

"माव्हा नाय, पर तुव्हा बाप तर देतोय ना! माणसाला मिळालया लागलं की, लयी थ्यारं, वाढात्यात." गणप्या तोंडी लागल्यागत म्हणालाच.

"ये गणप्या, नको तोंडी लागू तात्याच्या. गप्प बस." छगन गणप्यावर डाफरला. गणप्या तोंड वेंगाडून गप्प बसला. काही वेळाने पंढरूतात्या म्हणाला,

"कसं आहे छग्या, त्याल, मीठ, साखर, गूळ, चहापूड समदं महाग झालय बगं. किती जीव मारायचा माणसांनी!"

"या आयला, येच्यावं मरीआई बसलीय, उगं कहणून जीव काढीतयं. छगनदादा आला की याचं रडगाणं सुरू! पैसं मिळालं का लागला बेडकागत डरावडराव करायला. आरं छगानदादा, येक दमडी भी नको देऊ यानला. आरं हा तात्या त्वा पैसं दिलं का लगीच गावातली ब्यॉन्क गाठतंय. छटाक प्यातय आन् आछेराचा

भाव हाणतयं. येच्यावं मरीआई कवा बसलं काय माहीत!" गणप्यानं जाणूनबुजून कागाळी केलीच.

"ये चाहाटाळ त्वांडाच्या, तुही आई तुह्या घरी घाल जा." पंढरूतात्याने गणप्यावर काठीच उगारली. पंढरूतात्या त्वेषाने म्हणाला,

"आमी येतो का तुह्या घरात त्यालं मीठ हाये का नाय ते पाहायला?"

"तुला आवतणं देयाला का तुह्यागत मी रिकामटेकडा हाये का?" गणप्या म्हणाला.

"भडवीच्या मग मी आलो व्हतो का तुह्या घरी आवतणं देयाला? गणपतराव या आमच्या घरी गावजेवण हाये. या जेवण कराया." पंढरूतात्या री ओढीत म्हणाला.

"ह्यॉऽऽ ह्यॉऽऽ, ह्यॉऽऽ, च्यायला तू काय गावजेवण देणार! त्वाडं बग आरशात. एक कप चहा कवा कुणाला पाजलाय का तुवा कधी? जहागीरदाराच्या बाता मारतंय." गणप्या आज काही केल्या माघार घ्यायला तयारच नव्हता.

"रेडिओचा डबा हाये तवा तुह्या घरी आमी येतोय, नायतर कुत्रंसुदीक इथं उभं राहायाचं नायी." गणप्या उठून जाताना बोलला. हे वास्तव सत्य होतं.

वस्तीवर पंढरूतात्याचा रेडिओ हेच त्या वस्तीवरल्या पोरासोरांचे व लहानथोरांचे विरंगुळ्याचे साधन होते. परंतु आपल्या घरी गोळा होणारी माणसे, पोरेसोरे आपल्या वैभवाची प्रशंसा करण्यासाठी येतात, असा गोड गैरसमज पंढरूतात्याचा होता. आपणाकडचा पैसा ते बँकेत ठेवीत व गरज पडली तर काढीतही असत. बँकेत पैसे ठेवणारे वाडीवस्तीवरचे आपण एकमेव गृहस्थ आहोत, या गोष्टीचा पंढरूतात्यास नितांत अभिमान व गर्व होता. आपण बँकेत जातो ही गोष्ट शिवाजी पोस्टमनखेरीज अन्य कुणालाच माहीत असू नये अशी त्यांची धारणा होती. बँकेला सुट्टी नाही याची खात्री पंढरूतात्या शिवाजी पोस्टमनकरवी करून घेत असत. बँकेत कारकूनाकडून पैसे काढण्याच्या स्लिपवर अंगठ्याचा ठसा शाईने उमटवून घेत कॅशियरने दिलेल्या त्या नोटा पुन्हा पुन्हा चार वेळा मोजत. कोपरीच्या खिशातल्या चमड्याच्या बटव्यात नोटा व्यवस्थित ठेवीत आणि रुबाबात गावातल्या राममंदिराजवळच्या हाटिलात जात, भेळभत्ता खात, चहाचा कप घशात ओतीत आणि घराचा रस्ता धरीत. आपल्या राजेशाही थाटातच पंढरूतात्या वागत आणि जगत आला होता. 'स्वान्त सुखाय' म्हणूनच तो जगला. पंचेद्रियांची सारी सुखे त्याने उपभोगली होती. फाटल्या दुःखाचे त्याने

कधीच अवडंबर केले नाही, पण आपण आपल्या वस्तीवरच्या व वाडीतल्या सर्व माणसांपेक्षा सुखी आहोत या गोष्टीचा, मात्र त्याच्या अडाणी मनाला नितांत अभिमान वाटत होता. महिन्या-दोन महिन्यांनी आपल्या घरी छगन घेऊन येणारा ट्रक, जणू आपल्याच मालकीचा आहे. तसेच खोपड्यांच्या कारभाराचा सगळा भार छगनच्याच खांद्यावर असतो, म्हणून खोपड्यांच्या इस्टेटीवर छगनचा पर्यायाने आपलाच अधिकार आहे, असा गोड गैरसमज पंढरूतात्याच्या अडाणी मनाने करून घेतला होता. छगन म्हणायचा,

"तात्या, रग्गड पैसा हाये आपल्याकडे. काय बी काळजी करायची न्हायी. राजासारखं राहा, खाटंवरून खाली उतरू नका, खा प्या, मस्त राहा." असा सल्ला पंढरूतात्याला देऊन पितृऋणातून मुक्त होण्याचा प्रयत्न करत होता. केंबळाच्या गळक्या घराच्या छतावर कौलारू अस्तर टाकावे असे कधी पंढरूतात्यांना वाटले नाही. शेतात धनधान्य पिकले की नाही याची त्याने कधी खंत केली नाही. घरात कुणी जेवलं की उपाशी राहिलंय याचीही त्याने कधी चौकशी केली नाही. पंढरूतात्याला सारे काही चहापाणी, जेवण हवं तसं, हवं तेव्हा मिळत होतं. तो त्याच्या मनाच्या मालकीहक्काचा निर्विवाद राजा असल्यागत वागला. केंबळाच्या घरासमोर खाटेवर बसून विडीचा धूर नाकातून सोडताना पंढरूतात्याने दाताखाली चावून निर्विकारपणे विडी शिलगावलेल्या काडीपेटीच्या काड्या ज्या जागेवर भिरकावल्या, त्या जागेवर आता उत्तुंग हवेली दिमाखात उभी आहे आणि पितळी धातूच्या चकाकणाऱ्या अक्षरात हवेलीवर एक नाव झळकते आहे.

"पंढरीनाथ!"

। १२ ।

सरकारी अधिकारी-लयी भारी

खोपोली शहरातल्या राष्ट्रीयकृत बँकेतला हा एक अनुभव. खासगी क्षेत्रात काम करणाऱ्या कंपनी कर्मचाऱ्यांनाही निवृत्ती वेतन कायदा सरकारने लागू केल्यामुळे भविष्य निर्वाह निधीचा काही हिस्सा कर्मचारी वेतनातून सरकारी तिजोरीत जमा होऊ लागला. मी नुकतीच वयाची अठावन्न वर्षे पार केल्यामुळे निवृत्ती वेतनासाठी आवश्यक ती कागदपत्रे संबंधित सरकारी खात्याकडे पाठविण्यासाठी जमा करू लागलो. निवृत्ती वेतनासाठी बँकेच्या जॉईन्ट अकाऊंटचीही गरज असल्यामुळे सदर खाते नव्याने सुरू करण्यासाठी आवश्यक असणारी कागदपत्रे म्हणजेच पॅनकार्ड, आधारकार्ड, रेशनकार्ड, फोटो इ. घेऊन खोपोली शहरातल्या सरकारी बँकेच्या शाखेत सकाळी ११ वाजता प्रवेश केला. सोबत माझी धर्मपत्नीही होती. खाते उघडण्याच्या फॉर्मवर मला शक्य होती ती सर्व माहिती मी लिहिली. उर्वरित अपूर्ण माहितीही त्याच बँकेच्या श्री. गायकवाड नावाच्या कर्मचाऱ्याने स्वहस्ते भरली. सदर फॉर्मला आवश्यक त्या कागदपत्रांच्या सत्यप्रती जोडल्या. स्वाक्षरी केल्या. पुन्हा एकवार फॉर्म त्या गायकवाडांनी तपासला व कोणत्याही प्रकारच्या त्रुटी राहिल्या नाहीत याचीही त्यांनी खातरजमा केली. तो पूर्ण माहितीनिशी भरलेला फॉर्म घेऊन मी व पत्नी खाते उघडणाऱ्या संबंधित अधिकाऱ्यांच्या टेबलासमोरील रांगेत उभे राहिलो. माणसांची रांग पुढे पुढे सरकत होती. जेव्हा मी त्या अधिकाऱ्यांच्या टेबलाजवळ माझा फॉर्म घेऊन आलो, तेव्हा त्याने मला विचारले,

“काय काम आहे काका तुमचे?”

“बँकेत नवीन खाते उघडायचे आहे.” मी म्हणालो.

“काका, तुम्ही बसा जरा वेळ तिकडे पाठीमागे. मी बोलावतो तुम्हाला नंतर.” त्याने माझ्या हातातला फॉर्महीपाहिला. वरवर नजर टाकून फॉर्म परत दिला आणि आम्हाला पाठीमागे बसण्याची आज्ञा केली. आम्ही तेथेच पाठीमागे ठेवलेल्या खुर्च्यांवर बसलो. कधी रांगेने, कधी घोळक्याने लोक त्या अधिकाऱ्यासमोर आपापली बँकेची कागदपत्रे घेऊन जात होते व आपले काम होताच इतर काऊंटरकडे वळत होती. अर्ध्या तासाचा कालावधी गेला. साहेबांच्या पुढ्यातली रांग काही संपत होती. पुन्हा नवीन लोक रांगेत येऊन आपापली कागदपत्रे त्या अधिकाऱ्याला दाखवत होती. तो अधिकारी आम्हाला काही केल्या बोलवत नव्हता. मी व सौ. पुन्हा त्या अधिकाऱ्याच्या टेबलासमोरील रांगेत उभे राहिलो. आमचा नंबर आला. मी माझ्या हातातला फॉर्म त्या अधिकाऱ्याच्या टेबलावर ठेवला. तो अधिकारी टेबलावरील संगणकाच्या स्क्रीनवर बघत की-पॅडची बटणे दाबण्यात रममाण झाला होता. मध्येच माऊस ऑपरेट करून हिशोबाची खातरजमा करून घेत होता. हाताखालच्या कर्मचाऱ्याला दीड कोटी बॅलन्स म्हणून सांगत होता, तर तो कर्मचारी “साहेब, पंधरा-सोळा लाखही शिल्लक नाही दाखवत, तर दीड कोटी शिल्लक कसे म्हणता तुम्ही?” असे दोघांचे संभाषण सूरू होते. साहेबांनी अजून तिसऱ्या कर्मचाऱ्याला हाक मारली. ते दोघे कर्मचारी साहेबांच्या संगणकात डोळे खुपसून बसले. मी माझा फॉर्म साहेबासमोर धरत म्हणालो,

“साहेब, माझा फॉर्म बघा ना. अहो रात्रपाळी करुन आलोय मी.”

“तुम्हाला सांगितलं ना काका, तिथं पाठीमागे बसा म्हणून!” साहेब वसकन माझ्या अंगावर ओरडला.

माणसांची भलीमोठी लाईन माझ्या पाठीमागे उभी राहिली होती. मी अपराध्यागत पुन्हा पाठीमागे येऊन बसलो. साहेब सैरभैर झाल्यासारखा बँकेत अवतीभवतीच्या काऊंटरकडे फिरत होता. ते दोन कर्मचारी साहेबांच्या टेबलावरील संगणकात दीड कोटीची शिल्लक कुठे गेली ते शोधीत होते.

एक विधवा स्त्री दोन महिने तिच्या काही कामासाठी बँकेत हेलपाटे मारत होती. तिला काही कागदपत्रे हवी होती. तिने दुसऱ्या एका काऊंटरवर रेंगाळलेल्या त्या साहेबांना आपल्या कामाबद्दल विचारणा केली. साहेब तिच्याही अंगावर वसकन ओरडले,

"इथं दीड कोटीचा हिशोब लागत नाही आणि तुम्हालाही आजच वेळ मिळाला?"

"साहेब तुम्ही तर बोलावलं होतं आजच्याला." बाईनं स्पष्टीकरण केलं.

"ठीक आहे, ठीक आहे, थांबा जरा वेळ. पहिल्यांदा हा घोळ मिटू दे. मग बघतो." साहेब म्हणाले व आपल्या टेबलाकडे वळता वळता म्हणाले,

"अरे बाबांनो, जमतच नाही का तुम्हाला? दीड कोटी शिल्लक दाखवतोय कॉम्प्युटर आणि शिल्लक पंधरा-सोळा लाख, काहीतरी गफलत होतेय बघा." साहेबांच्या टेबलापुढे पुन्हा माणसांची भलीमोठी रांग. घड्याळाचा काटा दोनच्या आकड्यावर स्थिरावला होता. साहेबांच्या संगणकातल्या दीड कोटी शिलकीची तफावत त्या दोन कर्मचाऱ्यांनी शोधून काढली होती. एक जण म्हणाला,

"साहेब, अहो कालची जमा तुम्ही वर्ग केलीच नाही. म्हणून आज दीड कोटी शिल्लक दाखविली जातेय."

"अरे, अस्सं आहे होय. करा करा कालच्या तारखेची ती रक्कम त्या तारखेला वर्ग करा." साहेबांनी आज्ञा दिली खरी, परंतु कालच्या तारखेला ती रक्कम कशी वर्ग करायची? हा संगणकावरील पुढील खेळ सुरू झाला.

साहेबांच्या टेबलासमोरील माणसांची रांग आता कमी झाली होती. मी पुन्हा रांगेत उभा राहिलो. माझ्यापुढे एक महिला बँकेत खाते उघडण्याचा फॉर्म घेऊन उभी होती. हा फॉर्म घेऊन खालीवर नजरेने फॉर्म न्याहाळून त्यांनी तो फॉर्म पुन्हा त्या बाईच्या हातात दिला व म्हणाले,

"बसा तिकडं पाठीमागे, बघतो मग."

"साहेब, किती वेळ बसायचं?" ती बाई चिडून म्हणाली.

"इथं दीड कोटीचा घोळ बघू का, तुमचं हजार रुपड्यांचं खातं बघू." साहेब त्रासिक होऊन म्हणाले.

"अहो साहेब, अकरा वाजल्यापासून आलोय आम्ही. किती वेळ थांबायचं?" मी काकुळतीच्या सुरात म्हणालो.

"त्याला मी काय करू? मी कामच करतोय ना?"

"प्लीज, बघा ना साहेब." मी विनवणी केली व माझा फॉर्म साहेबांच्या हातात दिला. साहेबांनी फॉर्म पुन्हा एकदा खालीवर पाहिला व मला म्हणाले,

"सगळी खरी खरी माहिती फॉर्ममध्ये भरा. फॉर्ममध्ये खोटी माहिती लिहिली, तर बँकेची फसगत केली म्हणून तुम्हाला दहा हजार रुपये दंड होऊ शकतो."

“साहेब, मी कंपनी कर्मचारी आहे. पेन्शनसाठी बँकेत खाते काढायचे आहे. खोट्या माहितीचा प्रश्‍न येतोच कुठे?” मी म्हणालो.

“मी सांगतो ना फॉर्म व्यवस्थित भरा म्हणून!” पुन्हा साहेबांनी फॉर्म माझ्या हाती दिला.

“अहो, तुमच्याच माणसाकडून फॉर्म भरुन घेतलाय साहेब.” मी म्हणालो.

“ठीक आहे, ठीक आहे.” साहेब असं म्हणून पुन्हा कॉम्प्युटरवर काम करणाऱ्या कर्मचाऱ्याबरोबर गप्पागोष्टीत रंगले.

“माझ्या लक्षात आले नाही, कालची शिल्लक कालच्या तारखेला कालच वर्ग करायची. म्हणून हा सारा घोळ झाला. बरं, आजच्या तारखेला रक्कम वर्ग करण्याची प्रोसेसदेखील आपल्या कुणाच्या लक्षात येईना. कोडवर्ड मिळेना. सगळाच घोळ. बरं झालं. निस्तरलं सगळं एकदाचं!”

आता कॅश काऊंटर बंद होण्याची वेळ आली. बँकेतली माणसांची वर्दळही कमी झाली होती.

साहेबांच्या टेबलासमोर चेकबुक घेऊन एक मारवाडी महिला पंधरा-वीस मिनिटे उभी होती. त्राग्याने ती साहेबांना म्हणाली,

“कितना देर खडा रहने का? काम करने का ये कौनसा तरीका है आपका?”

“तुम हमको हमारे काम के बारे में मत सिखाओ और तमीज से बात करो।” साहेब त्या बाईवर गुरगुरले.

“दहा वेळा तुमच्या टेबलावर आम्ही येतोय आणि परत माघारी पाठवून थांबायला सांगताय।” वैतागून सौ. बोलली.

“ओ बाई, गप्प बसा तुमी. कामच करतो ना मी? ते दिसत नाही का तुम्हाला?” साहेबांनी आता आपला मोर्चा माझ्या सौ. कडे वळविला.

“तुम्ही काम करत आहात ते दिसतय ना आमाला. कामाची बी पद्धत असते ना काही.” सौ. म्हणाली.

“आता तुम्ही पद्धती शिकवायच्या राहिल्या होत्या आम्हाला. आम्हाला शहाणपणा नका शिकवू. फॉर्ममध्ये चुकीची माहिती असेल, तर दहा हजार रुपयांचा दंड भरायची तयारी आहे का तुमची?” साहेब धमकावणीच्या शब्दात बोलला. मीच सौ. ला गप्प बसविले. कारण बँकेत खाते उघडणे ही ‘आमची’ गरज होती. गरजवंताला अक्कल नसते म्हणून अशा मुजोर अधिकाऱ्याचे चार शब्द ऐकून घ्यावे लागतात. खरे तर मनोमन माझ्या मनातला संताप लाव्हा रसात

खदखदत होता. बँक ग्राहकांना सेवा देण्यासाठी असतात. त्या सेवाधर्माचा विसर त्या अधिकाऱ्याला पडला होता. हेच आमचे दुर्दैव! शेवटी मीच विनवणीच्या शब्दात म्हणालो,

"साहेब, कॅश काऊंटर बंद होईल हो."

"ठीक आहे, ठीक आहे, ही स्लीप भरा आणि काऊंटरवर पैसे भरून फॉर्म घेऊन माझ्या टेबलाजवळ या." स्लीप माझ्या हातात देत साहेब म्हणाले. मी स्लीप भरली व कॅश काऊंटरवर पैसे भरून फॉर्म घेऊन पुन्हा साहेबांच्या टेबलाजवळ गेलो. माझ्या हातातला फॉर्म घेऊन साहेब गोल भिंगाच्या चष्म्यातून फॉर्ममधील माहिती बारकाईने वाचू लागले. माझ्याकडे बघत साहेब म्हणाले,

"माहिती अपूर्ण आहे."

"कोणती?" आवंढा गिळीत मी बोललो.

"कायमचा पत्ता गावाकडील लिहिलाय. तुम्ही तिथल्या सरपंचाचे रहिवासी ओळखपत्र या अर्जाला जोडले नाही. ते सोमवारी घेऊन या, नाहीतर अपूर्ण माहिती दिली म्हणून दहा हजाराचा दंड भरायची तयारी ठेवा. बरं, तुमचे पॅनकार्ड, आधारकार्ड ओरजिनल दाखवा." ओरिजनल मी साहेबांच्या पुढ्यात ठेवली. नेमके सौ. चे पॅनकार्ड घरी विसरले होते. ते उद्या मी तुम्हाला बँकेत आणून दाखवितो, असे मी साहेबांना सांगितले. 'ठीक आहे.' असे म्हणून साहेबांनी फॉर्म आपल्या ताब्यात घेतला. तेव्हा कर्मचाऱ्यांशिवाय अन्य चार-पाच ग्राहक बँकेत रेंगाळलेले दिसत होते. भिंतीवरल्या घड्याळाचा काटा तीनवर स्थिरावला होता. त्या मुजोर अधिकाऱ्याची वर्तणूक पाहून माझाही संयमाचा बांध फुटला. मी जाता जाता त्यांना म्हणालो,

"मि. सावंत साहेब, खूप सुंदर अनुभव आला आज." माझ्या बोलण्याने साहेबाचं मस्तक भडकलं.

"व्वा ऽऽ वा! आता तुम्हीच बोलायचे राहिले होते. तुमचं काम करुनसुद्धा बोलताय राव. कमाल आहे तुमची."

"अहो रात्रपाळी करून आलोय. किती वेळ थांबायचं माणसांनी?" त्राग्याने मी म्हणालो.

"थांबायचं हां ऽऽ थांबायचं, काम तुमचं आहे, थांबताय म्हणून उपकार करता का आमच्यावर? आम्ही बोलवायला आलो नव्हतो तुम्हाला तुमच्या घरी, आमच्या बँकेत या म्हणून. तुम्ही आलात. इथे शिरजोरी नाही करायची." सावंत

साहेबांनी मला सुनावले.

खाते उघडण्याचा फॉर्म दाखल करून घेण्यासाठी बँकेच्या खोपोली शाखेत चार तास वेळ खर्च करावा लागला. सरकारी नोकर, अधिकारी जनतेचे सेवक असतात. जनता जनार्दनाच्या विविध करातून सरकारी तिजोरीत पैसा जमा होतो. आणि त्या पैशातूनच या सरकारी नोकरांना, अधिकारी वर्गाला गलेलठ्ठ पगार दिला जातो. विविध सरकारी खात्यातल्या ऑफिसमधला अधिकारी, नोकरवर्ग कामानिमित्त त्या ऑफिसात येणाऱ्या सर्वसामान्य माणसाला हसतमुखाने सन्मानाची वागणूक देतो, असे चित्र फारच दुर्मिळ झाले आहे. सरकारी नोकराचा, अधिकाऱ्याचा त्रासिक चेहरा काम न करता भरघोस पगार मिळावा एवढीच अपेक्षा सातत्याने करतो. ही मंडळी ड्युटीवर येताना त्रासिक चेहऱ्याने येतात व घरी जातानाही त्रासिक चेहरा घेऊन जातात. जनता जनार्दनाचे हे सरकारी कर्मचारी सेवक नाही, मालक झाले आहेत. याचा प्रत्यक्ष हरेक सरकारी ऑफिसमध्ये सर्वांना अनुभव येतो आहे. परंतु बोलणार कोण आणि कुणाकडे दाद मागायची? सारेच एका माळेचे मणी. कुणी मारल्यासारखे करायचे, कुणी रडल्यासारखे करायचे. गळ्यात गळा घालून सातत्याने असहकाराचे गणित गायचे. सरकारी नोकरी मिळविण्यासाठीच कितीही किंमत लोक मोजतात. कारण काम कमी रुबाबाची हमी.

आपण आपल्या कर्तव्यात व नित्यनेमाने नेमून दिलेल्या कामात चूक अथवा हलगर्जीपणा केलेला या अधिकाऱ्यांना का दिसत नाही? दीड कोटीची शिल्लक रक्कम वर्ग करण्यास हा अधिकारी विसरलाच कसा? याचा अर्थ ही मंडळी जबाबदारीने काम करत नाहीत. शिवाय त्याने केलेली चूक निस्तरायला इतर दोन कर्मचारी आपले काम सोडून त्याला दोन तास साहाय्य करतात. म्हणजे त्या दोन कर्मचाऱ्यांचे नियमित काम रेंगाळले. या सर्वांच्या वर्तणुकीचा त्रास, मात्र ग्राहकांनी सहन करायचा. ग्राहकांशी अरेरावीची भाषा करण्यात ही मंडळी पटाईत. सौजन्याच्या संस्काराचा व्यवस्थापनाने दिलेला धडा ही मंडळी विसरलेली असतात. यांना वेळ काढून कामाचा दिवस भरायचा असतो. ग्राहकांच्या वेळेशी, होणाऱ्या अपव्ययाशी काही देणेघेणे नसते. अशा अधिकाऱ्यांना किंवा सहकारी कर्मचाऱ्यांना कोणी विरोध करायचा? एखाद्या स्वायत्त संस्थेचे पालक असल्यासारखे ही माणसं वावरत असतात. सरकारी विविध योजनांची अंमलबजावणी करताना सरकारी बँकांच्या कामकाजावर बोजा पडतो ही गोष्टही मान्य आहे. परंतु त्यासाठी आपल्या कर्तव्यात हेळसांड व वर्तणुकीत मुजोरपणा कशासाठी? ग्राहकाच्या मनोबळाचे

खच्चीकरण करण्याचा यांना कुणी अधिकार दिला?

सरकारी ऑफिसमधल्या कर्मचाऱ्यांचा, अधिकाऱ्यांचा खूप वाईट अनुभव मला आला आहे. त्यातच खोपोलीतल्या बँक शाखेतल्या श्री. सावंत साहेबांनी आपल्यापरीने चांगली भर टाकली म्हणून मी ही सत्यकथा लिहिण्यास प्रेरित झालो.

तालुका भूमी अभिलेख कार्यालयातून जमिनीचे काही उतारे व फाळणीबारसारखी कागदपत्रे हवी होती, म्हणून मी भूमी अभिलेखा कार्यालयात रेव्हेन्यू स्टॅम्प लावून व योग्य ती सरकारी फी भरून रीतसर अर्ज केला. संबंधित कारकुनाने अर्जाची पोच दिली व त्यासोबत अधिकारी वर्गाने लिहिलेली ठळक अक्षरातली प्रिंटेड टीप मी वाचली. 'अर्जात नमूद केलेली संबंधित कागदपत्रे, उतारे, अर्ज दिलेल्या तारखेपासून सात दिवसांच्या आत घेऊन जावीत. नंतर कोणत्याही प्रकारची तक्रार चालणार नाही व कागदपत्रे मिळविण्यासाठी परत नव्याने रीतसर अर्ज करून कागदपत्रांची फी भरावी लागेल, याची कृपया नोंद घ्यावी.' मी त्या क्लार्कला पुन्हा एकदा विचारणा केली.

"साहेब कागदपत्रे सातव्या दिवशी येऊन घेतली तर चालतील ना?"

"हो चालतील ना. परंतु आठव्या दिवशी आलात, तर पुन्हा सगळी प्रोसेस करावी लागेल आणि कागदपत्रासाठी परत अजून दुसरा हेलपाटा मारावा लागेल. तेव्हा सात दिवसांच्या आत तुमची कागदपत्रे घेऊन जा," असे विनम्रपणे त्या लेखनिकाने मला सांगितले.

बरोबर सातव्या दिवशी कार्यालयात गेलो. अर्जाची पोच त्या कारकुनाला दाखवली. त्याने उगाचच कागपत्रांचे गठ्ठे उलटेपालटे केले आणि पोच असलेला कागद माझ्या हातात परत देत तो म्हणाला,

"तुमचे उतारे अजून तयार झालेले नाहीत. चारपाच दिवसानंतर या." मी त्याला पोच असलेल्या कागदावरची टीप दाखवली, तर म्हणतो कसा, 'साहेब, इथे काम करायला माणसं कमी आहेत. काही लोक रजेवर आहेत. त्यामुळे उतारे मिळण्यासाठी तुम्हाला वेळ लागेल. सरकारी काम आहे, आम्ही तरी काय करणार? आम्ही स्वतः तर उतारे बनवून देऊ शकत नाही. उताऱ्याची परत फी भरावी लागणार नाही तुम्हाला! पहिल्या अर्जावर तुम्हाला उतारे मिळतील, पण विलंब लागेल." असे बोलून त्याने आपले तोंड टेबलावरील फायलींमध्ये खुपसले.

वैतागून ऑफिस बाहेर येऊन उभा राहिलो. वरिष्ठ अधिकाऱ्याला भेटून तक्रार

करावी तर, 'साहेब मोजणीच्या कामाला सकाळीच एका गावाला गेले आहेत. संध्याकाळी कधी येतील ते सांगू शकत नाही' असे साहेबांच्या ऑफिसमधल्या शिपायाने सांगितले. शेवटी त्या शिपायाला जरा बाजूला घेऊन माझी अडचण व कामासंदर्भात सांगितले तर तो म्हणाला,

"साहेब, तुम्ही सहा महिने या ऑफिसला हेलपाटे घालत बसलात, तरी सगळीच्या सगळी कागदपत्रे एकाच वेळी मिळणार नाहीत. इथं काम करणाऱ्या माहितगार माणसाची बदली झालीय. नवा माणूस अजून रुजू झालेला नाही. कंत्राटी कामावर त्ये एक पोरगं काम करतंय, पर त्याला बी नीट सुधरत नाही. तुम्ही येवढ्या लांबून आलात. वरती चार-पाच हेलपाटे मारले की पाच-सातशेचा चुराडा व्हणारं. बरं तुमचं काम व्हयीलच याची ग्यारंटी नायी. मी क्लार्क सायबाशी आन् त्या कंत्राटी पोराशी बोलून बघतो. शे-दोनशेवरती खर्च करणार असाल तरच सांगा बुवा!"

मी म्हणालो, "ठीक आहे, विचारून तर बघ."

तो शिपाई त्या लेखनिकाजवळ गेला. त्याच्या कानात काहीतरी कुजबुजला. परत माझ्याजवळ आला व म्हणाला,

"साहेब तुमचं काम व्हतंय, पर तासभर थांबायला लागलं."

मी म्हणालो, "ठीक आहे. हेलपाटे मारण्यापेक्षा तासभर थांबलेले केव्हाही चांगले. शे-दोनशे जातील तर जाऊन दे पुन्हा कटकट नको."

तासाभराने पुन्हा त्या लेखनिकासमोर येऊन उभा राहिलो. माझा अर्ज त्याने तेथेच काम करणाऱ्या एका कर्मचारी महिलेकडे दिला. तो अर्ज घेऊन ती बाई कागदपत्रांच्या खोलीत गेली. जवळजवळ दहा मिनिटांनी कसलेसे लांबलचक बाड घेऊन त्या कंत्राटी कामगार पोराबरोबर बाहेर आली. त्या पोराने मला बोलावून सांगितले,

"काका, यांच्याबरोबर जा. कोणकोणत्या झेरॉक्स मारायच्या हे त्यांना मी सांगितले आहे. त्याचं काय आहे त्ये तुमी बघा. झेरॉक्स आल्या की, पाच मिनिटात सह्या शिक्का मारून कागदपत्रं तुमच्या ताब्यात देतो."

त्या बाईंसोबत मी झेरॉक्स मशिनच्या दुकानात गेलो. दुकानात जाताच ती बाई म्हणाली,

"काका दोनशे रुपये द्या." मनाला पटत नव्हते, तरी नाइलाजाने दोनशे रुपये तिच्या हातावर टेकविले. झेरॉक्स काढून होताच त्या झेरॉक्सचे पंचवीस रुपये बिल

त्या बाईने मलाच द्यायला लावले. झेरॉक्स कागदावर लेखनिकाने कार्यालयाचे शिक्के भराभर मारले आणि सह्या करून कागदपत्रे माझ्या हातात दिली. कागदपत्रांची सरकारी नियमाप्रमाणे असणारी फी अर्जासोबत भरली होती. कार्यालयातले कर्मचारी रजेवर व बदलीवर गेलेत असे सांगूनही व पोचेवरती त्यांनीच लिहिलेल्या सूचनेचा अवमान करुन कागदपत्रे देण्याची ही सरकारी प्रोसिजर कोणी निर्माण केली हे सांगायला कोणा भविष्यवेत्त्याची गरज नव्हती. गलेलठ्ठ सरकारी पगार घेऊनसुद्धा सर्वसामान्य माणसांची पिळवणूक करण्यात धन्यता मानणारे सरकारी नोकरदार, अधिकारी लोक यांचे कोणत्या शब्दात कौतुक करावे? मुजोर, लोचट, संवेदनहीन नीतिभ्रष्ट या शब्दांनाही त्यांची चीड यावी, घृणा वाटावी.

जिल्हा सरकारी रुग्णालयातला प्रत्येक कर्मचारी ड्युटीवर रुजू झालेल्या क्षणापासून वैतागलेला असतो. 'लोक आजारी पडतात. दवाखाना फुकटात म्हणून सगळेच इकडे बोंबलत सुटतात. तिकडं कलमडून मरत का नाहीत साले. आमच्या डोक्याला दिवसभर ताप यांचा. रोजचीच कटकट. एकाला कटवला का दुसरा, त्याच्या पाठी तिसरा, लाईन कधी संपत नाही दिवसभर. रोजचे रडगाणे.' असा विचार तेथील कर्मचाऱ्यांच्या मनात सतत खदखदत असल्यामुळे ते निष्ठुर, निर्विकार, बेदरकार झालेले दिसतात. कोणालाही सरळ साध्या भाषेत काही विचारणा केली, तरी ते उडवाउडवीची उत्तरे देतात. मला माहीत नाही. तिकडे विचारा, इकडे विचारा असे काहीबाही सांगून चकरा मारायला लावतात.

मी अठरा वर्षे वयाच्या हृदयरोगी, अत्यंत कृश प्रकृतीच्या भाचीला हृदयरोगाचे सरकारी प्रमाणपत्र मिळावे, म्हणून तिला घेऊन जिल्हा रुग्णालयात गेलो होतो. पहिल्या दिवशी केसपेपरसह डॉक्टरांच्या या केबिनमधून त्या केबिनमध्ये, अशा पाच-सहा केबिनला हेलपाटे मारून इच्छित ठिकाणी पोहोचण्यास दोन तासांचा कालावधी लागला. आपण त्या ठिकाणी नवीन असल्यामुळे सांगतील त्या ठिकाणाचा शोध घेत धावपळ करावी लागते. शेवटी मेडिसिनच्या डॉक्टरांनी आमची विचारपूस करून व भाचीची तपासणी करून इकोटेस्टसाठी त्या रेडिओ डिपार्टमेंटकडे पाठवले. तेथे रुग्णांची तुडुंब गर्दी. केसपेपर काऊंटरवरच्या डॉक्टरांना दाखवला. ते म्हणाले,

"आज नाही इकोटेस्ट होणार पेशंटची. परवा सकाळी बरोबर नऊ वाजता या. इथे याच ठिकाणी या केसपेपरसोबत त्या दिवसाचा नवीन केसपेपर घेऊन किंवा

याच केसपेपरवर परवाच्या तारखेचा शिक्का मारून घ्या व केसपेपर काऊंटरवर द्या.”

“डॉक्टर खूप लांबवरून आलोत आम्ही. शिवाय पेशंट मुलीला जास्त वेळ चालले तर धाप लागते. तेव्हा तिला पाठीवर घेऊन चालावे लागते. आजच्यासारखा परवाच्या दिवशी आमची फुकट फेरी होता कामा नये.” मी आमच्या वस्तुस्थितीची जाणीव करून दिली.

“नाही, नाही परवा बिनधास्तपणे सकाळी नऊ वाजता इथे या. नक्की तुमच्या पेशंटची टेस्ट आम्ही करून देऊ.” डॉक्टरांचे आश्वासन घेऊन आम्ही दुपारी दोन वाजता परत आमच्या गावी गेलो. डॉक्टरांनी सांगितलेल्या दिवशी सकाळीच जिल्हा रुग्णालयात हजर झालो. जुन्या केसपेपरवर फी भरुन त्या दिवसाच्या तारखेचा शिक्का मारून घेतला. रेडिओ डिपार्टमेंटमधील इकोटेस्ट रूमसमोर थांबलो. नऊ वाजता डॉक्टर आपल्या मदतनीसांच्या लवाजम्यासह हजर झाले. आज वेगळाच डॉक्टर होता. परवाच्या डॉक्टरचे नावसुद्धा आम्ही विचारले नव्हते. त्यामुळे आमची पंचाईत झाली. कागदपत्रे उपस्थित डॉक्टरला दाखवली. त्यांनी ती कागदपत्रे परत माझ्या हाती दिली व म्हणाला,

“केसपेपरवर पलीकडच्या खिडकीत इको टेस्टची अपॉईंटमेंट घ्या व दिलेल्या तारखेला टेस्टला या.”

“अहो, डॉक्टरसाहेब, आम्ही परवा इथे टेस्टसाठी आलो होतो, तेव्हा इथे असणाऱ्या डॉक्टरांनी आज आम्हाला टेस्टसाठी येण्यास सांगितले, म्हणून आम्ही आज आलो आहोत.” मी स्पष्टीकरण करून सत्यकथन केले.

“अहो काका, त्या दिवशी तुम्ही केसपेपरवर अपॉईंटमेंटची तारीख का नोंद करून घेतली नाही? रजिस्टर व केसपेपरवर टेस्टच्या तारखेची नोंद करावी लागते. त्याशिवाय तपासणी व टेस्ट करता येत नाही.” डॉक्टर त्राग्याने मला म्हणाले.

“बरोबर आहे डॉक्टर तुमचं म्हणणे, परंतु त्या दिवशी, त्या डॉक्टरांनी आम्हाला असे काही सांगितले नाही.” मी डॉक्टरांना म्हणालो.

“त्याला मी काय करू? तुमचं तुम्ही पाहा.” डॉक्टरांनी धाडकन आपल्या केबिनचा दरवाजा लावून घेतला. नाइलाजाने अपॉईंटमेंट देणाऱ्या खिडकीजवळ जाऊन चौकशी केली तर तेथील कारकून म्हणाला,

“काका पुढील पंधरा दिवसांच्या अपॉईंटमेंट फुल आहेत. देऊ का अपॉईन्टमेंट बोला.” माझं डोकं बधीर झालं.

मी म्हणालो, “परत जरा वेळाने येऊन अपॉईंटमेंट घेतो.”

अस्वस्थ होऊन मी भाचीसोबत असणाऱ्या मेहुण्यासह हॉस्पिटलच्या दरवाजाजवळ येऊन उभा राहिलो. इतक्यात माझा शालेय वर्गमित्र समोर दत्त म्हणून पुढ्यात हजर राहिला. ख्यालीखुशाली औपचारिक चौकशीनंतर कळले की, तो त्या जिल्हा रुग्णालयातल्या मेडिकल कॉलेज ऑफिसमध्ये नोकरीला आहे. त्याला मी रुग्णालयात येण्याचे प्रयोजन व सर्व घटनाक्रम सांगितला. त्याने एका कागदावर इको टेस्ट डिपार्टमेंटला टेस्टविषयी लिहिले व ऑफिसमध्ये पोहोचताच फोन करून संबंधित डॉक्टरांशी तत्संदर्भात भाष्य केले. आम्ही परत इको टेस्ट डिपार्टमेंटमध्ये गेलो. केसपेपर काऊंटरवर दिला. तो डॉक्टर व तेथील क्लार्क तिरस्कारयुक्त भावनेने आमच्यकडे पाहात होते. जणू काही आम्ही अक्षम्य गुन्हा केला आहे.

“बसा तिथं पाठीमागे. पुढचे पेशंट झाल्यानंतर बोलावतो.” त्रासिक सुरात क्लार्क महाशय म्हणाले.

अगोदर नंबरवर असणाऱ्या पेशंटमध्ये डॉक्टरांच्या अन्य सेवकवर्गाच्या ओळखीचे, तसेच काही इमर्जन्सी पेशंट घुसत होते म्हणजेच चेकअपसाठी घेतले जात होते. सर्वांत शेवटी आमच्या पेशंटला घेतले. टेस्ट रिपोर्ट घेतला. तेव्हा हृदयरोगी डॉक्टरांच्या तपासणीची केबिन बंद झाली. दुपारी तीन वाजता ती केबिन उघडली, तेव्हा पेशंटची भलीमोठी रांग. त्यातही केबिन दरवाजावर ड्युटी असणाऱ्या कर्मचाऱ्यांच्या ओळखीने, त्याच्या सहकाऱ्याच्या व डॉक्टरांशी संबंधित पेशंट रांगेमधून पुढे सोडले जात होते. कसेतरी डॉक्टरांपर्यंत पोहोचलो. रिपोर्ट दाखविला व केसपेपरवर हृदयरोगी असल्याचे सर्टिफिकेट देण्यात यावे असे लिहून मिळताच हॉस्पिटलच्या सर्टिफिकेट देणाऱ्या सीएमओच्या ऑफिसमध्ये पोहोचलो, तेव्हा तेथील कर्मचाऱ्याने सांगितले,

“साहेब मीटिंगला गेले आहेत तीन वाजता. कधी येतील ते सांगता येणार नाही.”

माणसांची, पेशंट्सची तुडुंब गर्दी. संध्याकाळचे पाच वाजले. एक मध्यमवर्गीय स्त्री मुलीला कुत्रा चावला म्हणून उपचारासाठी जिल्हा रुग्णालयात आलेली. संबंधित डॉक्टरांनी रेबीज इंजेक्शन मेडिकल स्टोअर्समधून विकत आणायला सांगितले. कारण हॉस्पिटलमधील इंजेक्शनचा साठा संपलाय म्हणे. त्यासाठी ती सीएमओकडे तक्रार द्यायला आलेली. साडेपाच वाजले. साहेबांचा त्यांच्या

ऑफिसमध्ये अद्यापही शिरकाव झालेला नाही. साहेबाच्या सहीनंतर क्लार्क त्या पेशंटचे सर्टिफिकेट टाईप करणार आणि मग साहेब सर्टिफिकेटवर सही करणार. साहेब ऑफिसमध्ये आल्यानंतर तासभर तरी सर्टिफिकेटसाठी थांबावे लागणार होते. गरजवंतांच्या सहनशीलतेची ही मंडळी परीक्षा घेतात.

साहेबांची वाट पाहून कंटाळून बहुसंख्य लोक आपापल्या घरी निघून गेले. दूर गावावरून आलेले आमच्यासारखे तीन-चार लोकच थांबले होते. साहेब बरोबर सहा वाजता आले. अर्ध्या पाऊण तासात आम्हाला सर्टिफिकेट मिळाले व आम्ही सुटकेचा श्वास घेतला.

सकाळपासून त्या हॉस्पिटलमध्ये धावपळ करून थकलो होतो. दुपारी पोट फुगले म्हणून लघवीसाठी हॉस्पिटलमध्ये टॉयलेट शोधत होतो. त्यासाठी तेथील एका कर्मचाऱ्याला विचारणा केली. त्याने सांगितले,

“इथे टॉयलेट नाही. हॉस्पिटलच्या मागील बाजूस जा. तेथे टॉयलेट आहे.” त्याने सांगितल्याप्रमाणे हॉस्पिटलच्या मागील बाजूस शोध घेतला. शोधत पुन्हा आहे त्या ठिकाणीच आलो. ज्या ठिकाणी त्या कर्मचाऱ्याला मी टॉयलेटची विचारणा केली होती, त्याच ठिकाणी टॉयलेट होते. जाणीवपूर्वक त्या कर्मचाऱ्याने टॉयलेटच्या शोधासाठी मला संपूर्ण हॉस्पिटलभर फिरायला लावले. हा अमानवीपणाचा व कृतघ्नतेचा कहर झाला. आजारी रुग्णांची सेवा करत असतांना येथील कर्मचाऱ्यांची मनेही आजारी झाली आहेत की, काय अशी शंका येते. गेंड्याच्या कातडीसारखी निब्बर आणि कठोर मनाचे निष्ठुर व निर्विकार कर्मचारी सोयीस्करपणे आपले सेवाधर्म करण्याचे काम करण्यात अक्षम्य अशी हेळसांड करुन सर्वसामान्य लोकांची पिळवणूक करतात. सर्वसामान्य माणसांना योग्य ते मार्गदर्शन न करता त्याच्या अज्ञानाचा, अपूर्ण माहितीचा गैरफायदा घेऊन आपल्या कर्तव्यात कसूर करतात. बहुतांश क्षेत्रातले सरकारी कर्मचारी आपल्या अधिकार क्षेत्राचा मालकी हक्कासारखा वापर करतात व मालक असल्याप्रमाणे वावरतात. साहेबांना सलाम केल्याशिवाय कोणतेही आणि कोणाचेही काम सन्मानाने होऊ शकत नाही. हुजरेगिरी व मुजरेगिरीमुळे सरकारी क्षेत्रातले कर्मचारी मुजोर झाले आहेत. हे निर्विवाद सत्य नाकारता येत नाही.

एका पोलीस स्टेशनमध्ये माझ्या समक्ष एका अधिकाऱ्याने एकाचा जबाब कागदावर लिहून घेतला आणि तो त्या इसमाला वाचून दाखवला आणि जबाब

लिहिलेल्या कागदावर बरीचशी रिकामी जागा ठेवून कागदाच्या शेवटी एका कोपऱ्यात त्याची व त्याच्या समक्ष साक्षीदारांच्या नावानिशी सह्या घेतल्या. नंतर सह्यांच्यावरील अंगाला कागदाच्या रिक्त असलेल्या जागेत त्या अधिकाऱ्याला हवा असणारा मजकूर लिहिला. पोलीस खात्याकडे न्याय मागायला आलेल्या माणसाची डोळ्यांदेखत फसवणूक करून त्यांना न्यायापासून अशा प्रकारे वंचित ठेवले गेले. साक्षीदारांसमक्ष सहीनिशी तुम्हीच मला आमची कसलीही तक्रार नाही असे लिहून दिले आहे. तुमचा जबाब तुम्हाला वाचून दाखविला. वा रे वा अधिकारी! जबाबावर सह्या घेऊन नंतर जाणीवपूर्वक रित्या ठेवलेल्या जागेत 'तक्रार अर्ज मागे घेतो आहे. कसलीही तक्रार नाही.' असे लिहून अन्यायग्रस्त माणसांना न्याय न देता तूही अन्यायच करतो. कारण न समजण्याइतपत अवघड मुळीच नाही. त्या माणसावर ज्यांनी अन्याय केला होता किंवा त्यांनी ज्या माणसाविरुद्ध तक्रार नोंदवली होती, त्या माणसाने त्या अधिकाऱ्यांशी अर्थपूर्ण संधान अगोदरच बांधले होते. इतक्यात त्या ठिकाणी एक माणूस आला आणि पॅन्टच्या खिशातून त्याने एक हजार रुपयांच्या नोटांचं भलंमोठं बंडल बाहेर काढून त्या अधिकाऱ्याला दाखवताच, तो अधिकारी ओरडला,

"ये डोकं फिरलंय का बाबा तुझं. पहिलं ते हातातलं खिशात ठेव. सीसीटीव्ही कॅमेरे लावलेत इथं. नोकरी घालवतोस का माझी? असं नाही करायचं, कधी इथं. नोटा तर अजिबात बाहेर काढायच्या नाहीत. जा त्या तिथं पलीकडच्या खोलीत. कोपऱ्यात एक टेबल ठेवलाय त्या टेबलाच्या ड्रॉवरमध्ये खिशातला माल ठेवून दे. असं काही असलं की ते त्या टेबलाच्या ड्रॉवरमध्ये ठेवायचं." तुमचं काम तुमी करायचं, आमचं काम आमी करू. विना सहकार नाही उद्धार, असा हा डोळ्यासमोर घडत असलेला भ्रष्टाचार बघून खूप चीड आली.

म्हणतात ना लाच घेणाऱ्यापेक्षा लाच देणारा अधिक दोषी असतो. परंतु हे सरकारी कर्मचारी कार्यालयीन कामासाठी ऑफिसमध्ये येणाऱ्या गरजवंताची आपल्या स्वार्थासाठी नाना सबबी सांगून जाणीवपूर्वक कोंडी करून त्याच्या हतबलतेचा नेहमीच गैरफायदा घेतात. बरे वरीष्ठाकडे तक्रार करायची म्हटले तर वरीष्ठ अधिकारी "तू रडल्यासारखं कर, मी मारल्यासारखं करतो" या विधानाचा प्रत्यय देऊन आपल्याच कर्मचाऱ्याला अंतर्गत सहकार्य करतात. सर्वच सरकारी अधिकारी, कर्मचारी असे असतात असे नाही. निदात चार दोन टक्के सरकारी कर्मचारी, अधिकारी आपला सेवाधर्म निष्ठेने बजावत. परंतु जास्तीत सरकारी

अधिकारी व कर्मचारी कर्तव्य बजावताना इमानदारीच्या तोंडाला पाने पुसतात, हे सत्य कोणीही नाकारू शकत नाही. सरकारी सेवा परीक्षेचे पेपरसुद्धा ढग फुटीसारखे फुटतात आणि साऱ्या देशभर पाझरतात. सरकारी योजना ज्या जनहितासाठी राबविल्या जातात, त्यात करोडो रुपयाचे होणारे घोटाळे सरकारी अधिकाऱ्यांचा वरदहस्त असल्याशिवाय होणे शक्यच नाही. स्वच्छ भारत, भ्रष्टाचार मुक्त भारत होण्यासाठी मुळात भ्रष्टाचाराची कीड पुर्णतः नाहीशी होणे गरजेचे असले, तरी सरकारी कर्मचारी, अधिकारी वर्गासोबत समाजमनातसुद्धा संस्कारक्षम नैतिक मूल्यांची जोपासना होणे तितकेच महत्त्वाचे आहे. माणसाच्या असहाय्यतेचा, हतबलतेचा फायदा घेऊन सरकारी कर्मचारी भ्रष्टाचारासाठी लोकांना मजबूर करतात. नाइलाजास्तव पीडित माणूस भ्रष्टाचारासाख्या पापकृत्यात ओढला जातो. गलेलठ्ठ सरकारी पगार, सुविधा असूनही या कर्मचाऱ्यांची हव्यासाची, स्वार्थाची भूक काही केल्या भागत नाही. ती दिवसेंदिवस वाढत होते आहे. कायद्याला असंख्य पळवाटांचे पर्याय हे लोक सातत्याने शोधत असतात. 'पकडला तर चोर, नाही तर शिरजोर', अशीच एकूण अवस्था! वरपासून खालच्या स्तरापर्यंत वाळवीसारखी पोखरलेली यंत्रणा. धुतल्या तांदळासारखे बाह्य अंगाने सारे काही स्वच्छ. सेवाधर्म नावाला उरलाय. मेवाधर्म दिवसेंदिवस फोफावतोय. सरकारे येतात, जातात. सत्ताधिशांचे करोडो रुपयांचे घोटाळेच सरकारी कर्मचाऱ्यांना भ्रष्टाचाराची प्रेरणा देतात. 'तुम्ही खाता, मग आम्ही का खाऊ नये', असाही प्रश्न त्यांना पडत असेल. आज प्रत्येकाला सरकारी नोकरीचा हव्यास सुटला आहे. त्यासाठी वाटेल ती किंमत मोजली जात आहे. सरकारी नोकरी म्हणजे गवताळ हिरव्यागार लुसलुशीत चाऱ्याचं चराऊ कुरण झाले आहे. म्हणूनच -

'सरकारी नोकरी-लयी भारी!

। १३ ।

विकतचं दुखणं

गोष्ट तशी जुनीच. मी राहत्या घराशेजारील रस्त्यावरच्या कट्ट्यावर बसलो होतो. तो आला आणि माझ्याशेजारी येऊन बसला. अगदी ओळखीचा असल्यासारखा. अनोळखी असूनही बिनधास्तपणे बोलायलाही लागला.

"दादा, याक काम व्हतं तुमच्याकं."

"काय काय ? आन् मी तुमाला..."

"हां, बराबर हाये, वळखीत नायी, कसं वळाखणार? पह्यल्यादांच गाठ पडली ना आपली. त्या शेलारमामांनी सांगितले तुमाला भ्याटायला. आता शेलारमामाला तरी वळाखता का?" त्याने मलाच प्रतिप्रश्न केला. मी होकारार्थी मान डोलावली. तसा तो म्हणाला,

"तर दादा, तुमी घाटावरचं, म्हंजी आपल्या गावाकडचं. म्हंजी आपूण दोघंबी गाववालंच की! हे शेलारमामांनी मला सांगितलं, तवा तुमाला भेटलो. म्हंजी बगा तुमी खेडाचं आणि मी तिकडं निघुज्याचा. तिकडे निघुज्याला माझं घर हाये. पर मी तिथं नाय राहात. मी तिकडं राजुरीला राहातोय भाड्याच्या खोलीत. बायकू, एक पोर आन् लगीन झाल्याल्या दोन बहिणी. एवढाच गणगोत. आई-बाप दोनी बी कवाच गचाकली. मला बी ठावं न्हायी, म्हंजी तवा बारीक व्हतो ना मी. काय बी कळत नव्हतं तवा मला वोऽऽ, माझं कायीम आसं व्हतं बगा. मुद्दा सोडून कवा गुद्द्यावं आलो हे माझं मला कळलं नाय बगा. डायवर व्हतो मी वडापवर.

आवो, ती काळी-पिवळी गाडी चालवायचो राजूरीला. त्येच्यावंच प्वाट- पाणी. तवा कोणी रुपाया कमी दिला का टकुरं फिरायचं. लगीच हामरीतुमरी. आवो, माणसं लयी बेरकी. आपलं गाव येईस्तोवर किती बी येळा हाटाकलं तरी भाड्याचं पैसं नाय द्यायची. आरं, देतो ना दादा, कुठं पळून चाललेय का? आसं म्हणून उगी गप राह्याची आन् गाव आलं आन् गाडीतून खाली उतारल्यावं सदऱ्याचं खिसा पार उलटा करून दाखवायची. 'नाय बा पैसा खिशात माझ्या. माफ कर येवढ्या वक्ताला.' म्हणून वर कोडग्यावानी हासायची. बरं गाडीचा मालक ट्रिपावं पैसे माझ्याकून टरकावायाचा. तवा दादा आपन बी शाणा झालो. इमानदारीची दुनिया नाय राह्यली. गाडीत कुणी बसला का 'पहिलं पैसं काढ, नायतर उतर खाली.'

आवो, माह्यी बायकु आजारी असतीया. कार्ट याक. त्याला बी कवा ताप, कवा खोकला. पार पार कटाळून गेला जीव. काह्या काह्याला त्वांड द्यावं माणसानी. हातावर प्वॉट आपलं. थंडी-तापानी कणकणलो, तरी बी वडाप वढायाचं लागती. कोण बसून फुकाट खायाला घालील. नाय जमीनजुमला, ना शाळंचा पत्ता. चवथी-पाचवी शिकवली मला मोठ्या बहिणीनी आन् झालो ट्रकावं किलीनर. गाडी चालवायला शिकलो. लायसन काढलं आन् धरली वडाप. आळंफाटा ते राजुरी. हाच्या, ह्ये काय लामण लावीत बसलो मी. मुद्द्याचं तं बाजूलाच राहिलं. बरं आसू द्या हे बी. तुमास्नी सांगाया पायजेय नाय तं माव्हं काय काम हाये तुमच्याकं त्ये, तुमास्नी कळायचं नाही. बहिणीनं माव्हं लगीन करून दिलं. म्हणाली, 'लाग बाबा आता तुह्या परपंच्याला.' पर, दादा, बायकु किडकं रताळु मिळाली. याक प्वार बी झालं, पर सदान्कदा दवा-डाकतर. पार जीव येळवटुन ग्याला बगा."

"पण मग आता इथं कशाला आलाय तुम्ही?" मी त्याला मध्येच थांबवत म्हणालो.

"हां त्येच तं तुमाला सांगायचं मला. आवो, म्या कणी याम्प्लामेटांच कार्ड काढलं व्हतं. आमी जातीचं धनगर. मला जातीवं डायवराची सरकारी नवकरकी लागली. इथल्या तुमच्या नगरपालिकेमधी. तवा आलोय इथं. आज म्हैयना व्हयाला आलाय बगा."

"चांगल झालं, सरकारी नोकरी मिळाली. सरकारी नोकरी आजकाल मिळणे फार कठीण झाले आहे."

"तुमचं म्हणणं बराबर हाये दादा, पर येक आडचण हाये."

मी मनातल्या मनात विचार केला की, हा मला कुठेतरी अडचणीत आणू पाहात आहे किंवा कुठे तरी माझा वापर करून घेण्याच्या इरादाने आला आहे. त्याच्यापासून सुटका करून घेण्याच्या विचारात मी गढून गेलो होतो. परंतु तो ठामपणे त्याचे म्हणणं मला ऐकविण्यात दंग झाला होता.

"कसं हाये दादा, आज महिना झाला मी नगरपालिकेतल्या एका बंबवाल्याच्या खोलीत राहातोय. तो बी याकलाच व्हता. महिनाभर आडचण हाये तं राहा म्हणाला. आता गावावून त्याचं बिऱ्हाड येतंय. तवा आपण आपली सोयी नको का कराया!"

"हो, बरोबर आहे."

"बरोबर हाये ना, पटलं ना तुमास्नी. किती बी केलंत आपुन गाववालं. ह्या बोटाची रग ह्या बोटालाच यायची. मग कुठं करिता माझी राहायाची सोयी?"

"शाब्बास, वा रे बहाद्दरा, तू मलाच बळीचा बकरा बनवायला लागलास की. आरे, मीच भाड्याच्या खोलीत राहतो. माझ्या बायको-पोरांसह. तुझी कुठं सोय करू?"

"आवं, काय बोलता दादा तुमी? तुमी नका कायी करू. पर तुमच्या वळखीवं कायतरी माह्यी राहण्याची सोय लावा. आवं, आपलं माणूस काह्याला क्यॉलंय. दादा मी तुमच्याकंच का बरं आलो. आपलं म्हणूनच ना?"

"आरे, पण मी नाही तुझी सोय करू शकत बाबा. खरंच मी साधासुधा माणूस आहे. तू ठीक गाववाला म्हणतोस. परंतु तुझी माझी आज पहिल्यांदाच ओळख आणि भेट होतेय. माझ्याकडे तुला शेलारांनी पाठविलाय ना, त्या शेलारांनाच सांग ना काहीतरी सोय करायला."

"दादा, आवं डायवर माणूस हाये मी. माणसांची लयी पारख हाये बगा मला. कंचं माणूस कामाचं आन कंचं बिनकामाचं लगीच वळाखतो बगा मी. तुमी भाड्याच्या खोलीत राहाता. तुमच्या घरमालकाकं एक खोली रिकामी हाये ना भाड्यानी दयायला. आता तुमी माझ्यासाठी तुमच्या घर मालकाकं शबुद टाकला, तं त्यो शबुद वाया नाय जायाचा. शेलारमामांनी सांगितलं तवा तं तुमच्याकं आलोय."

मी अवाक झालो. एक अनोळखी माणूस गाववाला म्हणून भेटतो आणि भाड्याची खोली मिळवून देण्यासाठी मला गळ घालतो. घरमालकाकडे या माणसाची मी कशी शिफारस करणार? या प्रश्नचिन्हाने माझ्या डोक्यात विचारांचा गदारोळ माजला. तरीही उगीच नसती बलामत अंगाशी नको म्हणून मी त्याला

म्हणालो,

"ह्ये बघ, इथं एक खोली रिकामी आहे आमच्या घरमालकाकडे. पण घरमालक माळकरी बुवा आहे. ते मांसाहार करणारा, दारू पिणारा, गडबड गोंधळ करणारा भाडेकरू आपल्या खोलीत ठेवत नाहीत. तू डायवर माणूस म्हणजे या सगळ्या गोष्टी ओघाने आल्याच. तेव्हा ते तुला आपली खोली भाड्याने देणार नाहीत."

"काय बोलता दादा, तुमी. माणसाच्या जातीगत आमची डायवरची जात निवडली व्हय. आवो, गरीब माणूस मी. आजवर वडाप वडून हातावं प्वाटं भरलंय. आता ही सरकारी नोकरी लागली. बायकूच्या आन् प्वाराच्या आजारपणानं बेजार झालोय. आईच्यानं प्यानं, खाणं नाही बा. देवाशपथ! पर टाका शबुद खोलीसाठी मालकाकं. तुमचं उपकार जन्मभर नायी इसरायचो."

त्याच्या त्या बोलण्यामुळे माझ्या अंतःकरणातली सहृदयता आणि माणूसपणा जागा झाला. तुकारामाचा रंजल्या-गांजल्याचा अभंगही आठवला. माणसाच्या सेवेतच देवत्व शोधण्याची गुरुजनांची शिकवणदेखील त्या माणसाला मदत करण्यासाठी माझ्या मनाला प्रोत्साहित करू लागली. मी म्हणालो,

"काय नाव काय आहे तुमचं?"

"खोमणे. मच्छिंद्र देवराम खोमणे. आळ्याफाट्यावं 'मच्छा डायवर आच्छा डायवर' म्हणून समदी मला वळाखत्यात बगा."

"पिणं म्हणजे दारू पिणं आणि मांस-मच्छी खाण्याला बंदी आहे इथे. घरमालकाच्या घरातली सगळी माणसं शाकाहारी व माळकरी आहेत. खोलीसाठी डिपॉझिटदेखील द्यावं लागेल. व्यवस्थित विचार करूनच निर्णय सांगा मला, तरच मी तुमची अडचण एक गाववाला गरीब माणूस म्हणून घरमालकाला सांगतो. उगाच मला तोंडघशी पाडू नका. तुम्हाला सगळी कल्पना देतोय. मागावून घरमालकाची माझ्यामागं किरकिर नको. काय आणि कसा भाडेकरू दिला, म्हणून घरमालक माझ्या नाकात दम आणील."

"दादा, आवं जरा तरी माणसाचं मन वळखा. आवं शिकल्याली माणसं तुमी. उडल्या पाखराची पिसं मोजायाची आक्काल दिलीय देवानी तुमास्नी. तुमाला माझी गोष्ट सांगता सांगता माझ्या घसाला कोरड पडलीय. तरीबी आपली माझी खोली-रुंदी मोजीत बसलाय. जाव द्या, खऱ्याची दुनिया नाय राह्यली आता, खोट्याच्या पायावं आपटायचा माथा."

"तसं नाय बाबा, उगाच मागून वाईटपणा नको."

मी त्याला घेऊन घरमालकाकडे गेलो. ड्रायव्हरची नोकरी ऐकल्यावर घरमालकाचा चेहरा चिंच खाल्ल्यागत आंबट झाला. ते म्हणाले,

"डायवर माणूस म्हणजी बारा गावाचं पाणी पेलेला. खाणारी-पेणारी रगेल आसत्यात ही माणसं. आपल्या हातानी इकातचं दुखणं काह्याला घ्यायचं अंगावं वढून. समदी माणसं तसी नसत्यात. पर आपुन जपून असल्यालं बरं."

घरमालकाने नकारघंटा वाजवली. मीच पुढाकार घेऊन म्हणालो,

"अण्णा, हा घाटावरचा आमच्या गावाकडील गरीब माणूस आहे. त्याला सगळी कल्पना मी दिली आहे. मांसाहार करणारा व दारू पिणारा हा माणूस नाही, याची तुम्हाला मी हमी देतो."

"तुमी हमी घेता तर डिपॉझिटचं कसं? मागच्या महिन्यातच दहा हजाराचा खर्च झाला. खोलीचं पत्रं आन् दरवाजा खिडक्या बदलले तवा पाच हजार रुपये डिपॉझिट तरी देया लागलं आन् तीनशे रुपये भाडं पडंल."

अण्णांनी डिपॉझिटच्या आग्रहासह भाड्याचेही स्पष्टीकरण केले.

"चालंल, मला कबूल हाये डिपाझिट आन् भाडं बी. पर डिपाझिट दिलंय त्ये लिवून देणार ना?" खोमणे म्हणाले.

"हे बग बाबा, ईश्वास मोठा असतो. ह्ये दोनचार भाडेकरू हायेत माझ्या खोलीमधी. सगळ्यांनी डिपाझिटी दिल्या, पर कोणालाच म्या लिवून दिलं नायी आन् कसली लिखापडी बी नाय. माळकरी माणूस हाये मी. शब्दाचा पक्का." अण्णा म्हणाले.

"त्ये समदं बराबर हाये, पर कुणीतरी जामीन हावा ना डिपाझिटाला. आता मी पाच देयाचो आन् खोली खाली करताना तुमी म्हणायचं चारच दिलंत. माझ्यासारख्या गरिबाची पंचाईत व्हायची. राग नका मानू, पर मनात आलं ते बोललो."

खोमण्याच्या बोलण्यानंतर अण्णांनी प्रश्नार्थक मुद्रेने माझ्याकडे पाहिले. खरे तर अण्णांनाही खोलीसाठी भाडेकरूची नितांत गरज होती. गेले सहा महिने भाडेकरूविना खोलीचा दरवाजा बंदच होता. मुळातच अण्णांचा स्वभाव फारच कंजूष होता. चमडीला रग लागली तरी बेहत्तर, पण अण्णा कुणाला दमडी सहजासहजी सोडणाऱ्यांपैकी नव्हते.

"आता हायेत ना तुमचं गाववालं, त्ये राहातील ना तुमच्या डिपॉझिटला जामीन." अण्णा म्हणाले.

खोमण्यांनी पॅन्टीच्या खिशातून पाच हजार रुपयांच्या नोटांचं बंडल काढलं आणि अण्णांच्या हातात दिलं. डिपॉझिटचे पैसे हातात पडताच अण्णांचा जीव कमालीचा सुखावला. त्यांनी लगेच घरमालकीणीला साद घातली.

"आगंऽऽ, ये सिंधू, जरा चार कप चहा ठिव."

"कायी लिखापडी नाय बरं का झाली. ह्येंच्यासमूर पैसं दिलं यावढं ध्यानात ठिवा." खोमणे काहीसा काळजीपोटीच म्हणाला.

"आवो, ही माणसं चार वरस झाली इथं राहात्यात. इचारा यानला. काय बी काळजी करू नका. गुण्यागोविंदानं राहा." अण्णा बोलले.

"आवो, गुणाचा हाये मी, 'मच्छा डायवर-आच्छा डायवर.' फुका नाही समदा आळाफाटा म्हणत मला." खोमण्यांच्या बोलण्याचा अण्णांना काहीच अर्थबोध झाला नाही.

आठ-दहा दिवसांतच खोलीमध्ये खोमण्याचं बिऱ्हाड राहायला आले. महिन्याचा पगार होताच खोमण्यांनी खोलीचे भाडे सकाळीच अण्णांच्या हाती सुपूर्द केले. त्या दिवशी साप्ताहिक सुट्टी असल्यामुळे खोमणे घरीच आराम करत बसले होते. संध्याकाळी सहा वाजता बोंबलांच्या भाजीच्या फोडणीचा वास घराच्या परिसरात दरवळला. अण्णांनी त्यांच्या राहत्या घराच्या खिडक्या व दरवाजे बंद केले व ते घरातल्या घरात आकांडतांडव करू लागले. अण्णांचा आवाज ऐकून खोमणे आपल्या खोलीच्या बाहेर आला आणि अण्णांच्या दारात उभा राहून अण्णांना म्हणाला,

"वो ऽ य मालक, खुराड्यातल्या कोंबडीवाणी घरातल्या घरात कशाला कुरकुर करता. जरा बाहीर येऊन सांगा काय झालं तुम्हाला कोकलायला त्ये?"

"कोणाच्या बापाचं भ्या हाये तवा मला. भले तं देवू कासीची लंगूटी नाठाळच्या माथी हाणू काठी. मांस-मच्छी खात नायी म्हणाला व्हता. आज त्ये बोंबील कुणासाठी भाजलं रं?" अण्णांच्या डोळ्यातला राग अंगार ओकीत होता.

"तुझ्यासाठी भाजलंत. चल. ज्यॅवायला बोलवायला आलो तुला. खावून तं बग. बोटं चाटशील बोटं. तू बी क्या याद करेगा." तोल सावरीत खोमणे म्हणाला. पिलेल्या दारूचा उग्र वास अण्णांना जाणवला. ते त्राग्याने म्हणाले,

"दारू बी पेतोस, कायी लाज-शरम हाये का नायी तुला?"

"ये ऽऽ थेरड्या ऽऽ, येक फाईट मारीन तं थोबाडात हायते तेवढं समदं दात येका रट्ट्यात पाडीन. आपुन इज्जतदार माणूस हाये. आपली लाज सरम काढायची नायी.

माझी खोपडी सटाकली ना, तं माझ्या इतका वाईट माणूस शोधून सापडायचा नायी. काय तुझ्या बापाचं खाल्लंय म्या, तवा तू बोंबलायला लागला? खोलीच्या भाड्यापुरतं बोलायचं त्वा. सकाळी भाडं दिलंय तुला. तवा आता मयनाभर माझ्याकं वाकड्या नजरनी बी बगायचं नायी. माझ्या खोलीत म्या काय खायाचं आन् काय पेयचं हे सांगणारा तू रं ऽऽ कोण टिकुजीराव? मी बोंबील खायील नाय तं एखादं ढॉरं खायीन, तुझ्या बेमटाला काह्याला रग लागाया पायजेल?" नशेनं तुर्र झालेला खोमणे आपल्या शरीराचा गुरुत्वमध्य सावरीत बोलला.

"कळलं, कळलं मला तुव्हं शानपण. कायी नको मला आसला भाडेकरू. ह्या मयन्यात माही खोली खाली करून टाक. खाणारी-पिणारी माणसं नकोत म्हणून पह्यलंच सांगितलं व्हतं म्या." अण्णा संताप आवरीत म्हणाले.

"कायी लिखापडी झाली का आपली स्टॅम्पावर? त्ये करार का फरार म्हणतात त्यो झाला का? आँ ऽऽ आपल्या नादाला नाय लागायचं. बारा गावचं पाणी पेलेला डायवर माणूस हाये मी. ध्यानात ठेवा. मी तं नाय खोली सोडायचो, पर तुमाला घर सोडायला लावील." खोमण्यांनीच अण्णांना उलटपक्षी दम दिला.

खोमण्याच्या शिरजोरीमुळे अण्णांच्या तळपायाची आग मस्तकाला गेली. त्या दोघांच्या व्यवहारामध्ये मी मध्यस्थाची भूमिका बजावली असल्यामुळे अण्णांनी खोमण्यासाठी माझ्यापाठी लकडा लावला. मी सकाळी सकाळीच खोमण्याच्या खोलीत हजेरी लावली. झोपेतून उठून खोमणे डोळे चोळीत खाटेवर बसला आणि मला म्हणाला,

"दादा, सकाळी सकाळी बलुतेदारागत दुसऱ्याचं दारं टिपूनी. वंगाळं असतं त्ये? ह्ये तुमा शहरातल्या माणसांना नाय कवा कळायाचं, जावू द्या. काय काम काढलं माह्याकं तुमी?" खोमणे काहीही न घडल्याच्या आविर्भावात म्हणाला.

"आता काल काय घडलं त्ये बी मीच सांगू का?" उपरोधाने मी म्हणालो.

"हात्तीच्या, आयला थेरडं भिडलं वाटतं तुमच्या कानाला. जावू द्या. काय त्या म्हाताऱ्याचं तुमी मनावं घेऊ नका. बोंबलाच्या वासानं ठसाकलं आन् माझ्या अंगावं ख्यॉसाकलं. आपल्या बापागत हाये बिचारा. काय घ्यायचे त्याचं ब्वॉलणं मनावं?" कोडग्यात खोमणे बोलला. त्याच्या बोलण्याने माझ्याही मनात संतापाची आग धुसमुसू लागली. गोल गरगरीत स्वभावाचा खोमणे हा एक अजब नमुना आहे, ही गोष्ट माझ्या ध्यानात आली होती. खोमणे म्हणजे माझ्यासाठी आणि अण्णांसाठी अवघड जागेचं दुखणं झालं होतं. मी काही त्रासिक व फसगत

झाल्याच्या सुरात म्हणालो,

"खोमणे तुम्ही खाणारे, पिणारे नाही हे सांगितलं होतं मला. तुमची हमी मी दिलीय अण्णांना. अण्णांनी खोली खाली करायला सांगितली तुम्हाला या महिन्यात."

"हॅऽऽ ह्याँ ऽऽ ह्याँ ऽऽ " हसत छद्मीपणाने खोमणे म्हणाले. "कालच अण्णांना म्या सांगितलंय सगळं. आता तुमाला काय म्हणून सांगू, तुमी काय घरमालक हाये व्हय माव्हं? बरं जावू द्या. एक गाववाला म्हणून सांगतो. आमचं आमी बगू दोघं जण. तुमी उगीच आमच्यामधी पडून आपलं हातपाय पोळून नका घेवू, तुमच्या भल्याचं सांगतोय ध्यानात ठिवा."

"पण, माझ्या विश्वासावर त्यांनी तुम्हाला खोली दिलीय. ते रोज माझ्यामागे तुमची खोली खाली करून घेण्याचा तगादा लावतील."

"विश्वास म्याला पानिपनात राव कवाच. आवो, म्या काय खायाचं आन् काय प्यायाचं ह्ये ठरावणारं तुमी कोण? ही लोकशाही हाये. ज्याला त्याला आपल्या मनापरमानं जगण्याची परवानगी दिलीय कायद्यानं. मी काय खोली खाली करायचो नाही. पाहिजेल तर तुमी तुमची खोली खाली करून द्या त्यानला. पर उगी किटकिट करायला पुन्ह्यांदा माह्याकं येवू नका." खोमण्याच्या रगेलपणाच्या बोलण्याने माझे डोकेच चक्रावून गेले. हतबल होऊन मी त्याच्या खोलीतून निघून गेलो.

अण्णा पश्चातापदग्ध अवस्थेत सतत मला खोमण्याबद्दल डिवचू लागले. दिवसामागून दिवस मागे सरत होते आणि खोमणे विजयी वीरासारखा छाती फुगवून गुर्मीत आमच्यासमोर वावरत होता. अधूनमधून दारू पिऊन नशेत तर्रऽऽ होऊन घरी येत होता आणि त्याच्या बायकोला लाथा-बुक्क्यांनी मारझोड करत होता. खोमण्यांची खोली अण्णाच्या राहत्या घरालगत असल्यामुळे खोमण्यांच्या बायकोला मारझोड केल्यामुळे तिचा असहाय्य, केविलवाणा आक्रोश अण्णांना आणि अण्णांच्या कुटुंबीयांना सतत अस्वस्थ करत होता. ती गरीब बिचारी बाई. मारझोडीमुळे तिचे ओरडणे ऐकणाऱ्याच्या पोटातल्या आतड्यांना पीळ पाडत असे. खोमण्याच्या क्रूरपणाची किळस वाटत असे. खोमणेबाई गरीब गाईसारखा मुकाट मार खात असे. तिच्याबद्दल करुणा, दया वाटूनही कुणालाच तिची मदत करता येत नव्हती. शेवटी एक दिवस अण्णाच मला म्हणाले,

"आवो, त्यो तुमचा गाववाला सांडं त्या बिचाऱ्या बाईला जनावरागत रोजच्याला मारीत असतो. गुराढोरागत वराडती ती बया. काळीज तुटतं बगा.

तुमीच हे इकातचं दुखणं माह्यामागं लावलंय. त्या खोमण्याच्या रोजच्या कलागतीनं आमचा जीव इटून ग्यालाय. त्याला सुधरून वागाया सांगा आन् नसंल सुधरत तर आमची खोली तेवढी खाली करून द्या. माह्या घरात रावून माह्यावं मेहरबानी करा बुवा येवढी."

खोमण्यामुळे अण्णांनी खोचकपणे मलाच गर्भीत दोष दिला. माझीच चूक असल्यामुळे अण्णांचे बोलणे गप्प ऐकण्याशिवाय मला पर्यायच नव्हता. खोमणे, खोमणे... त्याचं नुसतं नाव घेतलं तरी माझ्या तळपायाची आग रागाने मस्तकाला भिडत होती. नुसत्या जळफटाशिवाय खोमण्याबाबत मी काही एक करू शकत नव्हतो. तरीही एक दिवस सकाळीच घराच्या अंगणात खोमणे तंबाखू मळीत निवांत बसला होता. मलाही सकाळी काहीही कामधंदा नसल्यामुळे घरालगतच्या रस्त्यावरच्या कट्ट्यावर त्याला गप्पा मारण्यासाठी बोलावले. खोमणेही आनंदाने माझ्याशेजारी येऊन बसला. इकडच्या तिकडच्या, गावाकडच्या पाऊस-पाण्याच्या गप्पागोष्टींनी मी सुरुवात केली आणि नंतर हळूच त्याला म्हणालो,

"एक गोष्ट बोलायची होती खोमणे तुम्हाला, परंतु तुम्हाला राग तर येणार नाही ना?"

"ह्ये काय ब्वॉलणं झालं का दादा तुमचं? थोरल्या भावावाणी तुमी मला. तुमी माझ्या भल्याचंच सांगणार! तुमचा कसा बरं राग येईल मला!"

"नाही पण, आपण किती चांगुलपणाचा विचार केला तरी तो काही लोकांना नाही आवडत. त्यांना वाटतं आमच्या परपंच्यात नाक खुपासतो. तवा..."

"नाय नाय दादा, आवो तुमी काय आजून बी मला परकाच समजता का? बोला, बोला, बिनधास्त बोला. काय तुमच्या मनात आसंल त्ये बोला."

आवंढा गिळीत काहीसा विचारमग्न होऊन बोलावं की बोलू नये अशी माझ्या मनाची संभ्रमावस्था झाली. मनात विचार केला ह्या दगडाला पाझर फुटणं कठीण हे माहीत असूनही कशासाठी आपण हा आपलाच कपाळमोक्ष करून घ्यायचा. परंतु खोमणेबाईच्या मारहाण केल्यामुळे उमटणाऱ्या आर्त किंकाळ्या व अण्णांचे दुखरे बोल मनाला अस्वस्थ करत. अंगात उसनं बळ एकवटून म्हणालो,

"हे बघा, खोमणे, घरोघरी मातीच्याच चुली असतात."

"ह्ये तं समद्या जग दुनियाला माह्यीत हाये, त्ये मला काह्याला सांगता?"

"तुमी जरा गप्प ऐकून घ्या. मगच पटलं तर बोला."

"बरं, बोला म्होरं."

"नवरा-बायकोची भांडणं प्रत्येक घरात होतच असतात. तुमच्याच घरात होतात असं नाही. परंतु घरातल्या भांडणाचा आवाज घराच्या चौकटीबाहेर जात नाही. ह्या कानाची त्या कानाला खबर लागत नाही तवा..."

"आलं ध्यानात दादा तुमचं म्हणणं, आवो मार खावून खावून लयी रगील झालीय माह्यी बायकु. आवो, येक धपाटा टाकला का पार जीव गेल्यागत वराडती. च्याआयला, आशी केकाटती का पार खल्लास करून टाकली. उगं जगाला तमाशा कशाला दाखवायचा आपल्या परपंच्याचा. लयी येळंला सांगितलं दादा तिला, पर ध्यानातच घेत नाय. आता कनी दादा, या म्होरं, कवा तिचा खोलीच्या बाहीर आवाज नाय यायचा ऐकायला तुमास्नी."

"आनंदानी, गुण्यागोविदानं राहावं. कशासाठी आपण आपल्या शेजारीपाजारी लोकांना आपला त्रास द्यायचा?"

"अजिबात नाय, दादा आता पुन्यांदा माझी बायकु वराडल्याचा आवाज खोलीबाहीर ऐकायला येणार नाही. तुमच्या शब्दाला बट्टा लावणार नायी हा बहादर. तुमच्या शप्पथ." छातीला हात लावून भीष्म प्रतिज्ञा केल्यागत खोमणे बोलला.

"म्हणजे नेमकं काय करणार ते तरी मला कळू दे."

विचकट हसत खोमणे म्हणाला, "काय दादा, यावढं बी कळुनी तुमास्नी? शाळा शिकून काय उपेग तुमचा? गाडी साठ-सत्तरनी चालवायची, पर डोकं ऐशी-नव्वदशी चाललं पायजेल माणसाचं. तवा तो माणूस हुशार. नाय तर उगं खायाला कहार आन् भुईला भार काय कामाचा?"

"असं कोड्यात बोलू नका, काय ते स्पष्ट सांगा ना मला!" मी काहीसा त्रासिक स्वरात म्हणालो.

"लयी स्वापं गणित हाये दादा. मी पयल्यांदा खोलीच्या दाराला कडी लावील आतून आन् बायकूच्या त्वांडात कापडाचा घट्ट बोळा कोंबीन आन् मग बदडीत बसंल तिला घरामंदी. मग कसा येईल घराच्या बाहीर आवाज सांगा तुमीच मला?" प्रश्नार्थक मुद्रेने विजयी वीरासारखा चेहऱ्यावर भाव दाखवत फड जिंकल्यागत खोमणे बोलला. खरोखर खोमणेला साष्टांग दंडवत घालावा असा विचार माझ्या मनात विजेसारखा लख्ख तरळून गेला. गाढवापुढे गीता वाचल्यागत माझीच अपराधी मुद्रा झाली. मी त्राग्याने म्हणालो,

"शाणपणाने वागायचचं नाही हे ठरवलंय का तू? वयाने लहान असूनही मी

तुला आहो- काहो म्हणत आदराने बोलतो याचा अर्थ आम्ही आमची अक्कल गहाण टाकलीय का तुझ्यापुढे नाक घासायला? काय करशील तू ऽऽ तुझ्या बायकोगत मला मारशील? मर्द हायेस ना तू, तुझ्या बायकोला मारतोस ना? तसं मला बी मार. मार ना? हिम्मत आहे तुझ्यात ना? मग मार मला." असे बोलून मी खोमणेपुढे आवेशातच उभा राहिलो. माझ्या अचानक बदललेल्या पवित्र्यामुळे खोमणे मनातून हडबडला. माझे दोन्ही हात आपल्या हातात घेत म्हणाला,

"नाय वं दादा, तसं नाय पर..."

"तसं नाही मग कसं? सांग ना मला." धारदार आवाजात मी म्हणालो. खोमणे आवंढा गिळून अपराध्यागत जमिनीकडे नजर झुकवीत गप्प बसला.

मी म्हणालो, "आरे, वडाप वढून आणि मालकाला त्याची रोजची ठरलेली रक्कम देऊन घरदार चालवताना तुझ्या नाकात दम येत होता. रात्रंदिवस ढोरावाणी राबत होता दुसऱ्याच्या गाडीवर, वडापाव खाऊन दिवस काढले हे तूच सांगितले होते मला. आता सरकारी नोकरी लागली. पगार रग्गड मिळतोय, तेव्हा तुझी थेरं वाढली का रे? घरदार, गाव, सारं काही सोडून पोट भरायला आपण इतक्या दूर दुसऱ्या मुलखात आलोय. इथं कुणी ओळखीपाळखीचं की नात्यागोत्याचं आहे का आपलं? आरे, बायको आपली असली तरी इथे परमुलखात त्या बाईचा नवराही आपण आणि आई, वडील, भाऊ, बहीणही आपण. कोण आहे आपल्याशिवाय तिला इथं जिवाभावाचं? सांग ना मला? का गप्प बसलास, रोज ऊठसूट तिला बदडत बसतोस. जनाची तर तुला लाज नाहीच, पण मनाची थोडी तरी आहे का नाही?"

माझे बोलणे ऐकून खोमणे विचारमग्न झाला. मला वाटले माझ्या बोलण्याचा त्याच्यावर परिणाम झाला असावा. म्हणून मी आश्वासक नजरेने त्याला न्याहाळत होतो. थोडा वेळ शांततेत गेला. नंतर तो म्हणाला,

"दादा, तुमचं म्हणणं पटलं आपल्याला. आजवर नायी कुणी सांगितलं आसं. शंभर रुपये देता का मला उसनं?"

"शंभर रुपये! कशाला पाहिजेत ते तरी सांग." मला वाटले काहीतरी घरगुती अडचण असेल म्हणून पैसे उसने मागत असेल हा. मी प्रश्नार्थक मुद्रेने त्याच्याकडे पाहिले. नेहमीच्या सवयीप्रमाणे आवंढा गिळून तो म्हणाला,

"बायकूला आन् पोराला सोडून येतो गावाला तिच्या बापाकं."

"का?"

"का म्हणजी, माझ्या मनाचं तुमी मालक हाये व्हय? बायकूच्या आरडण्या-वरडण्यानी तुम्हा लोकांना वंगाळ वाटतं, मग ती बायकूच नको ना मला. द्या मला शंभर रुपयं लगीच. दहाची मुंबई निघूज येस्टी पकडीतो. द्या लवकर नका येळ वाया घालू." खोमणेचं बोलणं ऐकून खेटराने कुणीतरी आपलेच मस्तक शेकावल्यागत मला वाटले. काही एक शब्द न बोलता अपराधी भावनेने मीच तेथून उठलो आणि माझ्या खोलीकडे निघून गेलो.

तीन-चार महिन्यांचा कालावधी लोटला. खोमण्याचं भूत मोकाट सुटल्यागत हैदोस घालत होतं. कोणतीच मात्रा व मंत्र त्याच्यावर चालत नव्हता. घरमालक अण्णा मात्र रोजच खोमण्यासाठी कावळ्यासारख्या चोचीचा टोच्या मारून मला घायाळ करत होते. खोमण्यामुळे मला माझ्या खोलीत राहणे असह्य झाले होते. घरात माझी सौ. केवळ खोमण्याची घरमालकाला हमी दिली, म्हणून माझ्यावर तोंडसुख घेत होती. रोजमितीस शब्दाने शब्द वाढतच जात. आमची नवरा बायकोची शाब्दिक चकमक मुद्द्यावरून पार गुद्द्यावर येऊन ठेपली कधी हे आमचं आम्हालाच कळलं नाही. सौ. म्हणाली,

"हे विकतचं दुखणं कुणी विकत घ्यायला सांगितलं तुम्हाला?"

मी म्हणालो, "पदरी पडलं आणि पावन झालं. तो वेडा झाला, मग आपण वेडं होयाचं का?"

"त्यो वेडा नायी, शाणा हाये. वेड तर तुमाला लागलंय." सौ. शब्दाला शब्द बोलतच होती आणि खोमणे माझ्या खोलीच्या बाहेर असणाऱ्या नळावर हातपाय धुता धुता म्हणाला,

"दादाऽऽ, उद्या आमच्या सायबाला घेऊन पुण्याला मी जाणार हाये, तवा यायचं का पुण्याला?"

खोलीच्या दरवाजाबाहेर येत मी म्हणालो, 'कशासाठी?"

"आता त्ये बी म्याच सांगावं का? वळखा तुमीच." असे बोलून फिदीफिदी हसत खोमणे निघून गेले. खोमण्याच्या कोडगे आणि निर्लज्जपणाचा उबग आला होता. खोमणे बाईचा मारझोडीमुळे रोज होणारा रडगाण्याचा कार्यक्रम अव्याहत चालूच होता. मांस-मच्छीच्या फोडणीच्या वासाने हैराण होणारे अण्णा मांजराच्या नख्यागत शब्दबाणांनी मला ओरबाडत होते. खोमणे दारू पिऊन अंगणात रोजच झिंगत होता. आता मीच दुसरीकडे कुठेतरी खोली भाड्याने घेण्यासाठी वणवण फिरत होतो. वणवण असह्य झाल्यामुळे मी माझी शोकांतिका माझ्या कंपनीच्या

मॅनेजरला सांगितली. मॅनेजरला माझी दया आली. त्यांनी मला मॅनेजमेंट कोट्यातून कंपनी क्वॉर्टरमध्ये खोली देऊ केली. घरी जाऊन सौ.ला ही आनंदाची बातमी सांगण्यासाठी आतुरतेने मी घरी गेलो, तर घराच्या अंगणात तावातावाने खोमणे काठी घेऊन अण्णाच्या अंगावर धावून जात दारूच्या नशेत शिवीगाळ करत होता. त्याची बायको त्याचा हात धरून मागे ओढत होती आणि हातातल्या काठीने खोमणे त्याच्या बायकोलाही बदडत होता. बायको मागे सरकताच खोमणे पुन्हा अण्णांवर चाल करून जात होता. मी अण्णांच्या आणि खोमण्याच्या मध्ये जाऊन उभा राहिलो. खोमणे नजर रोखून माझ्याकडे पाहात गप्प उभा राहिला. आता अण्णांना चेव आला. त्यांनी त्यांच्या तोंडाचा पट्टा सुरू केला.

"आता डोक्यावून पाणी ग्यालं माह्या. त्याची खोली मला पहिली-खाली करून द्या. त्ये जर तुमाला जमत नसलं तं तुमी तुमची खोली उद्या मला खाली करून देयाची. ध्यानात ठेवा." असा सज्जड दम मला देऊन अण्णा त्यांच्या खोलीत निघून गेले.

दुसऱ्या दिवशी मी माझ्या खोलीतले सामान भरण्यासाठी चारचाकी टेम्पो घेऊन आलो. अंगणात टेम्पो उभा करून खोलीतली भांडीकुंडी व संसारोपयोगी टेंपोत भरत होतो. अण्णा हताश नजरेने हतबल होऊन माझ्याकडे पाहात अस्वस्थ बसले होते आणि खोमणे हातावर तंबाखूची मिशरी घेऊन बोटाने दात घासता घासता काळ्या जर्द मिशरीमिश्रित थुंकीच्या अंगणभर पिचकाऱ्या मारत अनोळख्यागत निर्विकारपणे टेम्पोच्या अवतीभवती चकरा मारत होता.

। १४ ।

ताल

दरवर्षी संपन्न होणारी आमच्या गावाची 'यात्रा' ही गावखेड्यातील परंपरेचा व संस्कृतीचा अनमोल असा ठेवा आहे. कुणी गावाची यात्रा, जत्रा तर कुणी गावाचा 'उरूस' म्हणतात, गावाची यात्रा म्हणजे गाववासीयांसाठी एक आनंदपर्वणी. विरंगुळ्याचा आणि उत्साहवर्धक दिवस. ही यात्रा म्हणजे ग्रामदैवताचा उत्सव. त्यायोगे लेकीबाळा व पै-पाहुण्यांचे आगमन व आगत स्वागत हाही या परंपरेचा एक कृतिशील भाग. लोकवर्गणीतून साजरी होणारी ही गावाची यात्रा गावखेड्यातील प्रत्येक गावाचा कुतूहलाचा व आवडीचा विषय. आमचा गावसुद्धा त्या विषयाला अपवाद नाही. गावयात्रा संपन्न करण्यासाठी ग्रामस्थांच्या व गावातल्या पुढाऱ्यांच्या यात्रेअगोदर, कित्येक दिवस बैठकांचे फड व खलबतांना उधाण येते. मतमतांतरे प्रकट होतात व शेवटी सर्वानुमते यात्रेच्या कार्यक्रमावर शिक्कामोर्तब होते. गटातटाचे रुसवेफुगवे असतातच. त्याचा प्रत्यय गावयात्रेतल्या कार्यक्रमामधून येतो. परंतु यात्रा कमिटीच्या समन्वयक भूमिकेतून गावातल्या गटातटाचे रुसवेफुगवे 'झाकली मूठ सव्वालाखाची' या उक्तीप्रमाणे नेस्तानाबूत करण्यात येतात. प्रत्येक वर्षी गावाची यात्रा भरते अन् प्रत्येक वर्षी हीच तऱ्हा! कुणी बैलगाड्याच्या घाटात गोंधळ घालतात, तर कुणी रात्री मनोरंजनाच्या तमाशात व भारुडात उगाचच आपली शेखी मिरवतात. कुणी काही कारण नसताना कुस्त्यांच्या फडात हस्तक्षेप करतं. गावगाड्यातल्या माणसांच्या या विक्षिप्त वागण्याच्या

तऱ्हांचे गावच्या यात्रेत प्रदर्शन होते. कारण या माणसांना चमकण्यासाठी व आपली विद्वत्ता दाखविण्यासाठी अन्य व्यासपीठ यात्रेशिवाय उपलब्ध नसते. चार दिवस त्यांच्या वागण्याचा बोलबाला होतो व त्यानंतर लोकांनाही त्याचा विसर पडतो. गावगाड्यातल्या जुन्या विचारसरणीची व तारुण्यातल्या तरुण पिढीच्या विचारसरणीची आताही रस्सीखेच चालूच आहे.

रोजगारानिमित्त थोडेबहुत शिक्षण घेऊन गावातली काही तरुण मुले तरुण वयात गावाबाहेर पडून शहरात आली. शहरातल्या पैशासोबत शहरातली विचार संस्कृतीसुद्धा गावात आली. सद्विचाराचा व सद्भावनेचा संस्कार आपल्या गावातही रुजावा अशी आत्मिक तळमळ हरिनामाच्या जागरात आत्मानंदाचा आनंद घेणाऱ्या व नोकरीनिमित्त ठाणे शहरात वास्तव्यास आलेल्या भगवानबुवांना नेहमीच अस्वस्थ करायची. गावयात्रेतल्या घाटात शर्यतीला पळणाऱ्या मुक्या बैलांच्या पाठीवर चाबकाचे फटके मारणाऱ्या व हवेत पटके भिरकावणाऱ्या गावातल्या लोकांच्या क्रौर्याने भगवानबुवांच्या काळजाला पीळ पडायचा. 'हा सोहळा, देखवे ना डोळा' अशी त्यांची अवस्था व्हायची, पण गावाच्या व्यवस्थेपुढे एल्गार पुकारायचा कसा? या विचाराने त्यांच्या मनाची घुसमट व्हायची. गावयात्रेच्या प्रथेला आणि परंपरेला लगाम घातला पाहिजे. ही प्रथा व परंपरा एकाएकी संपणार नाही व मोडीतही निघणार नाही याची भगवानबुवांना खात्री होती. परंतु हरिनाम कीर्तन व सप्ताहाच्या माध्यमातून गावाच्या विचारधारेत काही अंशाने का होईना परिवर्तन होईल, अशी आस व ध्यास भगवानबुवांना वाटत होता.

भगवानबुवांनी आपला विचार गावातल्या यात्रा कमिटी व गावातल्या पुढाऱ्यांना सांगितला. हरिनाम सप्ताहाचा विचार ऐकून सर्व जण फक्त हसले. सरपंच म्हणाले,

"भगवानबुवा, आपल्या गावातला दिवस शिवीने उगवतो, तिथे ओठात ओवी कशी येईल?"

"येईल, जरूर येईल. माझं मन मला सांगतंय. आपण सुरुवात करायला हवीय." भगवानबुवा म्हणाले.

"कशी सुरुवात करणार? कामधंदा सोडून कोण तुमची कीर्तनं ऐकायला येणार! कधी आपल्या गावात कीर्तन झालंय का एखादं? आठवा बरं!" उपसरंपचाने बोलून पळीभर तेल आगीत ओतलं. असे नकारात्मक बोलणे ऐकून माघार घेतील ते भगवानबुवा कसले? भगवानबुवा म्हणाले,

"हे बघा मंडळी, पेरल्याशिवाय उगवलं का? तुम्ही कधी पेरलचं नाही. गावाच्या

भल्यासाठी अध्यात्म गावात रुजलं पाहिजे. मुखात शिवीऐवजी ओवी आली तर वाणी शुद्ध होईल. मनातला द्वेष, दंभ, असुया, हेवादेवा हरिनामाने नष्ट होईल. हरिकीर्तनाने चांगुलपणाची व चांगल्या वागण्याची पेरणी होईल. सदाचाराची व सद्भावाची उगवण होईल. मंडळी, चांगली गोष्ट माणसाच्या गळी लवकर उतरत नाही. वाईटाचा ताबडतोब अंगीकार होतो. या गावच्या मातीत मी जन्मलो, या मातीतल्या माणसासाठी, या गावासाठी एवढं करण्याची अनुमती व पाठिंबा तुम्ही मला द्यावा ही हात जोडून विनंती करतो."

भगवानबुवांचं बोलणं ऐकून गावपुढाऱ्यांचे चेहरे चिंताग्रस्त झाले. थोडा वेळ विचार करून सरपंच भुवया उंचावत अडकित्त्यातली सुपारी तळहातावर कातरता कातरता म्हणाले,

"भगवानबुवा, तुमचा इचार पटतोय आमाला."

"कसला ढेकळांचा पटतो, काय बी बोलता सरपंच, तुमचं डोस्कं ठिकाणावं हाये का! इथं दोन दिवस जत्रंचा कार्यक्रम निस्तारताना नाकात दम येतोय माणसाच्या! आन् ह्ये म्हणं सात दिवस सप्ता करायचा! कसं जमणार! नखा यावढं गाव. बोटभर दुखणं नाय जमायचं." आपले टपोरे डोळे सरपंचावरती रोखीत उपसरपंच बोलला.

"तसं नाय भौ, माव्हं म्हणणं तं आइकून घ्या." आवंढा गिळत तळहातावरची कातरलेली सुपारी तोंडात टाकत सरपंच बोलले.

"बरं ऽऽ, बरं ऽऽ, बोला म्होरं, एकदाच समदं सांगून टाका बरं." उपसरपंचानी मान डोलवीत सरपंचाना अनुमती दिली. त्यावर सरपंच म्हणाले,

"त्याचं आसं हाये भगवानबुवा, आपलं गाव गरीब. आवो जत्रंची वर्गणी गोळा करताना आमच्या त्वांडाला फेस येतोय. या सप्त्याला कोण वर्गणी देणार? आन् सात दिवसाचा खर्च कसा भागावणार! आवो पैशाचं स्वाँग आणता येत नायी. गावाच्या इभ्रतीचा प्रश्न हाये हा."

सरपंचाला वाटलं होतं खर्चाचं कारण सांगितलं का भगवानबुवा माघार घेईल. परस्पर साप बी मरलं, आन् काठी बी तुटायची नायी. सर्वांचे चेहरे न्याहाळीत भगवानबुवा म्हणाले,

"तसा सप्त्यासाठी खर्चाचा आकडा मोठाच हाये."

"तवा तर म्हणतोय मी, तुमी या भानगडीत पडू नका." ढेकर दिल्यागत उपसरपंच खुषीत बोलला.

"तसा अंदाजे किती खर्च येईल?" सरपंचानी भगवानबुवाकडे पाहात विचारणा

केली.

"ज्या गावाला जायचं नायी, त्या गावाचं काह्याला कोश मोजिता राव!" उपसरंपच काहीसा वैतागूनच बोलला.

"तसं नाही, पर आपल्याला बी ठावं असल्यालं काय वाईट?" सरपंच पुरवणी जोडल्यागत म्हणाला.

सर्वांचा नकाराचा पाढा भगवानबुवांना अपेक्षितच होता. रुळावरून घसरलेली गाडी रुळावर आणण्याचं फार मोठं आव्हान भगवानबुवांसमोर उभं होतं. चेहऱ्यावर शांत व संयमी भाव ठेवल्यागत भगवानबुवा म्हणाले.

"मंडळी, लहान तोंडी मोठा घास घेतोय मी. गाव करील ते राव कधीच करणार नाही, हे मला चांगलं माहीत आहे. माझं नाव व्हावं, मोठेपणा मिळावा ही हावसुद्धा माझी नाही. माझ्या गावात, माझ्या माणसात हरिनाम संकीर्तनाचा जागर व्हावा, एवढी एकच माझी इच्छा आहे. सकाळी काकडा, हरीपाठ, प्रवचन, संध्याकाळी भजन, कीर्तन असा दररोजचा हरिनाम सप्त्याचा कार्यक्रम असेल. दररोज कीर्तनकार, भजनीमंडळ, प्रवचनकार यांच्या मानधनाचा व प्रवासाचा खर्च साधारणपणे कमीतकमी पाच हजार म्हंजी सात दिवसाला पस्तीस हजार रुपये तरी लागतील."

"भगवानबुवा, आवो यावढा खर्च आपल्या गावजत्रंला बी व्हतं नाही." उपसरपंचांनी पुस्ती जोडली.

बैठकीतले सर्व जण एकमेकांच्या तोंडाकडे बघू लागले, तेव्हा भगवानबुवा म्हणाले,

"मंडळी, आपण या वर्षापासून सुरुवात तर करू यात. म्होरचं म्होरं बघू. जगलो वाचलो तर... सुरुवात होणं महत्त्वाचं आहे."

"बुवा, एवढा खर्च कोण करणार? सप्त्याला कोठून पैसा आणणार!" बैठकीतला एक जण म्हणाला.

"चांगल्या कामाला पैशाची कधीच अडचण येत नाही असा माझा आजवरचा अनुभव आहे. पहिल्या वर्षी आपल्या गावात होणाऱ्या हरिनाम सप्त्याच्या खर्चाची जबाबदारी मी एकटा घेतो." भगवानबुवा म्हणाले.

"बाप रे! बुवा तुम्ही एकटे एवढा खर्च करणार!" सरपंच बोलले.

"होय, देणारा परमेश्वर आहे. त्याच्या कृपेने त्याच्यासाठी काहीच कमी पडत नाही."

भगवानबुवाचं बोलणं ऐकून बैठकीतले सर्व जण अवाक झाले. बुवा एकटाच सप्त्यासाठी खर्च करतोय आणि सारं गाव मिळून गावाची यात्रा पार पाडली जाते. बुवांच्या भलेपणाला दाद देण्यासाठी बैठकीतल्या कुणाकडेही शब्द नव्हते. काही वेळाने सरपंच म्हणाले,

"भगवानबुवा, गावातल्या सप्त्याचा खर्च तुम्ही करणार, मग गावानं काय करावं असं तुम्हाला वाटतं?"

"गावानं आबालवृद्धांसह हरिनाम सप्त्यात हरिनाम भजन कीर्तनाचा, प्रवचनाचा आनंद घ्यावा. निदान सात दिवस तरी सर्वांच्या मुखी हरिनाम राहील. पुढे पुढे हरिनामाची, कीर्तनाची गोडी लागेल."

"ते सर्व खरं, पण या सप्त्यात गावाचाही खारीचा वाटा असावा." सरपंच काहीसं अवघडल्यागत बोलले.

"गावानं सात दिवस अन्नदान करावं, महाप्रसाद करावा. साऱ्या गावानं या अन्नदानाच्या पंगतीत सहभागी व्हावं." भगवानबुवांनी आपले मत मांडले.

"हांऽऽ, ही गोष्ट आवडली मला. सात दिवसाची अन्नदानाची जबाबदारी गावातल्या सात पुड्यावं टाकायची. म्हणजी समद्या गावाला अन्नदानाचं पुण्य मिळेल. सारा गाव रोज संध्याकाळी एका पंगतीत बायकापोरानिशी जेवेल. हरिकीर्तन श्रवणाचा सर्वांना लाभ होईल." उपसरपंचांनी होकार दिला. बैठकीत हरिनाम सप्ताह गावात सुरू करण्यावर एकमत झालं. भगवानबुवांच्या पुढाकाराने त्या वर्षी गावात गावयात्रेच्या अगोदर हरिनाम सप्ताहाचा जागर सुरू झाला. पंचक्रोशीतल्या माणसांचे पाय हरिनाम कीर्तन श्रवणासाठी गावाकडे वळू लागले. कीर्तनानंतर अन्नप्रसादाच्या पंगतीतून उदरभरणाच्या तृप्तीचा ढेकर येऊ लागला. हरिनाम सप्ताह हा उपक्रम गावासाठी नावीन्याचा भाग होता. रोजमितीच्या कष्टकरी जगण्यातली माणसं हरिनामात तल्लीन होऊन माना डोलावताना दिसू लागली. कधी नव्हे तो सेवाभाव गावच्या मातीत रुजताना दिसू लागला. 'रामकृष्ण हरी', 'मावली' हे प्रेमळ शब्द कानावरती उमटू लागले. सात दिवस सात पुड्यावरील अन्नप्रसादाच्या जबाबदारीमुळे सारा गाव हरिनाम सप्ताहाकडे आपलेपणाच्या व सेवाभावी वृत्तीने बघू लागला. भगवानबुवांच्या पुढाकाराने गावात हरिनाम सप्ताहाची रुजवात झाली. पुढच्या वर्षी हरिनाम सप्ताहासाठी गावगाड्याने पुढाकार घेतला व गावात हरिनाम सप्ताहाची परंपरा गावजत्रेप्रमाणे सुरू झाली. गावात हरिनाम सप्ताह सुरू झाल्यानंतर पाच-सहा वर्षात भगवानबुवांचं अपघाती निधन

झालं. तरीही बुवांनी हरिनाम सप्ताहाचं गावात लावलेले रोपटे अजून तग धरून आहे. गावात हरिनाम सप्ताह सुरू होऊन जवळपास वीसेक वर्षांचा कालावधी उलटला आहे. गावातल्या वस्त्यांवरची, रानावनातील माणसं हरिनाम सप्ताहातील कीर्तनसेवेचा बायका, मुलाबाळांसह आनंद घेतात. कीर्तनानंतर अन्नप्रसादाचा पंगतीमध्ये तृप्तीचा ढेकर येईपर्यंत लाभ घेतात आणि आपल्या घरी विसाव्यासाठी परततात. काही इच्छेने, काही अनिच्छेने कीर्तन ऐकण्यास जातात. कीर्तन ऐकताना काही लोक कीर्तनकारापासून खूप लांबच्या अंतरावर बसतात. कीर्तनकार महाराज त्यांना वारंवार जवळ येऊन बसण्याची सूचना करत असतो. त्या सूचनेचा आदर करून चार-दोन जण कीर्तन ऐकण्यासाठी पुढे जाऊन बसतात खरे; परंतु बहुतांश लोक कीर्तनकारापासून लांबच्या अंतरावरच बसणे पसंत करतात. कारण कीर्तन ऐकण्याची सवय नसल्यामुळे डोळ्यावर झोपेची पेंग येते. काहींच्या डोक्यावरून कीर्तन जाते, तर काहींच्या डोक्यात भलतेच विचार असल्यामुळे कीर्तन त्यांच्या डोक्यात घुसत नाही. कीर्तन ऐकणारे बाकीचे लोक हसतात म्हणून ते हसतात. बाकीचे लोक टाळ्या वाजवतात म्हणून ते टाळ्या वाजवतात. काहींच्या पोटात भुकेचे कावळे ओरडत असतात. त्याचं कीर्तनाकडे लक्ष नसतं. कीर्तन कधी संपेल याचीच ते वाट पाहतात. काही जण कीर्तन ऐकण्यासाठी नाही, तर अन्नप्रसाद सेवनासाठी आलेले असतात. कीर्तनकारापासून लांब अंतरावर बसलेले चार-दोन जण आपापसात घरादाराच्या गोष्टींबाबत कुजबुजत असतात. हरिनाम संकीर्तनातही व्यक्ती तितक्या प्रकृतीचं अदृश्य स्वरूपात दर्शन घडतेच. एकरूपता वा तादात्म्य होणे ही गोष्ट दूरची. गावातली मिरवणारी माणसे कीर्तनकाराच्या अवतीभवती वावरतात. काही मानपानासाठी पुढे पुढे करतात, पुढाकार घेतात. हरिनाम सप्ताहाच्या सुरुवातीच्या काळात व्यसनाधीन झालेल्या गावातल्या काही तरुणांनी हरिनाम सप्ताह समारोप प्रसंगी कीर्तनकाराच्या हस्ते गळ्यात तुळशीच्या माळा घातल्या व वैष्णव झाले. त्यांचे हे वैष्णवपद फार काळ टिकलं नाही. त्यांच्या गळ्यातल्या तुळशीमाळा काही दिवसात गंगार्पण झाल्या. वाट चुकलेली तरुण पोरं पुन्हा जुन्या वहिवाटीवर गेली. गावातल्या तीन-चार लोकांना भेटलो व हरिनाम सप्ताहाविषयी त्यांना विचारणा केली. त्यातला एक जण म्हणाला,

"आपल्या गावातल्या हरिनाम सप्त्याला तोड नाही. दरवर्षी एका चढ एक कीर्तनकारांना सप्त्यासाठी बोलावतात. काय भारी बोलत्यात महाराज! ऐकून कान तृप्त होतात. माणसं नागागत माना डोलावत्यात. महाराजांनी बोलत राहावं, आपुन

आइकत राहावं, कीर्तन संपूच नी असं वाटातं. काय महाराजाचा अभ्यास व्हता हो! आपुन तं च्यॉट पडलो. पैसं बी तसंच घेतलं म्हणत्यात महाराजांनी! घेऊ धात पण पैसे गेल्याचं चीज झालं. कुठं आपल्या एकट्याच्या खिशातलं गेलंत पैसं. पर समाधान झालं बुवा!." मध्येच तोंड घालत मी विचारलं,

"कसलं समाधान झालं?" त्यावरती तो म्हणाला,

"कीर्तन ऐकल्याचं समाधान."

"काय काय ऐकलं कीर्तनात? काय म्हणाले कीर्तनकार?" माझ्या चेहऱ्याकडे पाहात तो म्हणाला,

"इथं तं घोडं पेंड खातंय. त्यावढं समदं ध्यानात राहिल्यावं मी नसतो का कीर्तनकार झालो! तास-दोन तास घर, परपंच विसरायला व्हतंय कीर्तन ऐकताना. आमचं कानच लयी हालकं ओऽऽ. आजिबात साठवणूक व्हत नाही."

मग मी माझा मोर्चा दुसऱ्याकडे वळविला. त्याला मी म्हणालो,

"आपल्या गावात जवळपास वीस वर्षे हरिनाम कीर्तन सप्ताह होतो आहे. हरिनाम सप्ताहामुळे आपल्या गावातल्या माणसात काही परिवर्तन झालेले आढळते का? गावातल्या माणसा-माणसात प्रेमभाव, भक्ती वाढीस लागलेली दिसते का?"

माझा प्रश्न ऐकून तो फारच विचारमग्न व गंभीर झाला. काही वेळाने म्हणाला,

"गाव बाह्यांगाने खूपच सुधारलाय. गावातल्या देवळांचे जीर्णोद्धार झालेत. गावातल्या देवांची मंदिरे संगमरवरी झाली. वस्त्या-वस्त्यांवर नवीन मंदिरे उभारण्यात आली. सणावाराला मंदिरात भजने होतात. गावातली माणसे भक्तिमार्गाकडे वळालेली दिसतात. बाकी तसे वेगळे परिवर्तन काही जाणवत नाही."

"मंदिरे संगमरवरी झाली. नवीन मंदिरे झाली म्हणून भक्तिमार्ग वाढलाय का! जोपर्यंत तुमच्या ओठात शिवी आहे, तोपर्यंत तुमच्या ओठात ओवी कधीच रुजणार नाही. आपल्या ताटातला अन्नाचा घास तुम्ही दुसऱ्याच्या ताटात आदरभावनेने वाढत नाहीत, तोपर्यंत तुमच्यात भक्तिभाव व प्रेमभाव जागृत होऊ शकत नाही. परमार्थ ऐकून अंगीकारला जात नाही, तर तो कृतीतून सिद्ध व्हावा लागतो. आत्मप्रौढी व स्वार्थभाव संपल्याशिवाय भक्तिमार्ग सापडत नाही. मनातल्या देवळात देव जागा नसेल तर कीर्तनकार तुमच्या कानात ओरडला तरी सद्भाव व सदाचार तुम्हांला कधीच कळणार नाही. परिवर्तन कसे घडेल? देणगीच्या चढाओढी देणगी फलकावर नामोल्लेख करण्यासाठी व दातृत्वाची मोहर उमटविण्यासाठी

होत्या. देणगीतून मंदिरे संगमरवरी झाली. देवाच्या मूर्तीने सोन्याचांदीचा मुखवटा धारण केला आणि देवाला कडीकुलुपात बंदिस्त व्हावं लागलं. ही कोणती भक्ती व कोणता भक्तिभाव. कोणत्या परिवर्तनाची नांदी आहे ही. हरिनाम संकीर्तनातून तुम्हाला हरी कळत नसेल, तर तुमच्यासारखे अभागी तुम्हीच!"

माझं बोलणं ऐकून तो माझ्याकडे बावरल्यासारखा पाहात राहिला. बहुधा माझं बोलणं कीर्तनकारासारखं त्याच्या कानातून आरपार गेलं असावं. आता मी गावातल्या तिसऱ्या माणसाला विचारलं,

"आपल्या गावातल्या हरिनाम सप्ताहाबाबत तुला काय वाटते?"

"काय वाटणार? लोकांना वाटते तेच मला वाटते. दोनदा वर्गणी द्यावी लागते. एक यात्रेची, दुसरी सप्त्याची. सात दिवस बायकापोरांसकट गावात संध्याकाळी जेवायला जायचं. कीर्तनाचं फकस्त निमित्त! वर्गणी दिली म्हणून जेवायला जायाचं नाही तर आपलं घर आन्... कीर्तान आईकायला कोणाला यावढा येळ हाये! इथं ढुंगात माती जातं तव्हर कामधंदा केला तरी दळींद्री हाटाना. कीर्तनानी चार दिवस प्वॉट भरंल. पाचव्या दिवशी कोणाच्या दारात उभं राह्याचं! आहो, नुसतं हारी हारी म्हणत बसलो तं हारी मला खाटल्यावं खायला आणून देईल का? मला काय म्हणायचंय, ज्याचं प्वॉट भरलंय ना त्यानं परमार्थाच्या गोष्टी कराव्यात! इथं आमच्या प्वाटातल्या भुकंला आग लागलीय आन् ह्ये म्हणात्यात हारी हारी करा. भाकरी हाच आमचा देव हाये. त्यो देव आमच्या प्वाटातली आग शांत करतो. त्यापरीस सारा शाणपणा माझ्यासाठी खोटा. आहो ईस वर्षात गावातली किती माणसं चांगल्या मार्गाला लागली? किती माळकरी आन् टाळकरी झाले? किती संन्याशी, किती साधू आन् किती जण कीर्तनकार झाले? लबाड माणसं! आत एक आन् बाहेर एक. सप्ता झाल्यावं गावाची जत्रा. जत्रंत रात्रीच्याला तमाशा. सप्त्यात हारी हारी करणारे तमाशात लावणीच्या तालावं नागासारखं डुलत्यात. तमाशा वाईट हाये आसं मला म्हणायचं नायी. माणसं वाईट. त्यानला माणसातला देव आन् भाव उमगत नायी."

त्याचं बोलणं ऐकून मी अचंबित झालो. जे गावातल्या त्या अडाणी माणसाला उमगलं ते गावातल्या शिकल्यासवरल्या माणसांना कधी उमगेल काय! हा प्रश्न मी माझ्याच मनाला विचारत मनोमन भगवानबुवांच्या स्मृतीला विनम्र अभिवादन केले. भगवानबुवांना अपेक्षित असणारा सद्भाव व सदाचार मला फक्त हरिनाम संकीर्तन सप्ताहामध्ये माझ्या गावात दिसून येतो. सप्ताह संपताच गावगाड्याची

जगरहाटी पुन्हा पूर्वीच्या पदावरती येते. खळांची व्यंकटी कधीच सांडत नाही. असा एक दिवस नाही की कुणी उण्यादुण्यांचा हिशोब मांडत नाही. कुणाच्या मुखात रामकृष्ण हारीचा महामंत्र नाही की कुणी कुणाला माउली म्हणून साद घालीत नाही. कुणाची कशी जिरवली व कुणाची कशी जिरवायची याची खाजगीत खलबतं चालू असतात. विकासाचा आस अणि ध्यास लागलेल्या माझ्या गावातलं वर्तन आणि परिवर्तन नेहमीच माझ्या मनाला अस्वस्थ करतं. ज्यांच्या मनातच देव नाही, त्यांना माणसातला देव तरी कसा कळावा! तेव्हा भगवानबुवा आपल्या गावाबाबत अतिशय खेदाने म्हणावे लागते की, 'वरून कीर्तन आतून तमाशा!' हे वाक्य सत्य असले, तरी जन्मापासून आजतागायत मी माझ्या गावाचा 'ताल' पाहिला आहे. हा ताल जागविणारी बहुतांश माणसं काळाच्या पडद्यात गेली. माणूसपण व आपलेपणा आयुष्यभर पेरणाऱ्या त्या माणसांचा जगण्याचा व वागण्याचा ताल अजूनही गावमातीतल्या माणसांच्या मनात निनादत असतो.

।१५।

भवताल

मरीन ड्राईव्ह. शांत सागर दूरवर पसरलेला. क्षितिजापर्यंत पोहोचलेली निळसर शाई. जणू एखाद्या चित्रकाराने निळसर रंगात रंगविलेल्या कॅनव्हासचा पार्श्वभाग. एखादी-दुसरी होडी दूरवरच्या अंतरावर उषःकालच्या फाटत जाणाऱ्या अंधारात सागरामध्ये तरंगणारी. किनाऱ्यालगत सिमेंट-कॉंक्रिटचा रुंदच रुंद पादचारी मार्ग. या पादचारी मार्गावर सकाळचा फेरफटका मारण्यासाठी आलेल्या माणसांचे लयीत चालणारे पाय. वृद्ध, तरुण, प्रौढ, कुणी जथ्याने जथ्याने, कुणी एकटादुकटा. कुणी गप्पागोष्टीत तल्लीन, तर कुणी आपल्याच विचाराच्या धुंदीत. कोण किनाऱ्यालगतच्या कट्ट्यावर विसावा घेणारे, तर कोण तरुण कट्ट्यावर सूर्यनमस्कार घालणारे. कुणी डोळे मिटून ध्यानस्थ झाल्यागत बैठक घालून बसलेले. असंख्य माणसे आपल्याच धुंदीत, आपल्याच लयीत हालचाल करणारी, चालणारी, बोलणारी, विसावणारी, धावणारी. या पादचारी मार्गाला हे सरावाचे व नित्याचे होते. उगवत्या सूर्याच्या प्रकाशकिरणांसोबत उषःकालचा अंधार मिटत गेला, तसा पादचारी मार्ग माणसांच्या गर्दीने सागराच्या भरती सारखा डचमळू लागला. पादचारी मार्गालगत असणारा डांबरी रस्ता वाहनांच्या वर्दळीने सचेतन झाल्यासारखा जाणवू लागला. वाहतूक नियंत्रक दिवे असल्यामुळे रस्त्यावर एकापाठोपाठ धावणारी वाहने रांगेत शिस्तीने धावत होती. रस्त्याच्या दुसऱ्या बाजूस उंचच उंच श्रीमान टोलेजंग इमारती. मरीन ड्राईव्ह उच्चभ्रू व श्रीमंत लोकांचे वास्तव्य असणारा

मुंबई शहरातला आलिशान भाग. याच परिसरात मंत्रालय, सचिवालय, शासकीय अधिकारी वर्गाच्या व मंत्र्यांच्या निवासाचे बंगले, इमारती आहेत. शासकीय निवासात राहणारे एक प्रशासकीय अधिकारी माझे शालेय गुरुबंधू. त्यांच्यासोबत मी मरीन ड्राईव्हवरील पादचारी मार्गावर फेरफटका मारत होतो. गावखेडयात जन्मलेले आम्ही दोघे गावखेड्यातल्या परिवर्तनावर चर्चा करत पुढे पुढे चाललो होतो. 'बलुतेदारांना आता वाव राहिला नाही, आता माझा गाव, गाव राहिला नाही. शहर भिडलंय गावाला अन् गाव उरलंलय नावाला...' माझ्या कवितेच्या ओळी गप्पांच्या ओघात प्रशासकीय अधिकारी असणाऱ्या माझ्या गुरुबंधूंना ऐकवीत होतो. शेतीचं यांत्रिकीकरण झालं आणि गावखेड्यातल्या बलुतेदारांचं अस्तित्व संपुष्टात आलं. खेडेगावातलं माणूसपण आणि एकोपा या बलुतेदारीसोबत संपुष्टात आलं. एकत्र कुटुंब पद्धतीचा ऱ्हास झाला. एकत्र कुटुंब पद्धत हे खरे तर फार मोठे संस्कारपीठ होते. 'हम दो हमारे दो' या संकल्पनेसोबत वृद्धाश्रमाचीही निर्मिती झाली. जगात श्रेष्ठ गणली जाणारी आपल्या देशातली कुटुंबवत्सल व्यवस्था व संस्कृती यावर आमची चर्चा चालू असताना समोरून एक स्त्री चालत आली आणि आम्हाला ओलांडून पाठमोरी झाली. माझे त्या स्त्रीकडे लक्ष नव्हते. परंतु प्रशासकीय अधिकारी असणारे माझे गुरुबंधू त्या स्त्रीला पाहून चालताना एकदम थांबले. त्यांना काहीतरी आठवले. स्मरणशक्तीला ताण देऊन त्यांनी त्या पाठमोऱ्या होणाऱ्या स्त्रीला साद घातली. 'मॅडम ऽऽ, मॅडमऽऽ...' तरीही ती स्त्री पुढेच चालत राहिली. मग पुन्हा त्यांनी हाक मारली, 'कॅथीऽऽ ओ कॅथी...' कॅथी नावाचा उच्चार ऐकताच त्या स्त्रीने मागे वळून पाहिले व चार पावले मागे वळून आमच्याजवळ येऊन उभी राहिली. माझ्या गुरुबंधूना आश्चर्याने पाहात म्हणाली,

"ओह सॉरी, एक्स्ट्रीमली सॉरी. आय कान्ट फरगेट यु. हाऊ आर यु? व्हेअर इज युवर फॅमिली? ओह! आय कान्ट फरगेट दॅट्स वंडर डेज इन युएसए. यू आर द वन ऑफ माय बेस्ट फ्रेंड. कान्ट बिलिव्ह! टुडे वुई मीट, व्हॉट अ वंडर!" त्यानंतर माझे गुरुबंधू म्हणाले,

"व्हेन यू कम इन इंडिया?"

"आय लिव्ह इन बॉम्बे सिन्स इलेव्हन इयर्स."

"व्हॉट!" आश्चर्यचकित होत माझे गुरुबंधू उद्गारले, "यू कान्ट से अबाऊट दॅट. आय रीड युवर मेसेज एव्हरी मंथ. आय आल्सो लिव्हड इन बॉम्बे. यु कान्ट से मी अबाऊट यु! व्हाय?"

त्यावर अपराधीपणाने आपले डोळे किलकिले करत कॅथी म्हणाली,
"ओह फ्रेंड सॉरी! आय थॉट मिस्टर अनुपम सेड ऑल अबाऊट मी टु यु."
"नो ऽऽ नो कॅथी. हि नथिंग से अबाऊट यू टु मी."
एवढं ऐकल्यावर दीर्घ श्वास घेत कॅथी म्हणाली,
"आय हॅव मॅरीड वुईथ अनुपम ॲन्ड नाऊ वुई हॅव ट्विन्स."
"हार्टली कॉग्रॅच्युलेशन्स, कॅथी!"
"थँक्स. व्हेअर आर यू लिव्हिंग?"
"हिअर, मरीन ड्राईव्ह. गव्हर्नमेंट क्वार्टर्स."
"नाईस, वुई मीट सून. से टु मिस्टर अनुपम."
"ओके."
"ओह कॅथी, मिस्टर अनुपम इज आल्सो माय बेस्ट फ्रेंड. जस्ट लाईक यू."
"आय नो... आय नो. युवर फोन नंबर प्लीज..."

दोघांनी एकमेकांना आपले फोन नंबर दिले. मी दोघांच्या चेहऱ्याकडे विस्मयकारक नजरेने पाहात होतो. त्या दोघांचे इंग्रजी संभाषण मला थोडेफार आकलन होत होते. तिने माझ्या गुरुबंधूकडे माझीही चौकशी केली. शेक हॅन्ड करण्यासाठी कॅथीने माझ्यापुढे आपला हात केला. मी आजतागायत कुणा परस्त्रीच्या हातात हात काय अंगाला स्पर्शसुद्धा केलेला नसल्यामुळे माझी अवस्था अवघडल्यासारखी झाली. तिला वाईट व अपमानास्पद वाटू नये, म्हणून नाइलाजाने मी तिच्या हातात हात मिळवला. कॅथी गोरीपान, नाकीडोळी नीटस, सुडौल बांध्याची सुंदर स्त्री होती. तिला पाहाताच मला सिनेतारका ऐश्वर्या रायची आठवण झाली. तिच्या अंगातला पाश्चात्यपणा पूर्णतः गळून पडल्यासारखे वाटत होते. माझ्या गुरुबंधूनी तिला विचारले,

"कॅन यु टॉकिंग इंडियन लँग्वेज?"
"येसऽऽ थोडा थोडा हिन्दी बोलने को आता." हसत हसत कॅथी म्हणाली.

आमचा निरोप घेऊन कॅथी मार्गस्थ झाली. मी मात्र विचारांच्या खोल डोहात बुडालो. माझा चेहराच प्रश्नचिन्हासारखा दिसू लागला. माझ्या चेहऱ्यावरचे भाव वाचत माझे गुरुबंधू मला म्हणाले,

"कसला विचार करताय तुम्ही?"

"अर्थात कॅथीचा! ही कुठली कॅथी, तुमची तिच्यासोबत ओळख कशी? आणि जवळपास अकरा वर्षे ती मुंबईत राहते आहे. शिवाय दरमहा तिचे तुम्हाला व तुमचे

तिला मेसेजदेखील असतात. तरीही ती...”

“होय, सारं काही सांगतो. २०१३-१४ साली राज्य सरकारच्या प्रशासकीय सेवेत रुजू झाल्यानंतर केंद्र सरकारच्या उपक्रमान्वये अमेरिकेतील विद्यापीठात एक वर्षभराच्या प्रशिक्षणासाठी माझी निवड झाली. या प्रशिक्षणासाठी भारतातून प्रशासकीय सेवेतल्या चार जणांची निवड केली आली होती. एक जण पंजाबमधील, एक जण हिमाचलमधला, एक जण आसामचा व महाराष्ट्रातला मी असे आम्ही चौघे जण प्रशिक्षणासाठी यूएसएमधील विद्यापीठात दाखल झालो. जवळपास अठ्ठावीस देशांतून प्रशिक्षण घेण्यासाठी प्रशिक्षणार्थी त्या विद्यापीठात आलेले होते. या प्रशिक्षणासाठी लॅटिन अमेरिकेतील, तसेच इतर देशातील स्त्री प्रशिक्षणार्थांनीही विद्यापीठात प्रवेश घेतला होता. त्या विद्यापीठात कॅथीची आणि माझी ओळख झाली. संवादाची भाषा प्रामुख्याने इंग्रजी असली, तरी बऱ्याचशा प्रशिक्षणार्थींना विद्यापीठीय इंग्रजीसोबत जुळवून घेण्यात बरेचसे प्रयास पडत होते. कॅथी लॅटिन अमेरिकेत जन्मास आलेली असल्यामुळे तिची मातृभाषा स्पॅनिश होती. तिचीही इंग्रजीबाबत आमच्यासारखीच अवस्था होती. त्यामुळे कॅथीसोबत माझे मैत्रीचे सूर जुळले. कॅथी तिच्या मैत्रिणीसोबत होस्टेलमधील माझ्या खोलीवर अधूनमधून यायची. तिला भारतीय जेवण खूप आवडायचे. कांदापोहे, रवा उपमा, गव्हाची चपाती, भारतीय पद्धतीच्या भाज्या, आमटी कॅथी आवडीने खायची. कधीकधी अगदी हट्ट करून भारतीय जेवणातले पदार्थ ती मला तयार करायला लावायची. ती स्वतः पाश्चात्त्य पद्धतीचे पदार्थ बनवून मला खायला द्यायची. तिच्या मैत्रिणीसुद्धा भारतीय पद्धतीच्या जेवणाचा आस्वाद घेत असत. परंतु कॅथी भारतीय जेवणाच्या, भारतीय पदार्थांच्या जास्तच प्रेमात पडलेली होती. एवढेच नाही, तर तिला भारतीय कपड्यांचेही फार आकर्षण होते. तिने भारतीय कपडे हवेत म्हणून माझ्याकडे मागणी केली. मी माझ्या पत्नीला सांगून कॅथीसाठी भारतातून कपडे मागावले. कपडे पाहून कॅथी फारच आनंदित झाली. तिने कपड्यांची किंमत म्हणून माझ्या हातावर वीस डॉलर ठेवले. मी तिचे पैसे स्वीकारले नाहीत, म्हणून ती नाराज झाली. तेव्हा मी तिला सांगितले की, आमच्या भारतीय संस्कृतीत आपल्या घरी नव्याने येणाऱ्या पाहुण्यांचा कपडे देऊन सन्मान केला जातो. मी माझ्या परिवारातर्फे तुझा कपडे देऊन सन्मान केला आहे. सन्मान कधी पैशात मोजायचा नसतो. माझे बोलणे ऐकून कॅथीला आनंद झाला. आपणाला जसे पाश्चात्त्य देशातील संस्कृतीचे, लोकजीवनाचे आकर्षण असते, तसे परदेशातील लोकांनाही भारतीय

लोकजीवनाचे, जनमानसाचे, प्रथा-परंपरांचे आकर्षण असते. दिवसेंदिवस कॅथीचे आणि माझे मित्रत्वाचे नाते दृढ होत गेले. भारतातून मी हापूस आंब्याची पेटी मागवली होती. ते रसाळ आंबे व आंब्याच्या गोडव्यात कॅथी स्वतःला विसरून गेली होती. तशी कॅथी खूपच मनमोकळ्या स्वभावाची सुंदर तरुणी होती. कुणीही सहज तिच्या प्रेमात पडावं असचं तिच व्यक्तिमत्त्व. याचा प्रत्यक्ष प्रत्यय काही वेळापूर्वी तिच्यासोबत झालेल्या भेटीतून तुम्हाला आला असेलच.

आमचा प्रशिक्षणाचा सहा-सात महिन्यांचा यूएसएमधील विद्यापीठातील कालावधी संपला असेल. हे सहा-सात महिने कसे व्यतीत झाले हे कळलेसुद्धा नाही. लॅपटॉपमधील संदेश ॲपच्या माध्यमातून भारतातील माझ्या परिवारासोबत संपर्क साधता येत होता. प्रत्यक्ष समोरासमोर व्हॉट्सएॅप कॉलसारखे बोलता येत होते. दिवस अगदी मजेत जात होते. नाविन्याची अनुभूती घेत होतो. विविध देशातून प्रशिक्षणासाठी आलेल्या प्रशिक्षणार्थींकडून त्यांच्या देशाविषयी जाणून घेत होतो. आपल्या देशाबाबतची, लोकसंस्कृतीची विविधतेतील एकतेची माहिती अभिमानाने त्यांना कथन करत होतो. सेमिनार संपल्यावर एक दिवस कॅथी मला म्हणाली,

"मला तुझ्यासोबत एका महत्त्वाच्या विषयावर बोलायचेय."

"बोल की! मला काहीच अडचण नाही." मी म्हणालो.

"इथं नको. आपण कॉफीहाऊसमध्ये जाऊ." कॅथी उद्गारली.

"एवढं काय महत्त्वाचे आहे?" प्रश्नार्थक मुद्रेने मी तिच्या नजरेत नजर मिळवून म्हणालो.

"महत्त्वाचेच आहे. चल कॉफी हाऊसमध्ये." असे बोलून तिची पावले कॉफी हाऊसकडे वळली. तिच्यापाठोपाठ आज्ञाधारक बालकाप्रमाणे मीही कॉफीहाऊसमध्ये गेलो. कॉफीहाऊसमधील मंद दिव्याच्या प्रकाशात मी कॅथीच्या चेहऱ्यावरील भावभावनांचे तरंग न्याहाळत होतो. काहीसा ताणतणाव व चिंतेचे सावट तिच्या चेहऱ्यावर उमटलेलं मला दिसलं. कॉफीचा कप ओठाला लावता लावता मी कॅथीला म्हणालो,

"कॅथी, काही प्रॉब्लेम?"

"नोऽऽ नोऽऽ..."

"व्हॉट्स इम्पॉरटंट?"

"येसऽऽ सांगते." दीर्घ श्वास घेत कॅथी बोलली. बहुधा कुठून सुरुवात करावी

हेच तिला कळत नसावे. पुन्हा काही वेळ शांततेत गेला. कॉफीचा मग कॅथीने ओठाला लावून पुन्हा पुढ्यातल्या काचेच्या टेबलवर ठेवला. माझ्याकडे नजर रोखीत कॅथी म्हणाली,

"मी तुझ्यासोबत लग्न करू इच्छिते."

"व्हॉट...?" खुर्चीवरून फूटभर उंच उडाल्यागत मी उद्गारलो.

"येस ऽऽ" शांतपणे माझ्या चेहऱ्यावरचे आश्चर्याचे भाव टिपत कॅथी बोलली.

भूकंप झाल्यासारखी माझी अवस्था झाली. गांगरून गेल्यामुळे काही वेळ मला काहीच सुचेना. अनाकलनीय व अकल्पित होतं ते सारं. खरे तर माझ्या अंगाला कॅथीच्या त्या वाक्याने कडाक्याच्या थंडीत दरदरून घाम फुटला होता. कारण मी माझ्या भारत देशातील प्रशासकीय सेवेतला एक जबाबदार अधिकारी होतो. मला माझ्या देशाने परदेशात प्रशिक्षणासाठी पाठविले होते. प्रेम व लग्न करण्यासाठी नाही. शिवाय मी विवाहित होतो व मला दोन मुलेसुद्धा आहेत. आई, वडील, भाऊ, भावजया असा आमचा एकत्रित कुटुंबाचा परिवार. आदर्श कुटुंब, आदर्श परिवार अशी गावकी, भावकी व गणगोतात आमच्या घराण्याची ख्याती. मी अपराध्यागत खाली मान घालून विचारमग्न झालो. मी काहीच बोलत नाही हे पाहून कॅथी मला म्हणाली

"तुला मी आवडत नाही का?" तिने अगदी भारतीय तरुणीसारखा प्रश्न मला विचारला. कॅथी अजून काही प्रश्नांचा भडिमार करण्याअगोदर आपण सावरायला हवंय याची जाणीव मला प्रकर्षाने झाली. मी तिला म्हणालो,

"परदेशातल्या लोकांची अमेरिकेत स्थायिक होण्यासाठी चढाओढ सुरू असताना, तू भारतीय माणसासोबत लग्न करण्याचा अट्टाहास का करत आहेस? तू लग्नासाठी तुझ्याच देशातला जोडीदार का शोधत नाहीस?" माझा प्रश्न ऐकून कॅथी दीर्घ श्वास घेत म्हणाली,

"मला माझ्या देशातली कुटुंबव्यवस्था अजिबात आवडत नाही."

"का? प्रत्येक माणसाला आपला देश, आपली संस्कृती, आपली परंपरा प्रिय असते. तुला तुझ्या देशातली कुटुंबव्यवस्था का आवडत नाही?"

"पाश्चात्त्य माणसाचं जगणं स्वच्छंदी असतं. ही माणसं स्वतःवर, स्वतःच्या आवडीनिवडीवरच प्रेम करतात." कॅथीने माझ्या प्रश्नाला उत्तर दिले.

"हे विधान तू कशाच्या आधारावर करतेस?" माझा प्रतिप्रश्न. त्यावरती कॅथी म्हणाली,

"येथे विवाह टिकण्याचे प्रमाण नगण्य आहे. कायमस्वरूपी भावनिक बांधिलकी कटाक्षाने कुणी पाळत नाही. इथल्या सहजीवनाला स्थैर्य नाही. लग्नानंतर तीन-चार वर्षात सर्रास घटस्फोट होतात. पुन्हा नवा घरोबा, नव्या माणसासोबत नवीन नाते. पुन्हा काही वर्षात घटस्फोट. कुणाकुणाचे आयुष्यभरात आठ-दहा घटस्फोट होतात. असा वारंवार आयुष्याचा जोडीदार बदलून आयुष्य जगण्यात कसले प्रेम, कसला जिव्हाळा, कसली आस्था आणि कसले आपलेपण! कपडे बदलल्यासारखी माणसं आपला जोडीदार बदलत असतील, तर ती कुटुंबव्यवस्था काय कामाची? मुळातच कुटुंब तरी का म्हणावं त्याला? इथली लग्नं म्हणजे फक्त काही दिवसांसाठी, वर्षांसाठी सहवासाची व साथसंगतीची सोय असं म्हटलं तर वावगं ठरू नये. स्वच्छंदी जगण्याच्या अतिरेकामुळे इथली कुटुंबव्यवस्था मोडकळीस आली आहे. घटस्फोटानंतर कधी पूर्वाश्रमींच्या जोडप्यांच्या गाठीभेटी झाल्या तर ओळख करून देताना सांगतात की, 'हा माझा एक्स हजबंड किंवा ही माझी एक्स वाईफ.' हे कसलं लाइफ? त्यागाची, समर्पणाची, बांधिलकीची भावना नाही. कोणीतरी आपलेपणानं जगावं, वागावं, दुःखात उसासावं, सुखात फुलंपाखरू व्हावं, आनंदानं बागडावं. आयुष्यभर जोडीदाराचा हातात हात असावा. इथे तर हवा असेल तेव्हा दुसऱ्या नवीन जोडीदाराचा हातात हात धरता येतो. म्हणून मला माझ्या देशातला सहजीवनासाठी जोडीदार नको आहे." कॅथी वेगळ्या विचारांची तरुणी आहे, ही गोष्ट सहा-सात महिन्यात आमच्या मित्रत्वाच्या नात्यातून मला ज्ञात झाली होती. तिच्या देशातल्या कुटुंबव्यवस्थेबाबत कॅथीच्या मनात प्रचंड प्रमाणात द्वेष, चीड अनास्था असल्याची जाणीव तिचे बोलणे ऐकून प्रकर्षाने झाली. कपातली कॉफी संपवून कप टेबलावर ठेवत मी तिला विचारले,

"कॅथी, भारतीय माणसाचा सहजीवनासाठी जोडीदार म्हणून का विचार करते आहेस तू? भारतीय कुटुंब व्यवस्थेबाबत तुला काही माहिती आहे?"

"येसऽऽ" डोळे विस्फारत कॅथी म्हणाली.

"जगाच्या पाठीवर भारत देशाइतकी सुंदर कुटुंबव्यवस्था अन्यत्र कोठेही नसावी असे मला वाटते. आजी, आजोबा, आई, वडील, मुलगा, सून, नातवंडे एकाच घरात सुखाने आयुष्यभर राहतात. एकमेकांची सुखदुःखे वाटून घेतात. नात्याच्या पवित्र बंधनासोबत जबाबदारीने वागतात. एकमेकांचा आदर-सन्मान करतात. वृद्ध आईवडिलांची अखेरच्या श्वासापर्यंत सेवा करतात. विशेष म्हणजे आयुष्यभर एकमेकाला साथ देतात. ते खरे सहजीवन आहे. माणसामाणसांतली

नाती आणि प्रेमभाव भारतीय कुटुंब पद्धतीत कर्तव्यबुद्धीने जोपासला जातो. म्हणून मला भारतीय कुटुंब व्यवस्था फारच भावते. त्यासाठी मला भारतीय माणसाला आयुष्यभराचा जोडीदार करायचा आहे. मला तू आणि तुझे व्यक्तिमत्त्व त्यासोबत तुझ्यातला 'माणूस' विशेष भावला आहे. तू बायको म्हणून माझा स्वीकार करावा अशी माझी मनोमन इच्छा आहे."

कॅथीला भारतीय कुटुंबव्यवस्था आवडली याचा एक भारतीय म्हणून मला अभिमान व आदर वाटला. मी तिला म्हणालो,

"तुला भारतीय कुटुंबव्यवस्थेबाबत एवढी माहिती कोणी दिली?" त्यावर कॅथी बोलली,

"आमच्या देशात व विशेषत: मी राहात असलेल्या प्रांतात अनेक विवाहित जोडप्यांचे घटस्फोट लहानपणापासून माझ्या पाहण्यात आले. माझ्यासोबत शालेय व विद्यापीठीय शिक्षण घेणारी बहुतांश मुलेमुली ही घटस्फोटित आईवडिलांची अपत्ये होती. आपल्या घटस्फोटित आईवडिलांबाबत या मुलामुलींच्या तोंडी फक्त द्वेष, तिरस्कारच मी ऐकला. जन्मदात्याबाबत कोणीही फारसे आस्थेने, प्रेमाने बोलताना मला आढळले नाहीत. कोणाला आपल्या आईवडिलांबाबत फारसे देणेघेणे वा बांधिलकी जाणवली नाही. जो तो आपलं आयुष्य आपल्या परीने जगत होता. कदाचित हा आमच्या देशातल्या संस्कृतीचा भाग असेल. कॉलेजमध्ये शिक्षण घेताना मी भारतीय संस्कृती, लोकजीवन व कुटुंबव्यवस्थेबाबत खूप काही वाचले आहे. तेव्हापासून मी भारतीय माणसासोबत लग्न करून भारतीय होण्याचे स्वप्न उरात बाळगले आहे. आपल्या मित्रत्वाच्या नात्याचे रूपांत पतीपत्नीत व्हावं यासाठी मी फार आतुर आहे."

कॅथी स्वतंत्र विचारांची सुंदर तरुणी होती. कोणीही सहज तिच्या प्रेमात पडेल असंच तिचं सौंदर्य, व्यक्तिमत्त्व व विचारप्रणाली होती. तिने माझ्यासमोर मोठा यक्ष व गंभीर प्रश्न उभा केला होता. भावनेच्या भरात निर्णय घेणे माझ्यासाठी सोपे नव्हते. तितकेच इतक्या निरागस, निर्भेळ आणि दिलखुलास सच्चेपणाच्या मित्रत्वाच्या नात्याची जपणूक करण्याची अवघड किमया मला साध्य करावी लागणार होती. माझ्या ठिकाणी अन्य कोणी भारतीय असता, तर प्रभावित होऊन कॅथी सोबत विवाहबद्ध झाला असता. मला माझ्या चारित्र्याची व व्यक्तिमत्त्वाची जपणूक करायची होती. मी कॅथीला त्याक्षणी नकार देणे प्रस्तुत वाटत नव्हते. माझ्या मनातली आंतरिक चलबिचल माझ्या चेहऱ्यावर उमटलेले भाव कॅथीच्या

लक्षात आले. ती मला म्हणाली,

"नो प्रॉब्लेम, टेक युवर टाईम." तिचं बोलणं ऐकून मी दीर्घ सुस्कारा सोडला. त्यानंतर चार-पाच दिवसांनी मी कॅथीला होस्टेलमधील माझ्या खोलीवर बोलावले. मी तिने व्यक्त केलेल्या विवाह इच्छेसंदर्भातच काहीतरी बोलणार असल्याची कॅथीला कल्पना असल्यामुळेच तिने आपणासोबत तिच्या अन्य मैत्रिणींना जाणीवपूर्वक सोबत आणले नाही. कांदापोहे खाऊन झाल्यानंतर मी माझा लॅपटॉप उघडला. त्यावरती असणाऱ्या संदेश संपर्क लिंकवर स्वाईप केले. लॅपटॉपच्या स्क्रीनवर माझी पत्नी, मुले, आई दिसू लागली. मी त्यांच्यासोबत संभाषण करू लागलो. लॅपटॉपवरील संभाषणादरम्यान मी कॅथीला माझ्या पत्नीचा, मुलांचा व आईचा परिचय करून दिला. मी कॅथीला सांगितले,

"कॅथी, मी विवाहित आहे. तुला लॅपटॉपवर माझ्या पत्नीचे, मुलांचे, आईचे दर्शन घडविले आहे. आमच्या संस्कृतीत, धर्मात दुसरा विवाह करणे नियमबाह्य व गुन्हा आहे. शिवाय मी माझ्या पत्नीशी, परिवाराशी असे कृत्य करून प्रतारणा करू शकत नाही. तेव्हा प्लीज मला माफ कर. आपण दोघे मित्र आहोत. आयुष्यभर चांगले मित्रच राहू."

माझं बोलणं ऐकून अपेक्षाभंग झाल्याच्या नैराश्यछटा कॅथीच्या चेहऱ्यावर उमटल्या. परंतु वास्तव सत्य ती नाकारू शकत नव्हती. नकळत तिच्या डोळ्यांतून ओघळलेली आसवे ती लपवू शकली नाही. कॅथी जशी विवेकशील विचारांची होती, तशीच ती अतिशय संवेदनशील, हळव्या मनाची होती. तिच्या डोळ्यातली आसवे खूप काही सांगत होती. मनातलं स्वप्न भंगल असलं तरी काही वेळातच तिने स्वतःला सावरलं. जे दुसऱ्याचे आहे, त्याला आपले म्हणण्यात काहीच शहाणपण नाही, इतकी विवेकशीलता तिच्या ठायी असल्यामुळे कॅथी नेहमीचं हास्य चेहऱ्यावर उमटविण्याच्या प्रयासात म्हणाली,

"ओके, ओके, नो प्रॉब्लेम, वुई आर फ्रेन्ड, वुईल बी फ्रेन्ड फरदर." मला कॅथीच्या मनाचा समजूतदारपणा व निरागसता प्रचंड प्रमाणात भावली. नंतरच्या पाच-सहा महिन्यांच्या कालखंडात कॅथीने अमेरिकेमधील सर्व प्रेक्षणीय स्थळे मला दाखविली. आमच्या दोघांच्या मैत्रीत दृढ व गाढ विश्वास निर्माण झाला. आजतागायत मोबाईलवर आमचं 'हाय-हॅलो' मेसेजच्या माध्यमातून चालूच असतं. प्रशिक्षणानंतर मीही फारसं खोलात जाऊन तिच्या वैयक्तिक आयुष्यात डोकावण्याचा अजिबात प्रयत्न केला नाही. परंतु आज तिने अचानक भेटून मला

आश्चर्याचा धक्का दिला आहे. या अकल्पित भेटीत तिने मला दुसरा आश्चर्याचा धक्का दिला तो तिच्या लग्नासंदर्भातला. माझ्यासोबत युएसएमध्ये प्रशिक्षणार्थी असणारा अनुपम राष्ट्रीयकृत बँकेत संचालक आहे. मरीन ड्राईव्हच्या परिसरातच सरकारी निवासात मंत्रालयाजवळच तो वास्तव्यास आहे. त्याने कधीही मला त्याच्या निवासस्थानी बोलवले नाही. मी त्याला बऱ्याचदा जेवणासाठी आमंत्रित केले होते. आम्ही चांगले मित्र आहोत. परंतु कामकाजाच्या व अधिकारपदाच्या जबाबदारीमुळे गेल्या चौदा-पंधरा वर्षात आमच्या समक्ष गाठीभेटी घडल्या नाहीत. तसा योगही जुळून आला नाही. मी जेवणासाठी कित्येकदा आमंत्रित करूनसुद्धा अनुपम होकार देऊनही उपस्थित राहिला नाही. काही ना काही कारण सांगून तो मला टाळत आला. अनुपम मला भेटण्याचे का टाळत होता याचे खरे कारण आज मला कळाले. मी कॅथीस लग्नासाठी नकार दिल्यामुळे, तिने अनुपमचा विचार केला असावा. चांगला मित्र म्हणून माझ्या सुखी संसारात न डोकावण्याचा कॅथीचा विचार असल्यामुळे तिनेही तिच्या लग्नाची बाब माझ्यापासून जाणीवपूर्वक लपविली असेल. कारणे काहीही असली तरी कॅथीचा मला हेवा व आदर वाटतो. कारण तिने भारतीय कुटुंबव्यवस्था स्वीकारण्याचा तिचा अट्टाहास पूर्ण केला. संकोचाचे सारे बंध आजच्या भेटीत कॅथीने तोडून टाकले व पुढच्याच आठवड्यात तिने अनुपमसह भेटीचे आश्वासन मला दिले आहे."

गुरुबंधूचे बोलणे ऐकत असतानाच पायाखालची वाट संपली आणि एक नवी वाट सुरू झाली - विचारांची, संस्कृतीची, भारतीय कुटंबव्यवस्थेची, नात्याच्या बांधिलकीची, जबाबदारीच्या जाणिवांची, आपलेपणाची पेरणी करणारी. मी माझ्या मातीतल्या माणसांच्या जगण्याचा वागण्याचा "ताल" पाहिला होता, पण माझ्या भोवतीचा "भवताल" देखील किती सुदंर आहे, याची अनुभूती आज प्रत्यक्ष याची देही याची डोळा आली.

लेखक परिचय

दादाभाऊ जयवंत गावडे

कायमचा पत्ता : मु. पूर, पो. कन्हेरसर, ता. खेड, जि. पुणे.

वास्तव्याचा पत्ता : परिक्रमा निवास, संभाजीनगर, शिवनगरीजवळ देहूगाव, ता. हवेली. जि. पुणे.

व्यवसाय व शिक्षण: एफ. वाय. बी. ए. मुंबई विद्यापीठ, आय.टी.आय तंत्रशिक्षण, महिंद्रा सॅनीओ स्पे. स्टील कं. खोपोली, रायगड येथून सेवानिवृत्त.

प्रकाशित साहित्यसंपदा

- **काव्यसंग्रह** : वेलीवरची फुले, वेणा माझ्या मनातल्या, स्पंदन भेगाळलेल्या भूईचं, शोधिता विठ्ठल, माती सांगे माणसाला, इंद्रायणीकाठी
- **कांदबरी** : वसवा, आकाश पेलताना
- **व्यक्तीचित्रण** : उभारिले देवालया, ध्येय वेड्यांची यशोगाथा
- **कथासंग्रह** : वाटेवरची माणसं
- **संकीर्ण** : डॉ. श्रीपाल सबनीसांची बहुसांस्कृतिक भूमिका
- **आत्मकथा** : अजून पहाट झालीच नाही, आनंद यात्री
- **प्रातिनिधीक काव्यसंग्रह** : नवोदय, रानपाखरं अशी ही, भिमेकाठची अक्षरलेणी
- **अप्रकाशित साहित्य** : दशा आणि दिशा (कादंबरी), गाव तंस चांगलं, ताल-भवताल (कथा संग्रह)

राज्यस्तरीय पुरस्कार

- कामगार कल्याण मंडळ महाराष्ट्र राज्य 'नारायण सुर्वे' काव्यलेखन प्रथम पुरस्कार 'वेलीवरची फुले'
- महाराष्ट्र साहित्य परिषद पुणे उत्कृष्ट कांदबरी लेखन ग. ल. ठोकळ पुरस्कार 'वसवा'

- काव्य किरण मंडळ कल्याण, मुंबई काव्यसंग्रह लेखनाचा प्रथम पुरस्कार 'स्पंदन भेगाळलेल्या भुईचं'
- उत्कृष्ट साहित्यनिर्मीती पुरस्कार द. कृ. सांडु पुरस्कार चेंबुर, मुंबई. 'उभारिले देवालय'
- शिवाजंली साहित्यपुरस्कार, शिवाजंली साहित्यपीठ जुन्नर 'डॉ. श्रीपाल सबनीसांची बहुसांस्कृतिक भूमिका'
- न्यूज पेपर गंगाधर साहित्य पुरस्कार कोल्हापूर 'ध्येयवेड्यांची यशोगाथा'
- राष्ट्रीय मिल मजदूर संघ व भारतीय कामगार सेना मुंबई, गं. द. आंबेकर श्रमगौरव पुरस्कार (साहित्य)
- महाराष्ट्र कामगार कल्याण मंडळाचा 'गुणवंत कामगार पुरस्कार २०१५'

सन्मान

- पद्श्री नामदेव ढसाळ साहित्य संमेलनाच्या अध्यक्षपदी निवड २०२४
- इंद्रायणी साहित्य परिषद, पुणे साहित्य संमेलनाच्या अध्यक्षपदी निवड २०२५

www.ingramcontent.com/pod-product-compliance
Lightning Source LLC
LaVergne TN
LVHW050848051026
849532LV00006BA/2162
* 9 7 8 9 3 4 8 0 4 8 7 9 0 *